AF756267

അലക്സാൻഡ്ര കൊല്ലന്തായ്

ലൈംഗികമായി വിമോചിതയായ ഒരു കമ്യൂണിസ്റ്റു വനിതയുടെ ആത്മകഥ

ഒപ്പം തെരഞ്ഞെടുത്ത രചനകളും

Alexandra Kollontai
Lyingigakami Vimochithayaya oru Communist Vanithayude Athmakadha
oppam Thirenjedutha Rachanakalum

Translation
Dr. Praseetha K, Arya Jinadevan

CHINTHA PUBLISHERS
Thiruvananthapuram

First Edition
January 2023

Published
Chintha Publishers, Thiruvananthapuram

Typesetting
Star Communications, Thiruvananthapuram

Cover Design
Vinod Mangoes

ISBN - 978-93-94753-59-4

CO - 3221 / 6272

Email: chinthapublishers@gmail.com
Website: www.chinthapublishers.com

A version is available at National Libraries
Kolkata, Mumbai, Chennai and Delhi

Distribution
DESHABHIMANI BOOKHOUSE
H O Thiruvananthapuram 695035

Branch
Head Office Kunnukuzhi • Statue Thiruvananthapuram
KSRTC Bus Terminal Thampanoor • Saphalyam Complex Thiruvananthapuram
KSRTC Bus Station Alappuzha • KSRTC Bus Station Ernakulam
Machingal Lane Thrissur • IG Road Kozhikode
Mavoor Road Kozhikode • NGO Union Building Kannur
Central Bus Terminal Complex Thavakkara Kannur

അലക്സാൻഡ്ര കൊല്ലന്തായ്

ലൈംഗികമായി വിമോചിതയായ ഒരു കമ്യൂണിസ്റ്റു വനിതയുടെ ആത്മകഥ ഒപ്പം തെരഞ്ഞെടുത്ത രചനകളും

അലക്സാൻഡ്ര കൊല്ലന്തായ്

പരിഭാഷ

ഡോ. പ്രസീത കെ

ആര്യ ജിനദേവൻ

ചിന്ത പബ്ലിഷേഴ്സ്
തിരുവനന്തപുരം-695 035
വില: ₹ 210

ഡോ. പ്രസീത കെ

തൃശ്ശൂർ ജില്ലയിലെ എളവള്ളിയിൽ ജനനം. ചിറ്റാട്ടുകര സെന്റ് സെബാസ്റ്റ്യൻ ഹൈസ്കൂൾ, തൃശ്ശൂർ സേക്രഡ് ഹാർട്ട് എച്ച്.എസ്.എസ്, തൃശ്ശൂർ വിമല കോളേജ്, കാലടി സംസ്കൃത സർവ്വകലാശാല എന്നിവിടങ്ങളിൽ പഠനം. സഹപീഡിയ- യുനസ്കോ ഫെല്ലോഷിപ്പിൽ തോൽപ്പാവക്കൂത്ത്, കൂത്ത്, കൂടിയാട്ടം എന്നിവയിലെ രാമായണരംഗാവതരണങ്ങളെ കുറിച്ച് ഗവേഷണപ്രബന്ധം തയ്യാറാക്കി. കേരള ചലച്ചിത്ര അക്കാദമിയുടെ 2020 ലെ റിസർച്ച് ഗ്രാന്റോടെ 'മലയാളസിനിമയിലെ മലയാള ഭാഷ' എന്ന വിഷയത്തിൽ ഗവേഷണം പൂർത്തിയാക്കി. *രാമകഥ കൂത്തരങ്ങുകളിൽ, പെൺമൊഴി രാമായണങ്ങൾ: സാറാ ജോസഫിന്റെ രാമായണാഖ്യാനങ്ങൾ* എന്നീ പഠനങ്ങളും *ഞാൻ കാടാകുന്നു* എന്ന കവിതാസമാഹാരവും നിരവധി ഗവേഷണപ്രബന്ധങ്ങളും പ്രസിദ്ധീകരിച്ചിട്ടുണ്ട്. നിലവിൽ കേരള നിയമസഭ, സഭാ ടി വിയിൽ റിസർച്ച് അസിസ്റ്റന്റായി പ്രവർത്തിച്ചുവരുന്നു.

ഭർത്താവ്	: മഹേഷ് എം എം
മക്കൾ	: കൃഷ്ണകാന്ത്, മൈഥിലി
ഫോൺ	: 9497883308

ആര്യ ജിനദേവൻ

1994 ൽ ഇടുക്കി ജില്ലയിലെ തൂക്കുപാലത്ത് ജനനം. പ്രാഥമിക വിദ്യാഭ്യാസം ഇടുക്കിയിൽ. തുടർന്ന് കുടുംബം തൃശ്ശൂർ ജില്ലയിലേക്ക് താമസം മാറ്റി. ഹൈസ്കൂൾ വിദ്യാഭ്യാസവും കോളേജ് വിദ്യാഭ്യാസവും തൃശ്ശൂരിൽ. തൃശ്ശൂർ കേരള വർമ്മ കോളേജിൽനിന്ന് പൊളിറ്റിക്കൽ സയൻസിൽ ബിരുദവും ചാലക്കുടി പനമ്പിള്ളി ഗോവിന്ദമേനോൻ സ്മാരക ഗവ. കോളേജിൽനിന്ന് ബിരുദാനന്തര ബിരുദവും. എസ് എഫ് ഐ സംസ്ഥാന കമ്മിറ്റി അംഗമായിരുന്നു. ഇപ്പോൾ ചിന്ത വാരികയിൽ സബ് എഡിറ്റർ.

അച്ഛൻ	: പി ജി ജിനദേവൻ
അമ്മ	: ലൈല ജിനദേവൻ
ജീവിതപങ്കാളി	: ആഷിൻ ആന്റണി

ഉള്ളടക്കം

പ്രസാധകക്കുറിപ്പ്

അലക്സാൻഡ്ര മിഖായിലോവ്ന കൊല്ലന്തായ് (1872–1952) സെന്റ് പീറ്റേഴ്സ് ബർഗിൽ ജനിച്ചു. സോഷ്യലിസ്റ്റ് ലക്ഷ്യത്തിനായി സ്വയം സമർപ്പിച്ച നേതാവായി ഉയർന്നുവന്നു. റഷ്യൻ തലസ്ഥാനത്തിന്റെ പ്രാന്ത പ്രദേശങ്ങളിൽ സേവനസന്നദ്ധമായ വിദ്യാഭ്യാസ പ്രവർത്തനമാരംഭിച്ചു. ക്ലാര സെത്കിൻ, റോസ ലക്സംബർഗ്ഗ്, വേരാ സാസുലിച്ച്, നദേഷ്ദ ക്രൂപ്സ്കായ, വ്ളാദിമിർ ലെനിൻ എന്നീ വിപ്ലവകാരികൾക്കൊപ്പം പ്രവർത്തിച്ചു. ബോൾഷെവിക് പാർട്ടിയിൽ ചേർന്നശേഷം തൊഴിലെടുക്കുന്ന സ്ത്രീകളെ സംഘടിപ്പിക്കുവാനും ഫെമിനിസ്റ്റു മുന്നേറ്റത്തോടൊപ്പം സോഷ്യലിസ്റ്റ് ആശയങ്ങൾ പ്രചരിപ്പിക്കാനും വേണ്ടി ജീവിതം ഉഴിഞ്ഞുവച്ചു. സാർവ്വദേശീയ തൊഴിലാളിസംഘടനയായ രണ്ടാം ഇന്റർനാഷണലിനുവേണ്ടി അക്ഷീണം പ്രവർത്തിച്ചു. സോഷ്യലിസ്റ്റ് ഇന്റർനാഷണലിനുള്ളിൽ സ്ത്രീകളുടെ അവകാശത്തിനുവേണ്ടി അവർ പൊരുതി. സോഷ്യലിസ്റ്റ് ഫെമിനിസത്തിന് അടിത്തറപാകാൻ സെത്കിനൊപ്പം പ്രവർത്തിച്ചു. 1917–19 കാലത്ത് ലെനിന്റെ മന്ത്രിസഭയിൽ പീപ്പിൾസ് കമ്മിസാർ ഫോർ വെൽഫെയർ എന്ന പദവി വഹിച്ചു. ഏതെങ്കിലും ഒരു രാജ്യത്ത് ക്യാബിനറ്റ് പദവിയിൽ ലോകത്ത് ആദ്യമായി പ്രവർത്തിച്ച വനിതയും അവരായിരുന്നു. 'ഫെമിനിസമില്ലാതെ സോഷ്യലിസമില്ല.' 'ഫെമിനിസം കൂടാതെ സോഷ്യലിസം തന്നെയില്ല' എന്ന കാഴ്ചപ്പാട് അവർ ഉയർത്തിപ്പിടിച്ചു. ലൈംഗിക ബന്ധത്തെ ഒരു സാമൂഹിക നിർമ്മിതിയായാണ് കൊല്ലന്തായ് കണ്ടത്. ആധുനിക ഫെമിനിസ്റ്റുകൾ ജൻഡറിനെപ്പറ്റി പറയുന്നതിനും ഒരു നൂറ്റാണ്ടുമുമ്പ് കൊല്ലന്തായ് അതു പറഞ്ഞു എന്നത് എടുത്തു പറയേണ്ടതുണ്ട്. അവർ എഴുതിയ ധീരമായ ആത്മകഥയുടെ പേരുതന്നെ *ലൈംഗികമായി വിമോചിതയായ ഒരു കമ്യൂണിസ്റ്റു വനിതയുടെ ആത്മകഥ* എന്നാണ്. സോഷ്യ

ലിസ്റ്റ് ലോകത്തുപോലും ആ പേര് കോളിളക്കം സൃഷ്ടിച്ചു. ആത്മകഥയിൽ അവർ ഇങ്ങനെ എഴുതി: "എന്റെ സ്വകാര്യജീവിതം എന്റെതന്നെ മാനദണ്ഡങ്ങൾക്കനുസരിച്ച് കെട്ടിപ്പടുക്കുന്നതിൽ യഥാർത്ഥത്തിൽ ഞാൻ വിജയിച്ചു. മാത്രമല്ല, ഒരു പുരുഷൻ ചെയ്യുന്നപോലെയൊന്നും ഞാൻ എന്റെ പ്രണയാനുഭവങ്ങൾ രഹസ്യമാക്കിവയ്ക്കുന്നില്ല. എല്ലാറ്റിനുമുപരിയായി, ഞാനെന്റെ വികാരങ്ങളെ ഒരിക്കലും തടഞ്ഞുവച്ചില്ല, അത് പ്രണയംകൊണ്ടുണ്ടായ സന്തോഷമായാലും വേദനയായാലും. സർഗ്ഗാത്മകതയും ക്രിയാത്മകതയും തീവ്രപ്രയത്നവും എത്രത്തോളം എന്റെ ജീവിതത്തിൽ പ്രാമുഖ്യമുള്ളതാണോ അത്രത്തോളംതന്നെ പ്രഥമസ്ഥാനം ഞാൻ എന്റെ വൈകാരികതയ്ക്കും നല്കി."

തികഞ്ഞ രാഷ്ട്രീയബോധത്തോടും ആത്മബലത്തോടും എഴുതപ്പെട്ട ഈ കൃതി ആത്മകഥകൾക്ക് ഒരു മാതൃകയാണ്. സോഷ്യലിസ്റ്റ് ഫെമിനിസത്തിന്റെ ആശയങ്ങൾ രൂപപ്പെട്ടുവന്ന പ്രായോഗികവും സൈദ്ധാന്തികവുമായ തലങ്ങൾ വിശദീകരിക്കുന്നതുൾപ്പെടെയുള്ള ലേഖനങ്ങളുടെ സമാഹാരം സ്ത്രീ പ്രശ്നങ്ങളെപ്പറ്റി പഠിക്കുന്നവർക്കുള്ള പാഠപുസ്തകമാണ്. സ്ത്രീകളോടും യുവാക്കളോടും തൊഴിലാളിവർഗ്ഗത്തോടും പൊതുവിലും അലക്സാൻഡ്ര കൊല്ലന്തായ് നടത്തിയ ആശയവിനിമയങ്ങൾ ഇന്ന് ഈടുറ്റ ചരിത്രരേഖയായി നമുക്കു മുന്നിലുള്ളത്, നിർജ്ജീവമായ രേഖയായല്ല പ്രവർത്തനത്തിന്റെ തത്വശാസ്ത്രമായിട്ടാണ്.

ചിന്ത പബ്ലിഷേഴ്സ്

ഭാഗം ഒന്ന്
ആത്മകഥ

ലൈംഗികമായി വിമോചിതയായ
ഒരു കമ്യൂണിസ്റ്റു വനിതയുടെ ആത്മകഥ

അലക്സാൻഡ്ര കൊല്ലന്തായ്

The Autobiography of a Sexually Emancipated Communist Woman

പരിഭാഷ: ഡോ. പ്രസീത കെ

എന്റെ ജീവിതത്തിന്റെ ലക്ഷ്യങ്ങളും മൂല്യവും

ആത്മകഥ എഴുതുന്നതിനേക്കാൾ ബുദ്ധിമുട്ടുള്ള മറ്റൊന്നുമില്ല. എന്തിലായിരിക്കണം ഊന്നൽ? സാമാന്യമായി താല്പര്യമുള്ളത് എന്തായിരിക്കും? അതിനെല്ലാമുപരി, സത്യസന്ധമായി എഴുതുകയും സാമ്പ്രദായികമായി ചെയ്യുന്ന പോലെ തുടക്കത്തിൽ അതിവിനയം പ്രകടിപ്പിക്കുന്നവിധമുള്ള നിഷേധവാചകങ്ങൾ ഒഴിവാക്കുകയുമാണ് ഉചിതം. കാരണം, ഒരാളുടെ ജീവിതത്തെ നിർണയിച്ച സംഭവങ്ങൾ പൊതുജനത്തിന് കൂടി ഉപയോഗപ്രദമായവയാണ് എന്നുവരുമ്പോഴാണ് അയാളെ സ്വന്തം ജീവിതത്തെക്കുറിച്ച് സംസാരിക്കാൻ ക്ഷണിക്കുക. അതിനർത്ഥം, ആ വ്യക്തി ജനങ്ങൾ അംഗീകരിച്ചതായ ഒരു ദൗത്യം പൂർത്തിയാക്കി, പ്രതീക്ഷയുളവാക്കുന്ന ഒന്ന് ജീവിതത്തിൽ രൂപപ്പെടുത്തിയിരിക്കണം. അങ്ങനെ വരുമ്പോൾ, ഒരാൾ തന്നെക്കുറിച്ച് എഴുതുകയാണെന്നത് മറന്ന്, അഹംഭാവമെല്ലാം ഒഴിവാക്കി, താൻ ജീവിതത്തെ രൂപപ്പെടുത്തിയതിനേയും തന്റെ നേട്ടങ്ങളെയും സാദ്ധ്യമാവുന്നിടത്തോളം വസ്തുനിഷ്ഠമായി വിവരിക്കാനുള്ള ശ്രമമാണ് വേണ്ടത്. അത്തരത്തിലുള്ള ഒരു ശ്രമമാണ് ഞാനുദ്ദേശിക്കുന്നത്, പക്ഷേ, അത് വിജയിക്കുമോ എന്നത് വേറെ കാര്യം. അതേസമയം, ഒരു വിധത്തിൽ പറഞ്ഞാൽ ഈ ആത്മകഥ എനിക്ക് മുന്നിലും ചില പ്രശ്നങ്ങളുയർത്തുന്നുണ്ട് എന്ന് സമ്മതിക്കേണ്ടിവരും. കാരണം തിരിഞ്ഞുനോക്കുമ്പോഴും ഭാവിയിലേക്കു നോക്കുമ്പോഴുമുള്ള എന്റെ നിലനിൽപ്പിന്റെയും നേട്ടങ്ങളുടെയും ഏറ്റവും നിർണ്ണായകനിമിഷങ്ങളെ എനിക്കു വേണ്ടി കൂടിയാണ് ഞാൻ അവതരിപ്പിക്കുന്നത്. ഈ നിലയ്ക്ക്, സ്ത്രീകളുടെ വിമോചനസമരത്തെക്കുറിച്ചും അതിലുപരി അതിനുള്ള സാമൂഹികമായ

പ്രാധാന്യത്തെക്കുറിച്ചും കൂടുതൽ വ്യക്തത നല്കുന്നതിൽ ഞാൻ വിജയിച്ചേക്കാം. തന്നിരിക്കുന്ന മാതൃകയ്ക്കനുസരിച്ച് ഞാൻ എന്റെ ജീവിതം രൂപപ്പെടുത്തേണ്ട ആവശ്യമില്ലെന്നും ശരിയായ ഒരു ജീവിതദർശനം രൂപപ്പെടുത്താനുള്ള വിവേചനശക്തിയുണ്ടാവാൻ എന്നേക്കാൾ വളരേണ്ടതുണ്ടെന്നുമുള്ള അവബോധം എനിക്ക് വളരെ ചെറുപ്പത്തിൽ തന്നെയുണ്ടായിരുന്നു. അതേസമയംതന്നെ, എനിക്ക് ലഭിച്ച പാരമ്പര്യത്തിനനുസരിച്ചല്ലാതെ, സാമൂഹികവും സാമ്പത്തികവുമായ സാഹചര്യങ്ങൾ അനുവദിക്കുന്നിടത്തോളം തങ്ങളുടേതായ സ്വതന്ത്രതീരുമാനത്തിനനുസരിച്ച് അവരുടെ ജീവിതം രൂപപ്പെടുത്താൻ എന്റെ സഹോദരിമാരെ ഈ വിധം സഹായിക്കാനാകുമെന്ന ബോദ്ധ്യവും എനിക്കുണ്ട്. പുരുഷന് ബാധകമായ അതേ സദാചാരമാനദണ്ഡങ്ങൾ തന്നെ സ്ത്രീകളെ വിധിക്കാനും ഉപയോഗിക്കുന്ന കാലം അനിവാര്യമായി വന്നുചേരുമെന്ന് ഞാനെപ്പോഴും വിശ്വസിച്ചിരുന്നു. കാരണം, സ്ത്രീക്ക് മനുഷ്യസമൂഹത്തിൽ ആദരവ് നേടിക്കൊടുക്കുന്നത് അവളുടെ സ്ത്രൈണഗുണങ്ങളൊന്നുമല്ല, മറിച്ച് അവൾ ചെയ്ത ഉപയോഗപ്രദമായ ദൗത്യത്തിന്റെ മൂല്യമാണ്, ഒരു മനുഷ്യജീവിയെന്ന നിലയിലുള്ള അവളുടെ വ്യക്തിത്വമാണ്, ഒരു പൗരയെന്ന നിലയിൽ, ഒരു ചിന്തകയെന്ന നിലയിൽ, ഒരു പോരാളിയെന്ന നിലയിലെല്ലാമാണ് അവൾക്ക് സമൂഹത്തിൽ ആദരവുള്ള പദവി ലഭിക്കുന്നത്. ഈ ഉപബോധചിന്ത എന്റെ ജീവിതത്തിലുടനീളം, പ്രവർത്തനങ്ങളിലെല്ലാം പ്രധാന പ്രേരകശക്തിയായി. എനിക്ക് എന്റെ വഴിക്ക് നീങ്ങാനും തൊഴിലെടുക്കാനും പോരാടാനും പുരുഷന്മാരോട് ചേർന്നുനിന്ന് സൃഷ്ടിപരമായ പ്രവർത്തനങ്ങളിലേർപ്പെടാനും സാർവ്വലൗകികമായ മാനവീയ ലക്ഷ്യം നേടുന്നതിനായി പ്രയത്നിക്കാനും (സത്യത്തിൽ മുപ്പതുവർഷത്തോളമായി ഞാൻ കമ്യൂണിസ്റ്റാണ്) ഉള്ള പ്രേരണയാണ് ആ വിചാരം. എന്നാലതേസമയം, ഒരു സ്ത്രീയെന്ന നിലയ്ക്ക് എന്റെ ഇഷ്ടത്തിനനുസരിച്ചും പ്രകൃതിനിയമങ്ങൾക്കനുസരിച്ചും വ്യക്തിപരവും സ്വകാര്യവുമായ ജീവിതം മെനയാനുള്ള ധൈര്യവും അതെനിക്ക് നല്കി. ഇതാണ് എന്റെ ദർശനരേഖയെ വ്യവസ്ഥപ്പെടുത്തിയത്. എന്റെ സ്വകാര്യജീവിതം എന്റെതന്നെ മാനദണ്ഡങ്ങൾക്കനുസരിച്ച് കെട്ടിപ്പടുക്കുന്നതിൽ യഥാർത്ഥത്തിൽ ഞാൻ വിജയിച്ചു. മാത്രമല്ല, ഒരു പുരുഷൻ ചെയ്യുന്നപോലെയൊന്നും ഞാൻ എന്റെ പ്രണയാനുഭവങ്ങൾ രഹസ്യമാക്കിവയ്ക്കുന്നില്ല. എല്ലാറ്റിനുമുപരിയായി, ഞാനെന്റെ വികാരങ്ങളെ ഒരിക്കലും തടഞ്ഞുവച്ചില്ല, അത് പ്രണയംകൊണ്ടുണ്ടായ സന്തോഷമായാലും വേദനയായാലും. സർഗ്ഗാത്മകതയും ക്രിയാത്മകതയും തീവ്രപ്രയത്നവും എത്രത്തോളം എന്റെ ജീവിതത്തിൽ പ്രാമുഖ്യമുള്ളതാണോ അത്രത്തോളംതന്നെ പ്രഥമസ്ഥാനം ഞാൻ എന്റെ വൈകാരികതയ്ക്കും നല്കി. ഒരു സർക്കാർ ക്യാബിനറ്റിൽ, 1917/18 വർഷങ്ങളിലെ ആദ്യത്തെ ബോൾഷെവിക് ക്യാബിനറ്റിൽ അംഗമാകാൻ എനിക്ക് കഴിഞ്ഞു. അംബാസഡറായി നിയമിക്കപ്പെട്ട ആദ്യത്തെ വനിത കൂടിയായ ഞാൻ മൂന്ന് വർഷം,

അതായത്, എന്റെ സ്വന്തം ഇഷ്ടപ്രകാരം രാജിവയ്ക്കുംവരെ ആ പദവിയിൽ തുടർന്നു. പ്രായത്തെക്കുറിച്ചുള്ള പരമ്പരാഗത വ്യവസ്ഥിതികൾക്ക് മുകളിൽ നില്ക്കാൻ സ്ത്രീകൾക്ക് തീർച്ചയായും കഴിയുമെന്ന് തെളിയിക്കാൻ എന്റെ ജീവിതം സഹായകമായിരിക്കും. സദാചാരത്തെ സംബന്ധിച്ചുള്ള അനാരോഗ്യകരമായ ഇരട്ടത്താപ്പിന്റെ മുനയൊടിക്കുന്നതിൽ ലോകമഹായുദ്ധത്തിനും ശക്തമായ വിപ്ലവാവേശത്തിനും വലിയ പങ്കുണ്ട്. അമിതമായ ആവശ്യങ്ങൾ അടിച്ചേല്പിക്കാതിരിക്കാൻ ഇതിനകം ഞങ്ങൾ ശീലിച്ചുകഴിഞ്ഞു. ഉദാഹരണത്തിന് അഭിനേത്രികളുടെയും സ്വതന്ത്രമായ തൊഴിലുകളിൽ ഏർപ്പെട്ടിരിക്കുന്ന സ്ത്രീകളുടെയും വിവാഹജീവിതവുമായി ബന്ധപ്പെട്ട കാര്യങ്ങളിൽ ഇടപെടാതിരിക്കാൻ ശ്രദ്ധിച്ചു. മറ്റേതൊരു ജാതിയേയുംപോലെ പഴയ മാമൂലുകളും ആചാരങ്ങളും പാരമ്പര്യങ്ങളും അതിലെല്ലാമുപരി അവയുടെ കർശനമായ ആചാരാനുഷ്ഠാനങ്ങളും എല്ലാം പാലിക്കുന്ന ഒരു ജാതിസമൂഹം പോലയാണ് നയതന്ത്രവും. ഒരു സ്ത്രീ-സ്വതന്ത്രയായ, ഒറ്റയ്ക്കുള്ള ഒരു സ്ത്രീ ഈ പദവിയിലേക്ക് എതിരില്ലാതെ അംഗീകരിക്കപ്പെട്ടു എന്നത് വ്യക്തമാക്കുന്നത്, എല്ലാ മനുഷ്യരും അവരുടെ പ്രവൃത്തിയുടെയും പൊതുവായ മനുഷ്യാന്തസ്സിന്റെയും അടിസ്ഥാനത്തിൽ തുല്യതയോടെ മാനിക്കപ്പെടുമെന്നതാണ്. ഓസ്ലോയിലെ റഷ്യൻ നയതന്ത്രപ്രതിനിധിയായി ഞാൻ നിയമിതയായപ്പോൾ അത് എന്റെ മാത്രം വിജയമായിട്ടല്ല, സ്ത്രീകളുടെ ആകെ വിജയമായിട്ടാണ് ഞാൻ മനസ്സിലാക്കിയത്. ആ വിജയം ഉറപ്പായും സ്ത്രീകളുടെ ഏറ്റവും ശത്രു എന്ന് പറയാവുന്ന സാമ്പ്രദായിക സദാചാരങ്ങൾക്കും വിവാഹത്തെ സംബന്ധിച്ചുള്ള യാഥാസ്ഥിതിക ധാരണകൾക്കും മേലുള്ളതു കൂടിയായിരുന്നു. ഇങ്ങനെ ഉത്തരവാദപ്പെട്ട ഒരു പദവിയിൽ ഒരു സ്ത്രീയെ നിയമിച്ചത് പ്രശംസനീയമാണെന്ന് ഇടയ്ക്കെപ്പോഴെങ്കിലും എന്നോട് ആരെങ്കിലും പറയുമ്പോഴെല്ലാം, ആത്യന്തികമായി പരിശോധിക്കുമ്പോൾ സ്ത്രീവിമോചനത്തിന്റെ പ്രധാനവിജയം ഈ വസ്തുതയെ മാത്രം ആശ്രയിച്ചല്ല ഇരിക്കുന്നതെന്ന് ഞാനോർക്കാറുണ്ട്. അതിനേക്കാൾ തികച്ചും സവിശേഷമായ പ്രാധാന്യമുള്ളത്, സാഹചര്യത്തിനനുസരിച്ച് നിലപാടെടുക്കുന്ന ഇരട്ടത്താപ്പിലൂടെ വിജയം കൈവരിക്കുകയും അതൊരിക്കലും മറച്ചുവയ്ക്കാതിരിക്കുകയും ചെയ്ത, എന്നെപ്പോലെ ഒരു സ്ത്രീ, പാരമ്പര്യം മുറുകെ പിടിക്കുകയും കപടസദാചാരം കാത്തുസൂക്ഷിക്കുകയും ചെയ്യുന്ന ഒരു ജാതിസംവർഗ്ഗത്തിലേക്ക് സ്വീകരിക്കപ്പെട്ടു എന്നതാണ്. അങ്ങനെ ഇരട്ടനിലപാടിന്റേതായ ഭൂതാവേശത്തെ മറ്റു സ്ത്രീകളുടെ ജീവിത്തിൽനിന്ന് ഉച്ചാടനം ചെയ്യാനുതകുന്ന ഒരു ഉദാഹരണമാകാനും എന്റെ ജീവിതത്തിന് കഴിയുന്നു. ഇതാണ് സാമൂഹികവും മാനസികവുമായി പ്രസക്തിയുള്ളതും ജോലിയെടുക്കുന്ന സ്ത്രീകളുടെ വിമോചന പോരാട്ടത്തിന് സഹായകവുമായ എന്റെ തന്നെ ജീവിതത്തിന്റെ പ്രാധാന്യം. ഏതെങ്കിലും തരത്തിലുള്ള തെറ്റിദ്ധാരണ ഒഴിവാക്കുന്നതിന്, സ്ത്രീകളെന്ന നിലയ്ക്കുള്ള അവരുടെ അനുഭവ

ങ്ങളെ താരതമ്യേന ലാഘവബുദ്ധിയോടെ കാണുന്ന പുതിയ സ്ത്രീകളിൽനിന്ന് ഞാനിപ്പോഴും ഏറെ ദൂരെയാണെന്ന് എനിക്ക് പറഞ്ഞേ തീരൂ. മാത്രമല്ല, വികാരങ്ങളും മാനസികോർജ്ജങ്ങളും, വൈകാരികമായ പ്രണയാനുഭൂതിയൊഴികെ ജീവിതത്തിലെ മറ്റെന്തിലേക്കും നിയോഗിക്കുന്നവളെന്ന് എന്നെപ്പറ്റി ഒരാൾക്ക് അസൂയാവഹമായ ഉപരിപ്ലവതയോടെ പറയാനാവും. അതിനെല്ലാമപ്പുറം, ഒരു ചരിത്രസന്ധിയിൽ വളർന്ന സ്ത്രീകളുടെ തലമുറയിൽപ്പെട്ട ആളാണ് ഞാനിപ്പോഴും. അനേകം നിരാശകളോടും ദുരന്തങ്ങളോടും പരിപൂർണ്ണമായ ആനന്ദത്തിനു വേണ്ടിയുള്ള നിതാന്തമായ ആവശ്യങ്ങളോടുംകൂടി പ്രണയം എന്റെ ജീവിതത്തിൽ വലിയ പങ്കുവഹിച്ചു. വളരെ വലിയ പങ്ക്! അന്തിമമായി വിലയിരുത്തുമ്പോൾ അത് തീർത്തും അപ്രധാനമായതും എന്റെ വിലയേറിയ സമയവും ഊർജ്ജവും ചെലവിട്ട പാഴ്ശ്രമവുമായിരുന്നു, . ഞങ്ങൾ, പഴയ തലമുറയിലെ സ്ത്രീകൾക്ക് എങ്ങനെയാണ് സ്വതന്ത്രരാകേണ്ടതെന്ന് ഇപ്പോഴും മനസ്സിലായിട്ടില്ല. നമ്മുടെ മാനസികോർജ്ജമാകെ അവിശ്വസനീയമാം വിധം പാഴാക്കലായിരുന്നു അത്. വ്യർത്ഥമായ വൈകാരികാനുഭവങ്ങളിൽ പാഴാക്കികളഞ്ഞ്, നമ്മുടെ അദ്ധ്വാനശേഷി ശുഷ്കിച്ചുപോയി. ജീവിതത്തിന്റെ ആത്യന്തികമായ ലക്ഷ്യം പ്രണയമല്ലെന്നും തൊഴിലിനെ ജീവിതത്തിന്റെ കേന്ദ്രസ്ഥാനത്ത് എങ്ങനെ കൊണ്ടുവരണമെന്നും ഞങ്ങൾക്ക്, എനിക്ക് തന്നെയും അതുപോലെ മറ്റനവധി സമകാലികരായ സാമൂഹ്യപ്രവർത്തകർക്കും സമരോത്സുകർക്കും തൊഴിലുള്ള സ്ത്രീകൾക്കും മനസ്സിലാക്കാൻ കഴിഞ്ഞുവെന്നത് സത്യമാണ്. എന്നിരുന്നാലും, നമ്മുടെ അഹംബോധവും മറ്റൊരാളെ പ്രതിയുള്ള നമ്മുടെ വികാരങ്ങളും തമ്മിലുള്ള തീരാത്ത സംഘർഷത്തിൽ നമ്മുടെ ഊർജ്ജം ശകലീകരിക്കപ്പെട്ടില്ലായിരുന്നെങ്കിൽ നമുക്ക് കൂടുതൽ സൃഷ്ട്യന്മുഖമായി, കൂടുതൽ നേട്ടങ്ങൾ കൈവരിക്കാനാവുമായിരുന്നു. യഥാർത്ഥത്തിൽ, അത് നമ്മുടെ അഹംബോധത്തിലേക്കുള്ള പുരുഷന്റെ ഇടപെടലിനെ തിരെയുള്ള പ്രതിരോധമായിരുന്നു, ജോലിയോ അതോ വിവാഹവും പ്രണയവുമോ എന്ന സങ്കീർണ്ണമായ പ്രശ്നത്തെ കേന്ദ്രീകരിച്ചുള്ള സംഘർഷം. ഒരു വിധം പുരുഷന്മാർ ചെയ്യുന്നതും ചെറുപ്പക്കാരായ സ്ത്രീകൾ ഇന്ന് പഠിച്ചുക്കൊണ്ടിരിക്കുന്നതുമായ ഒരു കാര്യം ജോലിയും സ്നേഹാഭിവാഞ്ഛയും ഒത്തിണക്കിക്കൊണ്ടു പോവാൻ കഴിയുമെന്നും അതുവഴി ജോലിയെന്നത് ജീവിതത്തിന്റെ പ്രധാനലക്ഷ്യമായിരിക്കുമെന്നതുമാണ്. അത് നമ്മുടെ പഴയ തലമുറയ്ക്ക് ഇതുവരെ മനസ്സിലായിട്ടില്ല. അവസാനം നമ്മൾ സ്നേഹിച്ച ഒരേയൊരു പുരുഷനെ കണ്ടെത്തിയിരിക്കുന്നുവെന്നും നമ്മുടെ ഹൃദയത്തെ അയാളുമായി ചേർത്തുവയ്ക്കാനാവുമെന്നും ആത്മീയവും ഭൗതികവുമായ ഒരു ശക്തിയായി നമ്മളെ അയാൾ പൂർണ്ണമായി അംഗീകരിക്കുമെന്നുമുള്ള വിശ്വാസത്തിന് ഓരോ തവണയും കീഴ്പ്പെട്ടുപോകുന്നതാണ് നമ്മുടെ പരാജയം.

പക്ഷേ, പുരുഷൻ അവന്റെ അഹന്ത നമ്മുടെ മേൽ അടിച്ചേല്പിക്കുവാനും അവന്റെ ആവശ്യങ്ങൾക്കനുസരിച്ച് നമ്മളെ പൂർണ്ണമായും പരുവപ്പെടുത്താനും ശ്രമിച്ചുകൊണ്ടേയിരിക്കുന്നതുകൊണ്ട് കാര്യങ്ങൾ പിന്നെയും പിന്നെയും മറ്റൊരു വിധത്തിലായി. വീണ്ടും വീണ്ടും പ്രണയം ഒരു കൂച്ചുവിലങ്ങായി മാറിയതുനിമിത്തം, അങ്ങനെ എല്ലാമുണ്ടായിട്ടും അനിവാര്യമായ ആഭ്യന്തര കലഹം തുടർന്നു. നമ്മൾ അടിമകളാക്കപ്പെട്ടതായി തോന്നുകയും പ്രണയത്തിന്റെ കെട്ടുപാട് അഴിച്ചുകളയാൻ ശ്രമിക്കുകയും ചെയ്തുകൊണ്ടിരിക്കുന്നു. പ്രിയപ്പെട്ടവനുമായി നിത്യവും തുടരുന്ന സംഘർഷത്തിനൊടുവിൽ നമ്മൾ നമ്മളെത്തന്നെ പിച്ചിച്ചീന്തി, സ്വാതന്ത്ര്യത്തിലേക്ക് കുതിക്കും. അതുകഴിഞ്ഞ് വീണ്ടും നമ്മൾ തനിച്ച്, സന്തോഷമേതുമില്ലാതെ, ഏകാകികളായിരിക്കുന്നു. പക്ഷേ, സ്വതന്ത്രരായി- നമുക്ക് പ്രിയപ്പെട്ട, നമ്മൾ തെരഞ്ഞെടുത്ത തികച്ചും യുക്തമായ തൊഴിലനുഷ്ഠിക്കാനുമുള്ള സ്വാതന്ത്ര്യമുള്ളവരായി നമ്മൾ മാറും.

ഭാഗ്യവശാൽ ചെറുപ്പക്കാർക്ക്, ഇപ്പോഴത്തെ തലമുറയ്ക്ക് മനുഷ്യസമൂഹത്തിന് ആവശ്യമേയില്ലാത്ത ഇത്തരം സംഘർഷത്തിലൂടെ ഇനിയും കടന്നുപോകേണ്ട ആവശ്യമില്ല. അവരുടെ കഴിവുകളും ജോലിക്കുള്ള ഊർജ്ജവും അവരുടെ ക്രിയാത്മക പ്രവർത്തനങ്ങൾക്ക് കരുതിവയ്ക്കും. അങ്ങനെ തടസ്സങ്ങളുണ്ടാകുന്നത് കുതിക്കാനുള്ള പ്രചോദനമായി മാറും.

എന്റെ സ്വകാര്യജീവിതത്തെക്കുറിച്ച് ചിലത് ഇവിടെ പരാമർശിക്കേണ്ടതുണ്ട്. ബാഹ്യസാഹചര്യങ്ങൾ വച്ച് വിലയിരുത്തുമ്പോൾ എന്റെ ബാല്യം വളരെ സന്തുഷ്ടമായ ഒന്നായിരുന്നു. എന്റെ മാതാപിതാക്കൾ പഴയ റഷ്യൻ അഭിജാതവർഗ്ഗത്തിൽപ്പെടുന്നവരായിരുന്നു. അമ്മയുടെ പുനർവിവാഹത്തിലുള്ള ഒരേ ഒരു കുട്ടി ഞാനായിരുന്നു (അമ്മ വേർപിരിയുകയും രണ്ടാം വിവാഹത്തിന് മുമ്പ് ഞാൻ ജനിക്കുകയും തുടർന്ന് ഏറ്റെടുക്കപ്പെടുകയുമാണുണ്ടായത്). ഞാനായിരുന്നു കുടുംബത്തിൽ ഏറ്റവും ഇളയതും അതുപോലെ ഏറ്റവും ലാളിച്ച് വഷളാക്കപ്പെട്ടതുമായ ആൾ. എനിക്ക് ചുറ്റുമുള്ള എല്ലാത്തിനേയും നിഷേധിക്കുക എന്ന വളരെ ചെറുപ്പത്തിലേ ഉടലെടുത്ത സ്വഭാവത്തിന് മൂലകാരണം ഇതായിരിക്കാം. എന്നെ സന്തോഷിപ്പിക്കുവാൻ വേണ്ടി എനിക്ക് ആവശ്യത്തിലധികം കാര്യങ്ങൾ ചെയ്തുതന്നിരുന്നു. ഞാൻ കളിച്ചിരുന്ന കളികളിൽ തോന്നിയ മാറ്റം വരുത്താനോ ആഗ്രഹങ്ങൾ പ്രകടിപ്പിക്കുന്നതിനോ എനിക്ക് സ്വാതന്ത്ര്യം ഉണ്ടായിരുന്നില്ല. അതേസമയം ഞാൻ സ്വതന്ത്രയായിരിക്കാൻ ആഗ്രഹിച്ചു. എന്റേതായ ആഗ്രഹങ്ങൾ പ്രകടിപ്പിക്കാൻ കഴിയണമെന്നും എന്റെ കൊച്ചുജീവിതം എനിക്ക് തന്നെ രൂപപ്പെടുത്തണമെന്നും എനിക്കാഗ്രഹമുണ്ടായിരുന്നു. എന്റെ രക്ഷിതാക്കൾ സാമ്പത്തികമായ ഭദ്രതയുള്ളവരായിരുന്നു. വീട്ടിൽ ആഡംബരമൊന്നുമില്ലായിരുന്നെങ്കിലും ദാരിദ്ര്യത്തിന്റെ അർത്ഥമെന്താണെന്ന് ഞാൻ അറിഞ്ഞിരുന്നില്ല. എന്നാലും മറ്റു കുട്ടികൾ പലതും ഉപേക്ഷിക്കാൻ നിർബ്ബന്ധിതരാവുന്നത് എങ്ങനെയെന്ന് ഞാൻ കണ്ടു. പ്രത്യേകിച്ച് ഗ്രാമത്തിലെ എന്റെ കളിക്കൂട്ടുകാരുടെ അവസ്ഥ എന്നിൽ ആഘാത

മുണ്ടാക്കി (ഞങ്ങൾ മിക്കവാറും ജീവിച്ചത് ഗ്രാമപ്രദേശത്ത്, ഫിൻലന്റ് സ്വദേശിയായ എന്റെ മുത്തച്ഛന്റെ എസ്റ്റേറ്റിലാണ്). ചെറിയ കുട്ടിയായിരുന്നപ്പോഴേ മുതിർന്നവരുടെ അനീതിയെ ഞാൻ വിമർശിച്ചിരുന്നു. എനിക്കെല്ലാം ലഭ്യമാകുകയും എന്നാൽ മറ്റുകുട്ടികൾക്ക് കുറേയൊക്കെ നിഷേധിക്കപ്പെടുകയും ചെയ്യുന്നതിലെ പ്രകടമായ വൈരുദ്ധ്യം എനിക്ക് മനസ്സിലാകുന്നുമുണ്ടായിരുന്നു. വർഷങ്ങൾ പോകുന്തോറും എന്റെ വിമർശനത്തിന് മൂർച്ച കൂടിവന്നു. എനിക്ക് ചുറ്റും ധാരാളമുള്ള സ്നേഹത്തിന്റെ അടയാളങ്ങൾക്കെതിരെ കൗമാരാരംഭത്തിന്റേതായ ക്ഷോഭം എന്നിൽ അതിവേഗം വളർന്നുവന്നു. റഷ്യയിൽ നിലനില്ക്കുന്ന സാമൂഹിക അനീതികൾ വളരെ മുമ്പ് തന്നെ എന്റെ ശ്രദ്ധയിൽപ്പെട്ടിരുന്നു. എന്റെ ആരോഗ്യത്തിലുള്ള ഉൽക്കണ്ഠ കാരണം എന്റെ രക്ഷിതാക്കൾ എന്നെ ഒരിക്കലും സ്കൂളിൽ വിട്ടിരുന്നില്ല. മറ്റു കുട്ടികളെപ്പോലെ ദിവസവും രണ്ട് മണിക്കൂർ വീട്ടിൽ നിന്ന് അകന്നുനില്ക്കണമെന്ന കാര്യം അവർക്ക് സഹിക്കാൻ കഴിയുമായിരുന്നില്ല. ഹൈസ്കൂളിൽ എനിക്ക് അഭിപ്രായസ്വാതന്ത്ര്യവാദങ്ങളെ പരിചയപ്പെടാനുള്ള സാഹചര്യമുണ്ടാകുമെന്നും അവയുടെ സ്വാധീനമുണ്ടാകാമെന്നും ഒരുപക്ഷേ, അമ്മ ഭയന്നിരിക്കണം. തീർച്ചയായും എനിക്ക് വിമർശനബുദ്ധി അപ്പോൾത്തന്നെ ആവശ്യത്തിനുണ്ടെന്നും അമ്മ കരുതിയിരുന്നു. അങ്ങനെ ഞാൻ എന്റെ വിദ്യാഭ്യാസം എന്റെ വീട്ടിൽ വച്ച്, റഷ്യൻ വിപ്ലവ സംഘങ്ങളുമായി ബന്ധമുണ്ടായിരുന്ന സമർത്ഥയും ബുദ്ധിശാലിയുമായ അദ്ധ്യാപികയുടെ കീഴിൽ കരസ്ഥമാക്കി. എന്റെ അദ്ധ്യാപിക, മിസ്. മറി സ്ട്രഖോവയോട് ഞാൻ ഏറെ കടപ്പെട്ടിരിക്കുന്നു. യൂണിവേഴ്സ്റ്റിയിൽ പ്രവേശനം നേടുന്നതിനുള്ള പരീക്ഷകൾ ഞാൻ എഴുതുമ്പോൾ എനിക്ക് കഷ്ടിച്ച് പതിനാറ് വയസ്സേ (1888 ൽ) ഉണ്ടായിരുന്നുള്ളൂ. അതുകഴിഞ്ഞാൽ സമൂഹത്തിൽ ശ്രദ്ധിക്കപ്പെടുന്ന ഒരു യുവതിയായി ജീവിതം നയിക്കാമെന്ന് ഞാൻ പ്രതീക്ഷിച്ചു. എങ്കിലും അസാധാരണമായ രീതിയിലുള്ള എന്റെ വിദ്യാഭ്യാസം എന്നെ ഏറെ പ്രതികൂലമായി ബാധിച്ചു (ഞാൻ, വർഷങ്ങളോളം അങ്ങേയറ്റം ലജ്ജയുള്ളവളും പ്രായോഗിക ജീവിതത്തിൽ തീർത്തും കഴിവുകെട്ടവളുമായിരുന്നു). എന്നിരുന്നാലും എന്റെ രക്ഷിതാക്കൾ പിന്തിരിപ്പന്മാരായിരുന്നില്ല എന്ന് പറയാതെ വയ്യ. മറിച്ച്, അവർ തങ്ങളുടെ കാലഘട്ടത്തിൽ സാമാന്യം പുരോഗമനചിന്തയുള്ളവർ പോലുമായിരുന്നു. പക്ഷേ, കുട്ടികളും ഇളയവരും തങ്ങളുടെ കൂരയ്ക്കുകീഴിൽ വേണമെന്ന പരമ്പരാഗതചിന്ത അവർ മുറുകെ പിടിച്ചു. ഈ ചിന്താഗതിയോട് അല്പം പരുഷമായി ഞാനാദ്യം കലഹിക്കുന്നത്, വിവാഹം എന്ന ആശയത്തെ ചുറ്റിപ്പറ്റിയുള്ള സമ്പ്രദായങ്ങൾക്കെതിരെ ആയിട്ടാണ്. ഞാൻ നല്ല പൊരുത്തമുള്ള ആളുമായി ചേരണമെന്ന് സങ്കല്പിച്ച്, എന്നെ വളരെ ചെറുപ്പത്തിലേ വിവാഹം കഴിപ്പിക്കാൻ അമ്മ തീരുമാനിച്ചുറച്ചിരുന്നു. എന്റെ മൂത്ത സഹോദരി പത്തൊമ്പതാമത്തെ വയസ്സിൽ ഏതാണ്ട് എഴുപത് വയസ്സുള്ള ഉയർന്ന പദവിയിലുള്ള ഒരു മാന്യനുമായി വിവാഹകരാറിലേർപ്പെട്ടു. സുഖസൗകര്യത്തിനും

പണത്തിനും വേണ്ടിയുള്ള ഈ വിവാഹത്തിനെതിരെ കലഹിച്ചു. സ്നേഹത്തിനു വേണ്ടി മാത്രമായി, വലിയ അഭിനിവേശത്തോടെ, വിവാഹം കഴിക്കണമെന്ന് ഞാൻ ആഗ്രഹിച്ചു.

വളരെ ചെറുപ്പത്തിലെ, എന്റെ മാതാപിതാക്കളുടെ ആഗ്രഹത്തിനെതിരായി, എന്റെ ബന്ധുവിനെ ഞാൻ പങ്കാളിയായി തെരഞ്ഞെടുത്തു. നിർദ്ധനനായ യുവ എഞ്ചിനീയർ കൊല്ലന്തായ്, അദ്ദേഹത്തിന്റെ പേരാണ് ഇന്നും ഞാൻ എന്റെ പേരിനോടൊപ്പം ചേർത്തുവയ്ക്കുന്നത്. മുമ്പ് എന്റെ പേരിനോട് ചേർന്നുണ്ടായിരുന്നത് ഡൊമന്റോവിച്ച് എന്നതായിരുന്നു. എന്റെ വൈവാഹികജീവിതത്തിന്റെ സന്തോഷം, കഷ്ടിച്ച് മൂന്ന് വർഷങ്ങളേ നിലനിന്നുള്ളൂ. ഞാനൊരു ആൺകുഞ്ഞിന് ജന്മം നല്കി. വളരെ കരുതലോടെ ഞാൻ തന്നെ എന്റെ കുഞ്ഞിനെ വളർത്തിയെങ്കിലും എന്റെ നിലനില്പിന്റെ അന്തസ്സത്ത മാതൃത്വമായിരുന്നില്ല. ഒരു കുഞ്ഞിന് എന്റെ വിവാഹബന്ധത്തെ ദൃഢമാക്കാൻ കഴിഞ്ഞില്ല. എന്നാലും ഞാൻ എന്റെ ഭർത്താവിനെ സ്നേഹിച്ചു. പക്ഷേ, കുടുംബിനിയെന്ന നിലയ്ക്കും ജീവിതപങ്കാളിയെന്ന നിലയ്ക്കുമുള്ള സന്തുഷ്ടജീവിതം എനിക്ക് 'തടവറ'യായിട്ടാണ് മാറിയത്. എന്റെ സഹാനുഭൂതികളും താല്പര്യങ്ങളും കൂടുതൽ കൂടുതൽ റഷ്യയിലെ വിപ്ലവ തൊഴിലാളികൾക്കു നേരെയായി. ഞാൻ അത്യുത്സാഹത്തോടെ വായിച്ചു. എല്ലാ സാമൂഹിക പ്രശ്നങ്ങളേയും ഞാൻ അവധാനതയോടെ പഠിച്ചു, പ്രസംഗങ്ങൾ കേട്ടു, ഭാഗികമായി മാത്രം നിയമാനുസാരിയായ സമൂഹങ്ങളിൽ ജനങ്ങളുടെ പ്രബുദ്ധതയ്ക്കുവേണ്ടി പ്രയത്നിച്ചു. റഷ്യയിൽ മാർക്സിസം പൂവിട്ട വർഷങ്ങളായിരുന്നു ഇവ (1893/96). ആ കാലത്ത് ലെനിൻ, സാഹിത്യപരവും വിപ്ലവാത്മകവുമായ പ്രവർത്തന രംഗങ്ങളിലെ ഒരു തുടക്കക്കാരൻ മാത്രമായിരുന്നു. ജോർജ് പ്ലിഖാനോവ് ആയിരുന്നു ആ കാലത്തെ സ്വാധീനചിന്ത. ഞാൻ ചരിത്രപരമായ ഭൗതികവാദത്തോട് കൂടുതൽ ചേർന്നുനിന്നു. സ്ത്രീത്വത്തിന്റെ ആദ്യകാലം മുതൽ എനിക്ക് യഥാതഥവാദത്തിനോട് ചായ്‌വുണ്ടായിരുന്നു. ഞാൻ ഡാർവിനേയും റോയേൽഷെസിനേയും ആവേശത്തോടെ പിന്തുടർന്നിരുന്നു. സ്ത്രീകളും പുരുഷന്മാരുംകൂടി ആകെ 12000 തൊഴിലാളികളുള്ള വലുതും പ്രശസ്തവുമായ ക്രെൻഗോൽമ് നെയ്ത്തുഫാക്ടറി സന്ദർശിച്ചതാണ് എന്റെ വിധി നിർണ്ണയിച്ചത്. തൊഴിലാളി സമൂഹം ഭീകരമാംവിധം അടിമകളാക്കപ്പെട്ടിരിക്കുമ്പോൾ എനിക്ക് സന്തോഷവും സമാധാനവും നിറഞ്ഞ ഒരു ജീവിതം നയിക്കാനാകുമായിരുന്നില്ല. ഞാൻ ആ പ്രസ്ഥാനത്തോട് ചേർന്നു. ഇത് ഞാനും ഭർത്താവും തമ്മിലുള്ള അഭിപ്രായവ്യത്യാസത്തിലേക്ക് നയിച്ചു. എന്റെ താല്പര്യങ്ങളെല്ലാം അദ്ദേഹത്തിനെതിരെയുള്ള ധിക്കാരമായിട്ടാണ് അദ്ദേഹം കണ്ടത്. പ്രൊഫ. ഹെയ്ൻറിച്ച് ഹെർക്നറുടെ കീഴിൽ പൊളിറ്റിക്കൽ എക്കോണമി പഠിക്കുന്നതിനുവേണ്ടി, ഭർത്താവിനെയും കുഞ്ഞിനെയും വിട്ട് ഞാൻ സൂറിച്ചിലേക്ക് പോയി. അതോടെ തൊഴിലാളിവർഗ്ഗത്തിന്റെ വിപ്ലവകരമായ ലക്ഷ്യങ്ങൾ മുൻനിർത്തി

അവബോധത്തോടെ ജീവിക്കാൻ തുടങ്ങി. ഞാൻ സെന്റ് പീറ്റേഴ്സ് ബർഗിലേക്ക് - ഇന്നത്തെ ലെനിൻഗ്രാഡ്- 1899 ൽ തിരിച്ചെത്തിയപ്പോൾ, നിയമനാസൃതമല്ലാത്ത റഷ്യൻ സോഷ്യലിസ്റ്റ് ഡെമോക്രാറ്റിക് പാർട്ടിയിൽ ചേർന്നു. എഴുത്തുകാരിയെന്ന നിലയ്ക്കും പ്രചാരകയായും ഞാൻ പ്രവർത്തിച്ചു. 90കളുടെ അവസാനത്തിൽ സാറിസ്റ്റ് ഭരണവ്യവസ്ഥയുടെ പിന്തിരിപ്പൻ നയങ്ങളുടെ ഭീഷണി നേരിട്ടിരുന്ന ഒന്നാണ് ഫിൻലന്റിന്റെ സ്വയാധികാരവും ആനുപാതികമായ സ്വാതന്ത്ര്യവും. ആ ഫിൻലന്റിന്റെ വിധി എന്നെ വല്ലാതെ ആകർഷിച്ചു. ഒരുപക്ഷേ, കുട്ടിക്കാലത്ത് എന്റെ മുത്തച്ഛന്റെ എസ്റ്റേറ്റിലായിരുന്നപ്പോളുണ്ടായ മതിപ്പായിരിക്കാം ഫിൻലന്റിനോടുള്ള എന്റെ ആകർഷണത്തിന് കാരണം. ഫിൻലന്റിന്റെ ദേശീയ വിമോചനത്തെ ഞാൻ ക്രിയാത്മകമായിത്തന്നെ പിന്താങ്ങി. അങ്ങനെ പൊളിറ്റിക്കൽ എക്കോണമിയിലെ എന്റെ ഒരു സമഗ്രമായ ശാസ്ത്രീയ പഠനമെന്നത് വ്യവസായവുമായി ബന്ധപ്പെട്ട് ഫിന്നിഷ് തൊഴിലാളിവർഗ്ഗത്തിന്റെ ജീവിതസാഹചര്യങ്ങളെയും തൊഴിൽ സാഹചര്യങ്ങളെയുംകുറിച്ചുള്ള സമഗ്രമായ അന്വേഷണമായിരുന്നു. ആ പുസ്തകം വരുന്നത് 1903 ൽ സെന്റ് പീറ്റേഴ്സ്ബർഗിലാണ്. എന്റെ മാതാപിതാക്കൾ അപ്പോൾ മരണപ്പെട്ടിരുന്നു. ഞാനും ഭർത്താവുമാകട്ടെ ഏറെക്കാലമായി വേർപിരിഞ്ഞ് ജീവിക്കുകയാണ്. എന്റെ മകൻ മാത്രമേ എന്നോടൊപ്പം, എന്റെ സംരക്ഷണയിലുണ്ടായിരുന്നുള്ളൂ. ഇപ്പോൾ എനിക്ക് എന്റെ ലക്ഷ്യങ്ങളിലേക്ക് മുഴുവൻ ശ്രദ്ധയും നല്കാൻ അവസരമുണ്ടായി: റഷ്യൻ വിപ്ലവ പ്രസ്ഥാനത്തിനും ലോകത്താകെയുള്ള തൊഴിലാളിവർഗ്ഗ പ്രസ്ഥാനത്തിനുംവേണ്ടി എന്റെ മുഴുവൻ സമയം നീക്കിവയ്ക്കാൻ കഴിഞ്ഞു. പ്രണയം, വിവാഹം, കുടുംബം എന്നിവയെല്ലാം രണ്ടാമതാണ്, താല്ക്കാലികമായവ. എന്റെ ജീവിതത്തിൽ മേൽക്കുമേൽ കെട്ടുപിണഞ്ഞുകൊണ്ട് അവ അവിടെ തന്നെയുണ്ടായിരുന്നു. പക്ഷേ, എനിക്ക് ഭർത്താവിനോടുള്ള സ്നേഹം അത്ര വലുതായിരുന്നു, ഉടനെയത് ത്യാഗം ചെയ്യാനുള്ള സ്ത്രീസഹജമായ എന്റെ പ്രവണതയുടെ പരിധി ലംഘിച്ചു. എന്നിൽ പിന്നെയും വിപ്ലവം ആളിപ്പടർന്നു. എനിക്ക് വിട്ടുപോകണമായിരുന്നു, ഞാൻ തെരഞ്ഞെടുത്തവനുമായി എനിക്ക് വേർപിരിയണമായിരുന്നു. അല്ലെങ്കിൽ (ഇതെന്റെ ഉപബോധമനസ്സിലെ തോന്നലായിരുന്നു) എന്റെ സ്വത്വം തന്നെ നഷ്ടപ്പെടുന്നത് എനിക്ക് കാണേണ്ടിവന്നേനെ. എന്റെ താല്പര്യങ്ങളിലോ, എന്റെ കഠിനപ്രയത്നങ്ങളിലോ ലോകത്തെക്കുറിച്ചുള്ള എന്റെ കാഴ്ചപ്പാടിലോ ദിശാബോധകമായ സ്വാധീനമാവാൻ ഞാനുമായി അടുപ്പമുണ്ടായിരുന്ന ഒരു പുരുഷനുപോലും ഒരിക്കലും കഴിഞ്ഞിട്ടില്ല എന്ന കാര്യംകൂടി പറയേണ്ടതുണ്ട്. മറിച്ച്, മിക്കവാറും ഞാനാണ് വഴികാട്ടിയാവാറുള്ളത്. ജീവിതവീക്ഷണവും ജീവിതത്തിൽ നിന്നു തന്നെ എന്റെ രാഷ്ട്രീയവഴിയും, പുസ്തകങ്ങളിൽനിന്ന് നിരന്തരമായ പഠനവും ഞാൻ ആർജ്ജിച്ചു. പ്രസിദ്ധമായ രക്തരൂക്ഷിത ഞായറിനു ശേഷം 1905 ൽ റഷ്യൻ വിപ്ലവം

പൊട്ടിപ്പുറപ്പെടുമ്പോൾ, സാമ്പത്തികവും സാമൂഹികവുമായ വിഷയങ്ങളെ സംബന്ധിച്ചുള്ള എന്റെ രചനകൾ സമ്മതി നേടിയിരുന്നു. എല്ലാ ഊർജ്ജവും വിപ്ലവത്തിന്റെ കൊടുങ്കാറ്റിനായി വിനിയോഗിക്കപ്പെട്ട ആ ആവേശോജ്ജ്വലമായ നാളുകളിൽ ഒരു വാഗ്മിയെന്ന നിലയിൽ ഞാൻ ജനസമ്മതി നേടുകയുണ്ടായി. തൊഴിലാളി സ്ത്രീകളുടെ അവസ്ഥ നമ്മുടെ പാർട്ടിക്ക് എത്രത്തോളം നിസ്സാരമായിരുന്നു എന്നും സ്ത്രീകളുടെ വിമോചനത്തിൽ പാർട്ടിക്കുള്ള താല്പര്യം എത്രയോ ശുഷ്കമായിരുന്നുവെന്നും ആ കാലത്ത് ഞാനാദ്യമായി തിരിച്ചറിയുകയായിരുന്നു. ഒരു ബൂർഷ്വാ സ്ത്രീ പ്രസ്ഥാനം മുമ്പുതന്നെ റഷ്യയിൽ നിലനിന്നിരുന്നു എന്നുറപ്പാണ്. എന്നാൽ ഒരു പുതിയ സാമൂഹികക്രമത്തിന്റെയും വ്യത്യസ്തമായ സാമ്പത്തിക വ്യവസ്ഥയുടെയും ഫലമായിട്ടേ സ്ത്രീ വിമോചനം സാദ്ധ്യമാകൂ എന്നതാണ്, എന്റെ മാർക്സിസ്റ്റ് വീക്ഷണത്തിൽ നല്ല തെളിച്ചത്തോടെ, വ്യക്തമായി ഞാൻ മനസ്സിലാക്കിയത്. അതിനാൽ റഷ്യൻ സമ്മതിദാനാവകാശത്തിനുവേണ്ടി വാദിക്കുന്ന സ്ത്രീകളുടെ ഇടയിലേക്ക് ഞാൻ തന്നെ മുന്നിട്ടിറങ്ങി. തൊഴിലാളി പ്രസ്ഥാനത്തിന്റെ പോരാട്ടപരിപാടികളുടെ ഒരു ലക്ഷ്യമായി, സ്ത്രീകളുടെ പ്രശ്നങ്ങളെ കാണാൻ അവരെ പ്രേരിപ്പിക്കുന്നതിന് എന്റെ കഴിവിന്റെ പരമാവധി ഞാൻ ശ്രമിക്കുകയും ചെയ്തു. പ്രസ്ഥാനത്തിലെ മറ്റംഗങ്ങളെ ഈ ആശയം സമ്മതിപ്പിക്കുക എന്നത് ഏറെ പ്രയാസമുള്ളതായിരുന്നു. എന്റെ ആശയങ്ങളും ആവശ്യങ്ങളുംകൊണ്ട് ഞാൻ പൂർണമായും ഒറ്റപ്പെട്ടു. എന്നാലും 1906-1908 കാലഘട്ടത്തിൽ ഒരു ചെറിയ വിഭാഗം സ്ത്രീസഖാക്കളെ എന്റെ പദ്ധതികളിലേക്ക് കൊണ്ടുവരാൻ എനിക്ക് കഴിഞ്ഞു. 1906 ൽ നിയമവിരുദ്ധമായി പ്രവർത്തിക്കുന്ന പ്രസിദ്ധീകരണത്തിൽ ഞാനൊരു ലേഖനം എഴുതി. അതിൽ ചിട്ടയായ പാർട്ടിപ്രവർത്തനത്തിലൂടെ റഷ്യയിൽ ഒരു തൊഴിലാളി-വർഗ്ഗ പ്രസ്ഥാനത്തിന് ആഹ്വാനം ചെയ്യാനുള്ള ആവശ്യം ഞാൻ ആദ്യമായി മുന്നോട്ടുവച്ചു. 1907 ലെ ശരത്കാലത്ത് ഞങ്ങൾ തൊഴിലാളി സ്ത്രീകളുടെ ആദ്യ സമിതിക്ക് തുടക്കംകുറിച്ചു. ഈ സമിതിയിലുണ്ടായിരുന്ന വളരെ ചെറുപ്പക്കാരായിരുന്ന അന്നത്തെ തൊഴിലാളികളിൽ പലരും ഇന്ന് പുതിയ റഷ്യയിലും റഷ്യൻ കമ്യൂണിസ്റ്റ് പാർട്ടിയിലും പ്രധാന പദവികൾ വഹിക്കുന്നവരാണ് (കെ നികോളായെവ (K. Nicolaieva), മാറി ബർക്ക് (Marie Burke) തുടങ്ങിയ പലരും). തൊഴിലാളി സ്ത്രീകളുമായി ബന്ധപ്പെട്ട എന്റെ പ്രവർത്തനങ്ങളുടെ ഒരു ഫലം-പ്രത്യേകിച്ച് എന്റെ രാഷ്ട്രീയരചനകളിലൊന്നായ ഫിൻലന്റിനെ സംബന്ധിച്ച ലഘുലേഖയിൽ സാറിസ്റ്റ് ഡ്യൂമയ്ക്കെതിരെ സായുധമായി ഉണർന്നെണീക്കാൻ ആഹ്വാനം ചെയ്തതിന്റെ ഫലം- വർഷങ്ങളോളം ജയിലിൽ കഴിയാനുള്ള സാദ്ധ്യതകൾ നിരത്തിക്കൊണ്ടുള്ള എനിക്കെതിരായ നിയമനടപടികളായിരുന്നു. പെട്ടെന്ന് ഒളിവിൽ പോകാൻ ഞാൻ നിർബ്ബന്ധിതയായി. എന്നു മാത്രമല്ല, എനിക്ക് പിന്നീടൊരിക്കലും എന്റെ വീട് കാണാനായില്ല. നല്ല സുഹൃത്തുക്കൾ എന്റെ മകനെ ഏറ്റെടുത്തു.

എന്റെ വീട് കണ്ടുകെട്ടി. ഞാൻ 'നിയമവിരുദ്ധയായി'ത്തീർന്നു. തീവ്രമായ പ്രവർത്തനത്തിന്റെ കാലമായിരുന്നു അത്.

സ്ത്രീകളുടെ വോട്ടവകാശത്തിനുവേണ്ടി വാദിക്കുന്ന ബൂർഷ്വാ സ്ത്രീകൾ ആഹ്വാനം ചെയ്തിരുന്ന ആദ്യ 'ആൾ-റഷ്യൻ വനിതാ കോൺഗ്രസ്' നടത്താൻ നിശ്ചയിച്ചിരുന്നത് 1908 ഡിസംബറിലാണ്. ആ സമയത്ത് തിരിച്ചടി കൂടുതൽ തീവ്രമാകുകയും 1905 ലെ വിജയത്തിനുശേഷം തൊഴിലാളിവർഗ്ഗം വീണ്ടും നിസ്സഹായാവസ്ഥയിലാകുകയും ചെയ്തു. ധാരാളം പാർട്ടി സഖാക്കൾ ജയിലിലാകുകയും മറ്റുള്ളവർ വിദേശത്തേക്ക് പലായനം ചെയ്യുകയുമുണ്ടായി. റഷ്യൻ വർക്കേഴ്സ് പാർട്ടിയിലെ തീവ്രമായ കക്ഷിവഴക്ക് വീണ്ടും പൊട്ടിപ്പുറപ്പെട്ടു: ഒരു വശത്ത് ബോൾഷെവിക്കുകളും മറുവശത്ത് മെൻഷെവിക്കുകളും. 1908 ൽ ഞാൻ മെൻഷെവിക് പക്ഷത്തായിരുന്നു, അക്കാലത്തെ വിപ്ലവാവേശം ശമിപ്പിക്കാൻ സർ ഭരണകൂടം വിളിച്ചുചേർത്ത ഒരു കപടപാർലമെന്റായ ഡ്യൂമയോട് ബോൾഷെവിക്കുകൾ സ്വീകരിച്ച ശത്രുതാപരമായ നിലപാട് കാരണം ഞാനതിന് നിർബ്ബന്ധിതയായി. നമ്മുടെ പാർട്ടിക്കുള്ള ആദരവ് പ്രകടിപ്പിക്കാൻ ഒരു കപടപാർലമെന്റായാലും അതു വിനിയോഗിക്കണമെന്നും തൊഴിലാളിവർഗ്ഗത്തിന് ഒന്നിച്ചുചേരാനുള്ള സന്ദർഭമായി ഡ്യൂമയിലേക്കുള്ള തെരഞ്ഞെടുപ്പിനെ ഉപയോഗപ്പെടുത്തണമെന്നുമുള്ള വീക്ഷണത്തെയാണ് മെൻഷെവിക്കുകൾക്കൊപ്പം ഞാനും സ്വീകരിച്ചത്. എന്നാൽ ഏകാധിപത്യത്തിന്റെ അട്ടിമറിക്ക് ആക്കംകൂട്ടാൻ വേണ്ടി തൊഴിലാളികളുടെ ശക്തിയെ ലിബറലുകളുമായി ഏകോപിപ്പിക്കുന്നതിനോട് ഞാൻ യോജിച്ചില്ല. ഈ ഘട്ടത്തിൽ ഞാൻ തികച്ചും തീവ്രഇടതുപക്ഷമായിരുന്നു, എന്റെ പാർട്ടി സഖാക്കൾ എന്നെ തൊഴിലാളിവർഗ്ഗ സമഗ്രാധിപത്യവാദിയെന്നുപോലും മുദ്രകുത്തി. ഡ്യൂമയോടുള്ള എന്റെ മനോഭാവം കണക്കിലെടുക്കുമ്പോൾ, നമ്മുടെ പാർട്ടിയുടെ താല്പര്യത്തിനായി ആദ്യ ബൂർഷ്വ സ്ത്രീകളുടെ കോൺഗ്രസിൽനിന്ന് ഫലമെടുക്കുന്നത് പ്രയോജനകരമാവില്ലെന്ന് ഞാൻ യുക്തിപൂർവ്വം ആലോചിച്ചു. എന്നാലും കോൺഗ്രസിൽ പങ്കെടുക്കേണ്ടിയിരുന്ന ഞങ്ങളുടെ വനിതാപ്രവർത്തകർ, സ്വതന്ത്രവും വ്യതിരിക്തവുമായ ഒരു വിഭാഗമായി ഉയർന്നുവരുമെന്ന് ഉറപ്പാക്കാൻ ഞാനെന്റെ കഴിവിന്റെ പരമാവധി വിനിയോഗിച്ചു. ഈ പദ്ധതി നടപ്പിലാക്കാൻ എനിക്ക് കഴിഞ്ഞു, പക്ഷേ, എതിർപ്പില്ലാതെയിരുന്നില്ല. എന്റെ പാർട്ടി സഖാക്കൾ, സ്ത്രീകളെ സംബന്ധിച്ച കാര്യങ്ങളിൽ മാത്രം കൂടുതൽ ഊന്നൽ നല്കുന്നതിന് എന്നെയും എന്റെ "ഫെമിനിസ്റ്റ്" വീക്ഷണങ്ങൾ പങ്കിട്ടിരുന്ന ആ വനിതാസഖാക്കളേയും കുറ്റപ്പെടുത്തി. സ്വയംതൊഴിലുള്ള, ജോലിയുള്ള സ്ത്രീകൾ നയിക്കുന്ന പോരാട്ടത്തിനുള്ള അസാധാരണമായ പ്രാധാന്യത്തെക്കുറിച്ച് അപ്പോഴും ഒരു ധാരണയുമുണ്ടായിരുന്നില്ല. എന്നിരുന്നാലും ഞങ്ങളുടെ ആഗ്രഹം നടപ്പിലായി. സെന്റ് പീറ്റേഴ്സ്ബർഗിലെ കോൺഗ്രസിൽ ഒരു സ്ത്രീ-തൊഴിലാളി സംഘം അതിന്റേതായ പരിപാടിയുമായി മുന്നോട്ട് വരികയും ബൂർഷ്വാ

വോട്ടവകാശപോരാളികളെയും റഷ്യയിലെ തൊഴിലാളിവർഗ്ഗത്തിന്റെ സ്ത്രീ വിമോചന പ്രസ്ഥാനത്തെയും തമ്മിൽ വേർതിരിക്കുന്ന വ്യക്തമായ അതിർവരമ്പുണ്ടാക്കുകയും ചെയ്തു. എങ്കിലും പൊലീസ് എന്നെ പിന്തുടർന്നെത്തിയതിനാൽ കോൺഗ്രസ് കഴിയുംമുമ്പുതന്നെ പലായനം ചെയ്യാൻ ഞാൻ നിർബ്ബന്ധിതയായി. ജർമ്മനിയുടെ അതിർത്തി കടക്കാൻ എനിക്ക് സാധിച്ചു. അങ്ങനെ, 1908 ഡിസംബറിൽ, എന്റെ ജീവിതത്തിലെ രാഷ്ട്രീയ കുടിയേറ്റത്തിന്റേതായ ഒരു പുതിയ കാലഘട്ടം ആരംഭിച്ചു, .

രാഷ്ട്രീയ കുടിയേറ്റത്തിന്റെ വർഷങ്ങൾ

1917 ൽ സാറിസത്തിന് അധികാരം നഷ്ടപ്പെടുംവരെ ഒരു രാഷ്ട്രീയ അഭയാർത്ഥി എന്ന നിലയിൽ, ഞാൻ യൂറോപ്പിലും അമേരിക്കയിലും ജീവിച്ചു. എന്റെ പലായനത്തിനുശേഷം, ജർമ്മനിയിൽ എത്തിയ ഉടനെ ഞാൻ ജർമ്മൻ സോഷ്യൽ ഡെമോക്രാറ്റിക് പാർട്ടിയിൽ ചേർന്നു. ആ പാർട്ടിയിൽ എനിക്ക് വ്യക്തിപരമായി സൗഹൃദമുള്ള ധാരാളം പേരുണ്ടായിരുന്നു, കാൾ ലീബ്ക്നെഷ്ട്, റോസ ലക്സംബർഗ്, കാൾ കോട്സ്കി എന്നിങ്ങനെ എടുത്തുപറയാവുന്നവർ. ക്ലാര സെറ്റ്കിനും റഷ്യയിലെ സ്ത്രീതൊഴിലാളി പ്രസ്ഥാനത്തിന്റെ അടിസ്ഥാനതത്ത്വങ്ങൾ നിർണ്ണയിക്കുന്ന എന്റെ പ്രവർത്തനങ്ങളിൽ വലിയ സ്വാധീനം ചെലുത്തിയിരുന്നു.

അതിനുമുമ്പുതന്നെ, 1907 ൽ, സ്റ്റുഗർട്ടിൽ വച്ചു സംഘടിപ്പിക്കപ്പെട്ട ആദ്യ' ഇന്റർനാഷണൽ കോൺഫറൻസ് ഓഫ് സോഷ്യലിസ്റ്റ് വിമെനി'ൽ റഷ്യയുടെ പ്രതിനിധിയായി ഞാൻ പങ്കെടുത്തിരുന്നു. ക്ലാര സെറ്റ്കിൻ ആണ് ആ സമ്മേളനത്തിൽ അദ്ധ്യക്ഷത വഹിച്ചത്. മാർക്സിസ്റ്റ് പ്രവർത്തനരേഖയിലുള്ള സ്ത്രീ-തൊഴിലാളി പ്രസ്ഥാനത്തിന്റെ വികാസത്തിന് അത് വലിയ സംഭാവന നല്കുകയും ചെയ്തു. സാമൂഹികവും രാഷ്ട്രീയവുമായ വിഷയങ്ങളിൽ എഴുതുന്നയാളെന്ന നിലയിൽ പാർട്ടി പ്രസിദ്ധീകരണങ്ങളുടെ നടത്തിപ്പിൽ ഞാൻ സ്വമേധയാ ഏർപ്പെടുകയും, ഒരു പ്രഭാഷക എന്ന നിലയിൽ ജർമ്മൻ പാർട്ടി എന്നെ ഇടയ്ക്കിടെ വിളിക്കുകയും പലാറ്റിനേറ്റ് മുതൽ സാക്സണി വരെയും ബ്രെമെൻ മുതൽ തെക്കൻ ജർമ്മനി വരെയും ഒരു പ്രക്ഷോഭകാരിയായി പാർട്ടിക്കുവേണ്ടി ഞാൻ പ്രവർത്തിക്കുകയും ചെയ്തു. പക്ഷേ, റഷ്യൻ പാർട്ടിയിലോ ജർമ്മൻ പാർട്ടിയിലോ പ്രധാന സ്ഥാനങ്ങളൊന്നും ഞാൻ വഹിച്ചിട്ടില്ല. പൊതുവേ പറഞ്ഞാൽ, ഞാൻ പ്രധാനമായും ഒരു 'ജനപ്രിയ പ്രാസംഗിക'യും ആദരണീയയായ ഒരു രാഷ്ട്രീയ എഴുത്തുകാരിയുമായിരുന്നു. റഷ്യൻ പാർട്ടിയിൽ അധികാരകേന്ദ്രത്തിൽനിന്ന് ഞാൻ മനപ്പൂർവ്വമായിത്തന്നെ, ഏറക്കുറെ അകന്നുമാറിയിരുന്നു എന്ന് ഇപ്പോൾ എനിക്ക് തുറന്നുസമ്മതിക്കാം. സഖാക്കളുടെ നയത്തോട് ഞാനിതുവരെ പൂർണ്ണമായി പൊരുത്തപ്പെട്ടിരുന്നില്ല എന്നതാണ് പ്രധാനമായും നല്കാവുന്ന വിശദീകരണം. പക്ഷേ, ബോൾഷെവിക്കു

കളോട് ചേരാൻ എനിക്കാഗ്രഹമുണ്ടായിരുന്നില്ല, അല്ലെങ്കിൽ എനിക്കതിന് കഴിയുമായിരുന്നില്ല. കാരണം, തൊഴിലാളിവർഗ്ഗ പ്രസ്ഥാനത്തിന്റെ വളർച്ചയ്ക്ക് വേണ്ടത്ര പ്രാധാന്യം, അതിന്റെ പരപ്പിലും ആഴത്തിലും അവർ നല്കുന്നില്ല എന്നെനിക്ക് തോന്നിയിരുന്നു. പിന്നണിയിൽ നില്ക്കാനാണ് ഞാൻ ആഗ്രഹിക്കുന്നതെന്ന മട്ടിലോ, പ്രമുഖസ്ഥാനങ്ങൾ നേടുക എന്റെ ലക്ഷ്യമല്ല എന്ന മട്ടിലോ ഞാൻ സ്വയം പ്രവർത്തിച്ചു. ഇവിടെ ഒരു കാര്യം ഞാൻ സമ്മതിക്കേണ്ടതുണ്ട്, മറ്റേതൊരു മനുഷ്യനേയും പോലെ എനിക്കും ഒരളവുവരെ ഉൽക്കർഷേച്ഛയുണ്ടായിരുന്നെങ്കിലും 'ഒരു പദവി' നേടിയെടുക്കണമെന്ന ആഗ്രഹമല്ല എന്നെ ഒരിക്കലും നയിച്ചത്. എന്നെ സംബന്ധിച്ച് 'ഞാൻ എന്താണ്' എന്നതിന് 'എനിക്ക് എന്ത് ചെയ്യാൻ കഴിയും' എന്നതിനോളം പ്രാധാന്യമില്ല. ഞാൻ എന്തുചെയ്യണം എന്നതാണ് പ്രധാനം. ഈ നിലയ്ക്ക് എനിക്കും എന്റേതായ അഭിലാഷങ്ങളുണ്ടായിരുന്നു. ഞാൻ എന്റെ പൂർണ്ണമനസ്സോടെ പോരാട്ടത്തിൽ എവിടെ നിലയുറപ്പിച്ചുവെന്നതും തൊഴിലാളി സ്ത്രീകളുടെ അടിമത്തം നിർത്തലാക്കുക എന്നതാണ് പ്രശ്നമെന്നുമുള്ളതാണ് ഇവിടെ എടുത്തുപറയേണ്ടത്. അതിനെല്ലാമുപരി, റഷ്യയിലെ തൊഴിലാളിസ്ത്രീകളെ സോഷ്യലിസത്തിലേക്ക് സ്വാധീനിച്ചുകൊണ്ടുവരുന്നതും സ്ത്രീവിമോചനത്തിനും അവരുടെ സമത്വത്തിനുവേണ്ടിയും പ്രവർത്തിക്കുന്നതും എന്റെ നിയോഗമായി ഞാൻ സ്വയം നിശ്ചയിച്ചിരുന്നു. എന്റെ പലായനത്തിന് തൊട്ടുമുമ്പ് *ദി സോഷ്യൽ ഫൗണ്ടേഷൻസ് ഓഫ് ദി വിമൻസ് ക്വസ്റ്റ്യൻ* എന്ന എന്റെ പുസ്തകം പ്രസിദ്ധീകരിക്കപ്പെട്ടിരുന്നു. അത് സ്ത്രീകളുടെ വോട്ടവകാശത്തിന് വാദിക്കുന്ന ബൂർഷ്വ സ്ത്രീകളുമായിട്ടുള്ള വിവാദാത്മകമായ തർക്കമായിരുന്നു. എന്നാൽ അതേസമയം റഷ്യയിൽ കാര്യക്ഷമമായ ഒരു സ്ത്രീതൊഴിലാളിപ്രസ്ഥാനം പടുത്തുയർത്താൻ പാർട്ടിക്കുള്ള ആഹ്വാനവുമായിരുന്നു ആ ഗ്രന്ഥം. എന്റെ ആ ഗ്രന്ഥം വലിയ വിജയമായി. ആ കാലത്ത്, ഞാൻ നിയമാനുസൃതമായും അല്ലാതെയും പ്രവർത്തിക്കുന്ന പ്രസിദ്ധീകരണങ്ങൾക്കുവേണ്ടി എഴുതി. അക്ഷരങ്ങളിലൂടെ പാർട്ടി സഖാക്കളെയും സ്ത്രീതൊഴിലാളികളെയും സ്വാധീനിക്കാൻ ശ്രമിച്ചു. സ്വാഭാവികമായും ഞാനത് ചെയ്തത്, സ്ത്രീവിമോചനത്തിനുള്ള ഉദ്ദേശ്യത്തെ പാർട്ടി പിന്താങ്ങണമെന്ന് ആവശ്യപ്പെടുന്ന രീതിയിലാണ്. എനിക്ക് എപ്പോഴും അതത്ര എളുപ്പമായിരുന്നില്ല. നിഷ്ക്രിയമായ ചെറുത്തുനില്പും ധാരണയില്ലായ്മയും ഈ ലക്ഷ്യത്തിനോട് അത്ര താല്പര്യമില്ലാത്തവരും വീണ്ടും വീണ്ടും വഴിയിൽ തടസ്സങ്ങളായി. ലോകമഹായുദ്ധം പൊട്ടിപ്പുറപ്പെടുന്നതിന് തൊട്ടുമുമ്പ്, ഒടുവിൽ രണ്ട് കക്ഷികളും-മെൻഷെവിക്കുകളും ബോൾഷെവിക്കുകളും-പ്രശ്നത്തെ ഗൗരവത്തോടെയും പ്രായോഗികരീതിയിലും ഏറ്റെടുത്തു, 1914 വരെ അതുണ്ടായില്ല. അവരത് ഏറ്റെടുത്തത് വ്യക്തിപരമായി എന്നെ പ്രശംസിക്കുന്നതിന് തുല്യമായ പ്രതീതിയാണ് എന്നിലുണ്ടാക്കിയത്. തൊഴിലാളി സ്ത്രീകൾക്കായി റഷ്യയിൽ രണ്ട് ആനുകാലികങ്ങൾ

ആരംഭിച്ചു, 1914 മാർച്ച് 8 ന് അന്താരാഷ്ട്ര സ്ത്രീതൊഴിലാളി കോൺഗ്രസ് ആഘോഷിക്കപ്പെട്ടു. അപ്പോഴും ഞാൻ ഒളിവിലായിരുന്നെങ്കിലും നാട്ടിലെ അത്രയും പ്രിയപ്പെട്ട സ്ത്രീതൊഴിലാളി പ്രസ്ഥാനത്തെ ദൂരത്തിരുന്ന് സഹായിക്കാൻ എനിക്ക് കഴിഞ്ഞിരുന്നു. അകലെ നിന്നും, റഷ്യയിലെ തൊഴിലാളി സത്രീകളുമായി ഞാൻ അടുത്ത ബന്ധം പുലർത്തി. വർഷങ്ങൾക്ക് മുമ്പുതന്നെ ടെക്സ്റ്റൈൽ വർക്കേഴ്സ് യൂണിയൻ, രണ്ടാം ഇന്റർനാഷണൽ കോൺഫറൻസ് ഓഫ് സോഷ്യലിസ്റ്റ് വിമൻ (1910) സമ്മേളനത്തിലേക്കും കൂടാതെ 1912-ൽ ബേലിൽ (Basle) നടന്ന ഇന്റർനാഷണൽ സോഷ്യലിസ്റ്റ് കോൺഗ്രസിലേക്കും ഒരു ഔദ്യോഗിക പ്രതിനിധിയായി എന്നെ നിയമിച്ചിരുന്നു. പിന്നീട് റഷ്യയിലെ സ്യൂഡോ പാർലമെന്റ്- അതായത് ഡ്യൂമയെന്ന കപട പാർലമെന്റിൽ സോഷ്യൽ ഇൻഷുറൻസിനെ സംബന്ധിച്ച് ഒരു ബിൽ അവതരിപ്പിക്കപ്പെട്ടപ്പോൾ, സോഷ്യൽ ഡെമോക്രാറ്റിക് ഡ്യൂമ വിഭാഗം (മെൻഷെവിക് പക്ഷത്തിന്റെ), പ്രസവാനുബന്ധ ക്ഷേമത്തിൻമേൽ ആ ബില്ലിന്റെ കരടുരൂപത്തെ വിപുലീകരിക്കാൻ എന്നോട് ആവശ്യപ്പെട്ടു. നിയമനിർമ്മാണ പ്രവർത്തനങ്ങളിൽ എന്റെ ശേഷി വിനിയോഗിക്കാൻ ഇതാദ്യമായല്ല ഘടകകക്ഷി എന്നോട് ആവശ്യപ്പെടുന്നത്. ഒളിവിൽ പോകാൻ ഞാൻ നിർബ്ബന്ധിതയായതിനു തൊട്ടുമുമ്പ്, സാമ്രാജ്യത്വ ഡ്യൂമയിൽ ഫിൻലന്റ് പ്രശ്നത്തെക്കുറിച്ചുള്ള പര്യാലോചനകളിൽ യോഗ്യതയുള്ള വിദഗ്ദ്ധയായി എന്നെയും ചേർത്തിരുന്നു.

പ്രസവാനുബന്ധ ക്ഷേമത്തിന്റെ മേഖലയിലുള്ള കരട്ബില്ലിനെ വിപുലീകരിക്കാൻ ഞാൻ നിയുക്തയായത്, ആ പ്രത്യേക വിഷയത്തെ ആഴത്തിൽ പഠിക്കാൻ എനിക്ക് പ്രേരണയായി. ബൊണ്ട് ഫർ മൊട്ടാർഷട്സും ഹെലൻ സ്ടോക്കറിന്റെ വിശിഷ്ടമായ രചനയും എനിക്ക് വിലപ്പെട്ട നിർദ്ദേശങ്ങൾ ലഭ്യമാക്കി. ഇംഗ്ലണ്ടിലേയും ഫ്രാൻസിലേയും സ്കാന്റിനേവിയൻ രാജ്യങ്ങളിലേയും അവസ്ഥയെ ഞാൻ പഠിച്ചു. പ്രസവാനുബന്ധ ക്ഷേമത്തെയും, യൂറോപ്പിലെയും ആസ്ട്രേലിയയിലെയും പ്രസക്തമായ നിയമനിർമ്മാണങ്ങളെയും സംബന്ധിച്ചുള്ള, 600 പേജുകൾ വരുന്ന, *മദർഹുഡ് ആന്റ് സൊസൈറ്റി* എന്ന സമഗ്രമായ ഗ്രന്ഥമാണ് ഈ പഠനങ്ങളുടെ ഫലം. എന്റെ പുസ്തകത്തിന്റെ അവസാനഭാഗത്ത് ഞാൻ സംഗ്രഹിച്ചുപറഞ്ഞ അടിസ്ഥാന നിയമങ്ങളും ഈ മേഖലയിലെ ആവശ്യങ്ങളും, പിന്നീട് 1917 ൽ സോവിയറ്റ് ഭരണകൂടം അതിന്റെ ആദ്യ സാമൂഹിക ഇൻഷുറൻസ് നിയമത്തിൽ യാഥാർത്ഥ്യമാക്കി.

രാഷ്ട്രീയ കുടിയേറ്റത്തിന്റെ വർഷങ്ങൾ എന്നെ സംബന്ധിച്ച് വളരെ ഊർജ്ജസ്വലമായതായിരുന്നു, തികച്ചും ആവേശജനകമായ വർഷങ്ങൾ. ഒരു പാർട്ടി പ്രഭാഷക എന്ന നിലയിൽ ഞാൻ രാജ്യങ്ങൾതോറും സഞ്ചരിച്ചു. 1911 ൽ പാരീസിൽ ഉയർന്ന ജീവിതച്ചെലവിനെതിരെ വീട്ടമ്മമാരുടെ ഒരു സമരം- "ലാ ഗ്രാവ് ദേ മിനാഷേഴ്സ്' ("La grève des menagères") ഞാൻ സംഘടിപ്പിച്ചു. 1912 ൽ ഞാൻ ബൽജിയത്തിൽ

ബോറിനാഷിലെ ഖനിത്തൊഴിലാളികളുടെ സമരത്തിന് അടിത്തറ പാകുന്നതിനായി പ്രവർത്തിച്ചു. അതേ വർഷം പാർട്ടിയുടെ സൈനികവിരുദ്ധ പ്രവണതകൾ ശക്തിപ്പെടുത്തുന്നതിന് സ്വീഡനിലെ ഇടതുപക്ഷ സോഷ്യലിസ്റ്റ് യൂത്ത് അസോസിയേഷനിലേക്ക് എന്നെ പാർട്ടി നിയോഗിച്ചു. ഇതിപ്പോഴും ഇവിടെ പരാമർശിക്കേണ്ടതാണ്, കുറച്ച് വർഷങ്ങൾക്കുമുമ്പ്, ഞാൻ ബ്രിട്ടീഷ് സോഷ്യലിസ്റ്റ് പാർട്ടിയുടെ അണികളിൽ ഡോറ മോണ്ടെഫിയോറി, മാഡമെ കോയൽറ്റ്ഷ് എന്നിവരോടൊപ്പം ചേർന്ന് പ്രാരംഭഘട്ടത്തിലുള്ള സോഷ്യലിസ്റ്റ് തൊഴി ലാളി പ്രസ്ഥാനത്തെ ശക്തിപ്പെടുത്താനായി ഇംഗ്ലീഷ് വോട്ടവകാശ വാദികൾക്കെതിരെ പോരാടി. 1913 ൽ ഞാൻ വീണ്ടും ഇംഗ്ലണ്ടിലെത്തി. പ്രസിദ്ധമായ 'ബെയ്ലിയുടെ വിചാരണ,' റഷ്യയിലെ ജൂത വിരുദ്ധരുടെ പ്രകോപനം കൊണ്ടുണ്ടായ ആ വിധിക്കെതിരായ പ്രതിഷേധ പ്രവർത്തനത്തിൽ സജീവമായി പങ്കെടുക്കാനാണ് ഇത്തവണ ഞാൻ അവിടെയെത്തിയത്. അതേ വർഷം വസന്തകാലത്ത്, സ്വീഡിഷ് ഡെമോക്രാറ്റിക് പാർട്ടിയുടെ ഇടതുപക്ഷം എന്നെ സ്വീഡനിലേക്ക് ക്ഷണിച്ചു. വ്യത്യസ്തമായ സമരോത്സുകപ്രവർത്തനങ്ങൾകൊണ്ട് ഈ വർഷങ്ങൾ ശരിക്കും തിരക്കുള്ളവയായിരുന്നു. എന്നാലും റഷ്യൻ പാർട്ടി സഖാക്കളും സോഷ്യലിസ്റ്റ് പാർട്ടിയുടെയും ട്രേഡ് യൂണിയൻ കോൺഗ്രസിന്റെയും പ്രതിനിധിയായി എന്നെ നിയോഗിച്ചുകൊണ്ട് എന്റെ പ്രവർത്തനശക്തി അവർക്കുവേണ്ടിയും വിനിയോഗിക്കാൻ ആവശ്യപ്പെട്ടു. അങ്ങനെ കാൾ ലീബ്ക്നെഷ്ടിന്റെ സഹായത്തോടെ ജർമ്മനിയിൽ, ഡ്യൂമയിലെ നാടുകടത്തപ്പെട്ട സോഷ്യലിസ്റ്റ് അംഗങ്ങൾ ക്കുവേണ്ടിയുള്ള പ്രവർത്തനത്തിന് ഞാൻ തിരികൊളുത്തി. 1911 ൽ ബെലോനെയ് (Bologna)ലെ പാർട്ടി സ്കൂളിലേക്ക് ഞാൻ ക്ഷണിക്ക പ്പെടുകയും അവിടെ ഒരു പ്രഭാഷണപരമ്പര നടത്തുകയുമുണ്ടായി. സോവിയറ്റ് റഷ്യയുടെ ഇപ്പോഴത്തെ വിദ്യാഭ്യാസമന്ത്രി എ. ലുണചാർസ ്കി, മാക്സിം ഗോർക്കി, അതുപോലെ തന്നെ പ്രശസ്ത സാമ്പത്തിക ശാസ്ത്രജ്ഞനും തത്ത്വചിന്തകനുമായ എ ബൊഗ്ദാനോവ് എന്നിവരാണ് ഈ പാർട്ടി സ്കൂളിന്റെ പ്രാരംഭകർ. ഞാൻ അവിടെ ഉണ്ടായിരുന്നപ്പോൾ തന്നെ ട്രോട്സ്കിയും സ്കൂളിൽ പ്രഭാഷണങ്ങൾ നടത്തുകയുണ്ടായി. സോവിയറ്റ് റഷ്യയുടെ ഇപ്പോഴത്തെ വിദേശകാര്യ മന്ത്രിയായ ജി ചിചേറിൻ ആ സമയത്ത് രാഷ്ട്രീയ അഭയാർത്ഥികൾക്കായുള്ള ഒരു ദുരിതാശ്വാസ ഏജൻസിയുടെ സെക്രട്ടറിയായി പ്രവർത്തിക്കുക യായിരുന്നു. റഷ്യൻ ജീവിതത്തിന്റെ അങ്ങേയറ്റം വിഭിന്നങ്ങളായ സാംസ ്കാരികപ്രശ്നങ്ങളെക്കുറിച്ച് പൊതുപ്രഭാഷണങ്ങൾ നടത്തി, ആ ഏജൻസിയുടെ മിക്കവാറും കാലിയായ പ്രവർത്തനഫണ്ടിലേക്ക് സംഭാവനകൾ സ്വരൂപിച്ച് സഹായിക്കാനായി അദ്ദേഹം പല തവണ എന്നെ വിളിച്ചിട്ടുണ്ട്. അദ്ദേഹത്തിന്റെ നിർദ്ദേശപ്രകാരം ഞാൻ യൂറോപ്പാകെ സഞ്ചരിച്ചെങ്കിലും എന്റെ സ്ഥിരം വാസസ്ഥലം ബർലിൻ ആയിരുന്നു. വീട്ടിലെന്നപോലെയാണ് എനിക്ക് ജർമ്മനിയിൽ അനുഭ

വപ്പെട്ടത്. മാത്രമല്ല, വൈജ്ഞാനിക പ്രവർത്തനങ്ങൾക്ക് മാതൃകാപരമായിത്തന്നെ അനുയോജ്യമായിരുന്ന അവിടുത്തെ സാഹചര്യങ്ങളെ ഞാനെപ്പോഴും വിലമതിച്ചിരുന്നു. പക്ഷേ, പ്രഷ്യയിൽ പ്രഭാഷണങ്ങൾ നടത്താൻ എനിക്ക് അനുവാദം ലഭിച്ചിരുന്നില്ല. മറിച്ച്, പ്രഷ്യൻ പൊലീസ് എന്നെ പിടിച്ചു പുറത്താക്കുന്നത് ഒഴിവാക്കാൻ ഞാൻ കഴിയുന്നത്ര നിശ്ശബ്ദത പാലിച്ചു.

അക്കാലത്ത് ലോക മഹായുദ്ധം പൊട്ടിപ്പുറപ്പെടുകയും ഞാൻ വീണ്ടും എന്റെ ജീവിതത്തിലെ ഒരു വഴിത്തിരിവിലെത്തുകയും ചെയ്തു.

പക്ഷേ, എന്റെ ധൈഷണിക ജീവിതത്തിന്റേതായ ഈ പ്രധാന കാലഘട്ടത്തെക്കുറിച്ച് സംസാരിക്കുന്നതിനുമുമ്പ്, എന്റെ വ്യക്തിജീവിതത്തെപ്പറ്റി കുറച്ച് വാക്കുകൾ എനിക്ക് പറയണമെന്നുണ്ട്. ഇത്തരം പല തരത്തിലുള്ള കഠിനാദ്ധ്വാനങ്ങൾക്കും പാർട്ടി ഏല്പിക്കുന്ന ചുമതലകൾക്കും ഇടയിൽ സ്വകാര്യബന്ധങ്ങൾക്കും പ്രണയത്തിന്റെ നോവുകൾക്കും ആനന്ദങ്ങൾക്കുമെല്ലാം സമയം കണ്ടെത്താൻ കഴിഞ്ഞിരുന്നോ എന്ന ചോദ്യമുദിക്കുന്നു. നിർഭാഗ്യവശാൽ ഉവ്വ്! നിർഭാഗ്യവശാൽ എന്ന് ഞാൻ പറയുന്നതെന്തുകൊണ്ടെന്നാൽ, സാധാരണ ഇത്തരം ബന്ധങ്ങളിൽ ഏറെ കരുതലും നിരാശകളും വേദനയുമെല്ലാം അനിവാര്യമാണെന്നതാണ്. മാത്രമല്ല, ഈ ബന്ധങ്ങൾ കാരണം നമ്മുടെ അനേകം ഊർജ്ജം നിരർത്ഥകമായി പാഴാക്കിക്കളയുകയാണ്. ഒരു പുരുഷൻ എന്നെ ആഴത്തിൽ മനസ്സിലാക്കാനുള്ള തീവ്രമായ അഭിലാഷവും ഒരുവന്റെ ഉള്ളിൽ എന്നെയോർക്കുമ്പോഴുണ്ടാകുന്ന അവാച്യമായ വികാരങ്ങളും കഠിനമായി പ്രയത്നിക്കുന്ന ഒരു സമൂഹജീവിയെന്ന നിലയിൽ അവൻ എന്നെ അംഗീകരിക്കുന്നതുമെല്ലാം ആവർത്തിച്ച് കാര്യങ്ങളെ നിർണ്ണയിക്കുന്നു. സുഹൃത്ത്, എന്നിലെ സ്ത്രൈണ ഘടകങ്ങളെ മാത്രം കണ്ടുതുടങ്ങുകയും അയാളുടെ അഹന്തയ്ക്കൊത്ത്, അയാളുടെ ആശയാഭിപ്രായങ്ങൾ കേട്ടിരിക്കാൻ മാത്രം സന്നദ്ധമാകുന്ന ഒന്നായി എന്നെ രൂപപ്പെടുത്താൻ ശ്രമിക്കുകയും നിമിത്തം വളരെ പെട്ടെന്നുള്ള നിരാശയും പ്രണയത്തെ തുടർന്നുണ്ടായിക്കൊണ്ടിരുന്നു. അതുകൊണ്ട്, വേദനിക്കുന്ന ഹൃദയത്തോടെയാണെങ്കിലും കർത്തൃത്വമുള്ള, സ്വാധീനിക്കപ്പെടാത്ത ഇച്ഛാശക്തി കൊണ്ട് എനിക്ക് സമൂഹത്തിന്റെ ചങ്ങലക്കെട്ടുകളെ കുടഞ്ഞുകളയേണ്ട സന്ദർഭവും വീണ്ടും വീണ്ടും അനിവാര്യമായി വന്നു. പിന്നെയും ഞാൻ ഒറ്റയ്ക്കായി. എത്ര വലിയ ആവശ്യങ്ങൾ ജീവിതമെന്നിലുണ്ടാക്കിയോ, അത്രയധികം ഉത്തരവാദിത്വപ്പെട്ട ജോലികൾ എന്നെ കാത്തിരുന്നു, സ്നേഹത്താലും ഊഷ്മളതയാലും പരസ്പരധാരണയാലും വലയം ചെയ്യപ്പെടാനുള്ള അതിയായ ആശയും അത്രയധികമായി വളർന്നു. തത്ഫലമായി, *എ മിഡ്സമ്മർ നൈറ്റ്'സ് ഡ്രീം*-ലെ ടൈറ്റാനിയയുടെ പഴയ കഥ പോലെ, പ്രണയനൈരാശ്യത്തിന്റെ പഴയ കഥ തുടങ്ങാനെല്ലാം എളുപ്പമാണ്.

ലോക മഹായുദ്ധം പൊട്ടിപുറപ്പെട്ടപ്പോൾ ഞാൻ ജർമ്മനിയി

ലായിരുന്നു; ഒപ്പം എന്റെ മകനും. എന്റെ തിരിച്ചറിയൽ രേഖകൾ ക്രമപ്രകാരമല്ലാത്തതിനാൽ ഞങ്ങൾ രണ്ടാളും അറസ്റ്റ് ചെയ്യപ്പെട്ടു. വീട് പരിശോധിക്കുന്നതിനിടയിൽ, സോഷ്യലിസ്റ്റുകളുടെ വേൾഡ് കോൺഗ്രസിന് എന്നെ ഒരു പ്രതിനിധിയായി നിയോഗിച്ചുകൊണ്ടുള്ള റഷ്യൻ സോഷ്യൽ ഡെമോക്രാറ്റിക് പാർട്ടിയുടെ ഒരു ഉത്തരവ് പൊലീസ് കണ്ടെത്തി. പെട്ടെന്ന് അലൈക്സാണ്ടർപ്ലാറ്റ്സിൽനിന്നുള്ള മാന്യൻ തികച്ചും സന്തുഷ്ടനായി: സോഷ്യൽ ഡെമോക്രാറ്റായ ഒരു സ്ത്രീക്ക് ഒരിക്കലും സർ ഭരണകൂടത്തിന്റെ സഹചാരിയാകാനാവില്ല, അതുകൊണ്ടുതന്നെ തീർച്ചയായും ജർമ്മനിയുടെ ശത്രുവുമല്ല എന്നവർ വിചാരിച്ചു. അവർ കരുതിയത് ശരിയായിരുന്നു. വാസ്തവത്തിൽ ഞാൻ ജർമ്മനിയുടെ ശത്രുവായിരുന്നില്ല, ഒരു കുറഞ്ഞ റഷ്യൻ ദേശസ്നേഹിയായിരുന്നു താനും. എന്നെ സംബന്ധിച്ച് യുദ്ധമെന്നത് ജുഗുപ്സാവഹമാണ്, ഭ്രാന്തും കുറ്റകൃത്യവുമാണ്. മാത്രമല്ല, ആദ്യ നിമിഷം മുതൽ- പ്രതികരണത്തിൽ നിന്നെന്നതിലുപരി ഉൾപ്രേരണകൊണ്ട്- ഞാൻ ഉള്ളാലേ അതിനെ നിരാകരിച്ചു. ഈ നിമിഷം വരെ എനിക്കതുമായി ഒരിക്കലും പൊരുത്തപ്പെടാനായില്ല. ദേശസ്നേഹത്തിന്റെ ലഹരി എനിക്കെല്ലായ്പ്പോഴും അപരിചിതമായ ഒന്നാണ്, മറിച്ച് തീവ്രമായ ദേശസ്നേഹം നിറഞ്ഞ എന്തിനോടും എനിക്കൊരു നീരസമാണ് തോന്നിയത്. ജർമ്മനിയിൽ ജീവിച്ച എന്റെതന്നെ റഷ്യൻ പാർട്ടി സഖാക്കൾക്കുപോലും എന്റെ ദേശസ്നേഹ-വിരുദ്ധ വികാരം മനസ്സിലാക്കാൻ കഴിഞ്ഞിരുന്നതായി കണ്ടില്ല. കാൾ ലീബ്ക്നെഷ്ടും അദ്ദേഹത്തിന്റെ ഭാര്യ സോഫി ലീബ്ക്നെഷ്ടും മറ്റു ചില ജർമ്മൻ പാർട്ടി സഖാക്കളും മാത്രം എന്നെപ്പോലെ അതേ നിലപാട് സ്വീകരിക്കുകയും എന്നെപ്പോലെ യുദ്ധത്തിനെതിരെ പോരാടുക സോഷ്യലിസ്റ്റിന്റെ കടമയാണെന്ന് കണക്കാക്കി. വിചിത്രമെന്നു പറയട്ടെ, ആഗസ്ത് 4 ന് റീക്സ്റ്റാഗിൽ (Reichstag)യുദ്ധത്തിനുള്ള ബഡ്ജറ്റ് വോട്ടിനിട്ടപ്പോൾ ഞാനും അവിടെയുണ്ടായിരുന്നു. ജർമ്മൻ സോഷ്യലിസ്റ്റ് പാർട്ടിയുടെ തകർച്ച സമാനതകളില്ലാത്ത വിപത്തുപോലെ എന്നെ ബാധിച്ചു. ഞാൻ തികച്ചും ഒറ്റപ്പെട്ടതായി തോന്നുകയും ലീബ്ക്നെഷ്ടിന്റെ കൂട്ടിൽ മാത്രം ആശ്വാസം കണ്ടെത്തുകയും ചെയ്തു.

ചില ജർമ്മൻ പാർട്ടി സുഹൃത്തുക്കളുടെ സഹായത്തോടെ, 1914 ൽ എന്റെ മകനോടൊപ്പം ജർമ്മനി വിടാനും സ്കാൻഡിനേവിയൻ ഉപദ്വീപിലേക്ക് കുടിയേറാനും എനിക്ക് സാധിച്ചു. ഞാൻ ജർമ്മനി വിട്ടത്, ചെറിയ തോതിൽ പ്രകടമായ സ്നേഹശൂന്യത അനുഭവപ്പെട്ടതുകൊണ്ടല്ല, മറിച്ച് ഒരു പ്രവർത്തനരംഗമില്ലാതെ ആ രാജ്യത്ത് നിഷ്ക്രിയയായി ജീവിക്കാൻ ഞാൻ നിർബ്ബന്ധിതയാവുന്നതുകൊണ്ടാണ്. യുദ്ധത്തിനെതിരായ സമരമേറ്റെടുക്കാൻ ഞാൻ അക്ഷമയായിരുന്നു. സ്വീഡന്റെ നിഷ്പക്ഷമായ മണ്ണിലെത്തിയശേഷം, ഞാൻ യുദ്ധത്തിനെതിരെയും ലോക തൊഴിലാളി വർഗ്ഗത്തിന്റെ അന്താരാഷ്ട്ര തലത്തിലുള്ള ഐക്യത്തിനായും അടിയന്തരമായി പ്രവർത്തിക്കാൻ തുടങ്ങി. തൊഴി

ലാളി സ്ത്രീകളോടുള്ള ഗൗരവപൂർവ്വമുള്ള അഭ്യർത്ഥന, നിയമവിരുദ്ധമായ മാർഗ്ഗങ്ങളിലൂടെ റഷ്യയിലേക്കും മറ്റു രാജ്യങ്ങളിലേക്കും അതിന്റേതായ വഴി കണ്ടെത്തി. സ്വീഡനിൽ ഞാൻ യുദ്ധത്തിനെതിരായി എഴുതുകയും സംസാരിക്കുകയും ചെയ്തു. ഞാൻ പൊതുസമ്മേളനങ്ങളിൽ സംസാരിച്ചു. അവയിൽ മിക്കതും ഇടതനുഭാവികളായ ലോകപ്രശസ്ത സ്വീഡിഷ് പാർട്ടി നേതാക്കളായ സീറ്റ ഹോഗ്ലൊന്റും (Zeta Höglund) ഫ്രെഡറിക് സ്ത്രോണും (Frederic Strön) വിളിച്ചതുപ്രകാരമായിരുന്നു. അവരിൽ ഞാൻ എന്റെ ആശയങ്ങളുടെയും വികാരങ്ങളുടെയും നേർ പ്രതിധ്വനി അറിഞ്ഞു. സാർവ്വദേശീയതാവാദത്തിന്റെ വിജയത്തിനുവേണ്ടിയും യുദ്ധഭ്രാന്തിനെതിരെയുമുള്ള പൊതുനിയോഗത്തിൽ ഞങ്ങൾ ഒരുമിച്ചു. റഷ്യൻ പാർട്ടിയിലെ പ്രമുഖർ യുദ്ധത്തിനോടെടുത്ത നിലപാട് ഞാൻ മനസ്സിലാക്കിയത് ഏറെ കഴിഞ്ഞുമാത്രമാണ്. ഒടുവിൽ ആ വിവരം പാരീസും സ്വിറ്റ്സർലന്റും വഴി ഞങ്ങളിലെത്തിയപ്പോൾ, അത് ഞങ്ങൾക്ക് അവാച്യമായ ആനന്ദത്തിന്റേതായിരുന്നു. ട്രോട്സ്കിയും ലെനിനും- അവർ പാർട്ടിയുടെ വ്യത്യസ്ത കക്ഷികളിലുള്ളവരാണെങ്കിലും- സമരോത്സുകരായി യുദ്ധത്തിനെതിരായി ഉണർന്നെണീറ്റുവെന്ന ഉറപ്പ് ഞങ്ങൾക്ക് ലഭിച്ചു. അങ്ങനെ ഞാൻ മേലിൽ ഒറ്റയ്ക്കല്ലാത്ത സ്ഥിതിയിലായി. സാർവ്വദേശീയതാവാദികളെന്നും 'സോഷ്യൽ - ദേശീയതാവാദികൾ" എന്നുമുള്ള ഒരു പുതിയ വർഗ്ഗീകരണം പാർട്ടിയിൽ നിർദേശിക്കപ്പെട്ടു. പാരീസിൽ ഒരു പാർട്ടി ആനുകാലികം കൂടി ആരംഭിച്ചു. എന്റെ ആവേശകരമായ പ്രവർത്തനങ്ങൾക്കിടയിലും സ്വീഡിഷ് അധികാരികൾ എന്നെ അറസ്റ്റുചെയ്ത്, കുങ്ഷോൽമ് ജയിലിലേക്ക് കൊണ്ടുപോയി. റഷ്യയിൽ നിന്ന് നിയമവിരുദ്ധമായി സ്വീഡനിലെത്തിയ എന്റെ നല്ല ഒരു സുഹൃത്തും പാർട്ടിസഖാവുമായ അലക്സാണ്ടർ ഷ്ലാപ്നികോവിന്റെ തിരിച്ചറിയൽ രേഖകൾ സുരക്ഷിതമായിരിക്കാൻ എന്റെ കൈവശം വച്ചിരുന്നതിനെക്കുറിച്ചുണ്ടായ ഉൽക്കണ്ഠയാണ്, ആ അറസ്റ്റിനിടയിൽ ഏറ്റവും ചീത്ത നിമിഷം എനിക്കുണ്ടാക്കിയത്. പൊലീസിന്റെ കണ്ണിൽപ്പെടാതെ അവ എന്റെ ബ്ലൗസിനടിയിൽ ഒളിപ്പിക്കാൻ ഞാൻ പാടുപെടുകയും ഒരുവിധത്തിൽ അത് മറയ്ക്കുകയും ചെയ്തു.

കുറച്ചുകഴിഞ്ഞ് എന്നെ കുങ്ഷോൽമ് ജയിലിൽനിന്ന് മാൽമ ജയിലിലേക്കു മാറ്റുകയും പിന്നീട് എന്നെ ഡെൻമാർക്കിലേക്ക് നാടുകടത്തുകയുമുണ്ടായി. എന്റെ അറിവിൽ, യുദ്ധവിരുദ്ധ പ്രചാരണത്തിന്റെ പേരിൽ ജയിലിലടയ്ക്കപ്പെടുന്ന ആദ്യ യൂറോപ്യൻ സോഷ്യലിസ്റ്റുകളിൽ ഒരാൾ ഞാനാണ്. ഡെൻമാർക്കിലും ഞാൻ എന്റെ പ്രവർത്തനം തുടർന്നു, എന്നാൽ വലിയ ജാഗ്രത പാലിച്ചു. എന്നാലും ഡാനിഷ് പൊലീസ് എന്നെ സ്വസ്ഥമായി വിട്ടില്ല. ഡാനിഷ് സോഷ്യൽ ഡെമോക്രാറ്റുകളും സാർവ്വദേശീയതാവാദികളോട് സൗഹൃദഭാവം പ്രകടിപ്പിച്ചില്ല. 1915 ഫെബ്രുവരിയിൽ ഞാൻ നോർവേയിലേക്ക് കുടിയേറി. അവിടെ അലക്സാണ്ടർ ഷ്ലാപ്നികോവിനൊപ്പം ചേർന്ന് ഞങ്ങൾ ലെനിൻ

താമസിക്കുന്ന സ്വിറ്റ്സർലന്റിനും സെൻട്രൽ കമ്മിറ്റിക്കും റഷ്യക്കുമിടയിലെ കണ്ണിയായി സേവനമനുഷ്ഠിച്ചു. ഞങ്ങൾ നോർവീജിയൻ സോഷ്യലിസ്റ്റുകളുമായി പൂർണ്ണമായി സമ്പർക്കം പുലർത്തിയിരുന്നു. ആ വർഷം തന്നെ മാർച്ച് 8 ന് ക്രിസ്റ്റ്യാനിയ (ഇപ്പോഴത്തെ ഓസ്ലോ) യിൽ വച്ച് യുദ്ധത്തിനെതിരായി അന്താരാഷ്ട്ര സ്ത്രീതൊഴിലാളികളുടെ ഒരു പ്രദർശനം സംഘടിപ്പിക്കാൻ ശ്രമിച്ചു. എന്നാൽ യുദ്ധത്തിലേർപ്പെട്ടിരുന്ന രാജ്യങ്ങളിലെ പ്രതിനിധികൾ പ്രദർശനത്തിന് തയ്യാറായില്ല.

ദേശീയതാവാദികളായ സോഷ്യലിസ്റ്റുകൾക്ക് സാർവ്വദേശീയതാവാദികളുമായി ചേർന്നുപോകാൻ കഴിയാത്തതിനാൽ, സോഷ്യൽ ഡെമോക്രസിയിൽ ഒരു നിർണ്ണായക പിളർപ്പിനുള്ള ഒരുക്കങ്ങൾ നടക്കുന്ന സമയമായിരുന്നു അത്. സോഷ്യൽ- ദേശീയതാവാദത്തെ നിരന്തരം പ്രതിരോധിച്ചവർ ബോൾഷെവിക്കുകളായതുകൊണ്ട്, 1915 ജൂണിൽ ഞാൻ ഔദ്യോഗികമായി ബോൾഷെവിക്കുകളോടൊപ്പം ചേരുകയും ലെനിനുമായി സജീവമായ കത്തിടപാടുകളിൽ ഏർപ്പെടുകയും ചെയ്തു (ലെനിൻ എനിക്കെഴുതിയ കത്തുകൾ അടുത്തിടെ റഷ്യയിൽ പ്രസിദ്ധീകരിച്ചിട്ടുണ്ട്).

ഞാൻ വീണ്ടും ധാരാളമായി എഴുതാനാരംഭിച്ചു. ഇംഗ്ലണ്ട്, നോർവേ, സ്വീഡൻ, അമേരിക്ക, റഷ്യ എന്നീ വ്യത്യസ്തങ്ങളായ രാജ്യങ്ങളിലെ സാർവ്വദേശീയ മനോഭാവമുള്ള പ്രസിദ്ധീകരണങ്ങൾക്കുവേണ്ടിയാണ് ഇത്തവണ എഴുതിയതത്രയും. 'Who Profits from the War?'' 'ആരാണ് യുദ്ധത്തിൽനിന്ന് ലാഭമുണ്ടാക്കുന്നത്?" എന്റെ ഒരു ലഘുലേഖ ഈ സമയത്താണ് പ്രസിദ്ധീകരിക്കപ്പെട്ടത്. വളരെ ജനകീയമായ ഒരു വീക്ഷണത്തിൽ ആലോചനാപൂർവ്വം എഴുതിയ ആ ലഘുലേഖയുടെ അസംഖ്യം പതിപ്പുകളും ദശലക്ഷക്കണക്കിന് പ്രതികളും പരക്കെ പ്രചരിക്കപ്പെടുകയും ജർമ്മൻ അടക്കമുള്ള പല ഭാഷകളിലേക്ക് വിവർത്തനം ചെയ്യപ്പെടുകയും ചെയ്തു. യുദ്ധം തുടരുന്നിടത്തോളം കാലം തീർച്ചയായും സ്ത്രീവിമോചനത്തിന്റെ പ്രശ്നങ്ങളിൽനിന്നും പിൻവാങ്ങേണ്ടിവന്നു, കാരണം, എന്റെ ഒരേയൊരു വിഷയം, സർവ്വപ്രധാനമായ ലക്ഷ്യമെന്നത് യുദ്ധത്തിനെതിരായി പോരാടുകയും ഒരു പുതിയ വർക്കേഴ്സ് ഇന്റർനാഷണൽ- അന്തർദ്ദേശീയ തൊഴിലാളി കൂട്ടായ്മ വിളിച്ചു ചേർക്കുകയും ചെയ്യുക എന്നതായിരുന്നു. 1915 ലെ ശരത്കാലത്ത് അമേരിക്കൻ സോഷ്യലിസ്റ്റ് പാർട്ടിയുടെ ജർമ്മൻ വിഭാഗം, 'സിമ്മർവാൾഡ്" (സാർവ്വദേശീയ മനോഭാവമുള്ള സോഷ്യലിസ്റ്റുകളുടെ ഒരു സമ്മേളനം) ഉദ്ദേശിച്ചുകൊണ്ട്, അമേരിക്കയിൽ പ്രഭാഷണങ്ങൾ നടത്താൻ എന്നെ ക്ഷണിച്ചു. അതിനായി ഞാൻ ഉടനെ സമുദ്രമാർഗ്ഗം യാത്രചെയ്യാൻ തയ്യാറായി. എന്റെ സുഹൃത്തുക്കൾ അതിനെതിരെ ഉറച്ച താക്കീത് തന്നിട്ടും ഞാൻ വഴങ്ങിയില്ല. സമുദ്രത്തിലും നടക്കുന്ന യുദ്ധംമൂലം എന്റെ യാത്ര എത്രമാത്രം ആപല്ക്കരമാണെന്നതിൽ അവർ വല്ലാതെ ആശങ്കപ്പെട്ടു. പക്ഷേ, ലക്ഷ്യം എന്നെ വല്ലാതെ പിടിച്ചുവലിച്ചു. അമേരിക്കയിലെ എന്റെ പ്രചാരണയാത്ര അഞ്ച് മാസം നീണ്ടുനിന്നു.

ആ സമയം കൊണ്ട് ഞാൻ ഐക്യനാടുകളിലെ എൺപത്തിയൊന്ന് നഗരങ്ങൾ സന്ദർശിക്കുകയും ജർമ്മൻ, ഫ്രഞ്ച്, റഷ്യൻ ഭാഷകളിൽ പ്രഭാഷണങ്ങൾ നടത്തുകയും ചെയ്തു. ആ ജോലി അങ്ങേയറ്റം കഠിനവും എന്നാലത്രയും തന്നെ ഫലവത്തുമായിരുന്നു. അമേരിക്കൻ പാർട്ടിയിലെ സാർവ്വദേശീയതാവാദികൾ ശക്തിപ്പെട്ടിട്ടുണ്ട് എന്ന് വിശ്വസിക്കാൻ മതിയായ ന്യായം എനിക്കുണ്ട്. യുദ്ധത്തോടുള്ള കടുത്ത എതിർപ്പും ആവേശകരമായ സംവാദങ്ങളും വിദേശങ്ങളിലും നിലനിന്നിരുന്നുവെങ്കിലും പൊലീസ് എന്നെ അലട്ടിയില്ല. പത്രങ്ങൾ മാറിമാറി ജർമ്മൻ കൈസറുടെ ചാരനായോ രാഷ്ട്രങ്ങൾ തമ്മിലുള്ള സഹകരണത്തിനായി പ്രവർത്തിക്കുന്ന പ്രതിനിധിയായോ എന്നെ മുദ്രകുത്തി. 1916 ലെ വസന്തകാലത്ത് ഞാൻ നോർവേയിലേക്ക് മടങ്ങി. അനുപമങ്ങളായ മലയിടുക്കുകൾക്കിടയിലെ ഉൾക്കടലുകളും അതിഗംഭീരങ്ങളായ മലനിരകളും അതുപോലെതന്നെ ധൈര്യശാലികളും ബുദ്ധിസമ്പന്നരും കഠിനാദ്ധ്വാനികളുമായ ജനങ്ങളുമുള്ള നോർവെ എനിക്കിഷ്ടമാണ്. ആ സമയത്ത് ഞാൻ ഓസ്ലോയ്ക്കടുത്തുള്ള പ്രശസ്തമായ ഹോൽമെൻ കൊള്ളനിൽ താമസിച്ച്, 'സാർവ്വദേശീയതാവാദികളുടെ എല്ലാ ശക്തികളും ലോകമഹായുദ്ധത്തിനെതിരായി വിളക്കിച്ചേർക്കുക' എന്ന വീക്ഷണത്തോടെ എന്റെ പ്രവർത്തനം തുടർന്നുപോന്നു. വിപ്ലവംകൊണ്ടേ, തൊഴിലാളിപ്രക്ഷോഭംകൊണ്ടേ യുദ്ധത്തെ ജയിക്കാനാകൂ എന്ന ദൃഢവിശ്വാസം വ്യാപിപ്പിക്കാൻ ലക്ഷ്യമാക്കുന്ന ലെനിന്റെ കാഴ്ചപ്പാട് ഞാൻ പങ്കുവച്ചു. എനിക്ക് ലെനിനുമായി കരുത്തുറ്റ സഖ്യമുണ്ടായിരുന്നു. ലെനിന്റെ അനേകം പഴയ അനുയായികളെക്കാളും സുഹൃത്തുക്കളെക്കാളും ഞാനദ്ദേഹത്തോട് കൂടുതലടുത്തുനിന്നു. നോർവെയിലെ എന്റെ താമസം അത്ര നീണ്ടതായിരുന്നില്ല, കാരണം അവിടെയെത്തി കുറച്ചുമാസങ്ങൾ കഴിഞ്ഞപ്പോഴേക്കും എനിക്ക് അമേരിക്കയിലേക്ക് കപ്പൽ കയറേണ്ടി വന്നു. റഷ്യൻ വിപ്ലവം പൊട്ടിപ്പുറപ്പെടുന്നതിന് തൊട്ടുമുമ്പുവരെ ഞാൻ അമേരിക്കയിൽ താമസിച്ചു. എന്നെ സംബന്ധിച്ച് അമേരിക്കയിലെ സ്ഥിതിഗതികൾ അത്രത്തോളം മാറിയിരുന്നു. അതിനിടയ്ക്ക് അനേകം റഷ്യൻ പാർട്ടി സഖാക്കൾ അവിടെയെത്തി, ട്രോട്സ്കിയും വന്നിരുന്നു. പുതിയ വർക്കേഴ്സ് ഇന്റർനാഷണലിനു വേണ്ടി ഞങ്ങൾ വളരെ ആവേശത്തോടെ പ്രവർത്തിച്ചു. പക്ഷേ, യുദ്ധത്തിൽ അമേരിക്കയുടെ ഇടപെടൽ ഞങ്ങളുടെ പ്രവർത്തനങ്ങളെ പ്രകോപിപ്പിച്ചു.

റഷ്യൻ ജനത ഏകാധിപത്യത്തിനെതിരെ ഉണർന്നെണീക്കുകയും സർ ഭരണത്തെ അധികാരത്തിൽ നിന്നിറക്കുകയും ചെയ്യുമ്പോൾ ഞാൻ ആഴ്ചകളോളം നോർവെയിലായിരുന്നു. ഞങ്ങൾ രാഷ്ട്രീയ സുഹൃത്തുക്കൾക്കിടയിൽ ആഘോഷഭാവം പ്രബലമായി. പക്ഷേ, ഞാനതിൽ ഭ്രമിച്ചിരുന്നില്ല, കാരണം സർ ഭരണത്തെ മറിച്ചിട്ടത് ഇനിയുണ്ടാകാനിരിക്കുന്ന ചരിത്രപ്രധാന നിമിഷങ്ങളുടെയും ദുഷ്കരമായ സാമൂഹിക പോരാട്ടങ്ങളുടെയും തുടക്കം മാത്രമായിരിക്കുമെന്ന് എനിക്കറിയാമായി

രുന്നു. അതുകൊണ്ടുതന്നെ 1917 മാർച്ചിൽ, ഞാൻ തിടുക്കപ്പെട്ട് റഷ്യയിലേക്ക് മടങ്ങി. സ്വതന്ത്രമായ സ്വരാജ്യത്തേക്ക് മടങ്ങിയെത്തിയ രാഷ്ട്രീയകുടിയേറ്റക്കാരിൽ ഒരാളാണ് ഞാൻ. എനിക്ക് കടന്നുപോകേണ്ടിയിരുന്ന സ്വീഡിഷ്- ഫിന്നിഷ് അതിർത്തിയിലുള്ള ടോർണിയോ നഗരം അപ്പോഴും അതിശൈത്യത്തിലായിരുന്നു. ഞാൻ മഞ്ഞിലൂടെ സഞ്ചരിക്കാനുള്ള ഒരു സ്ലെയിലൂടെ അതിർത്തിയിലുള്ള നദി കടന്നു. റഷ്യയുടെ മണ്ണിൽ ഒരു പട്ടാളക്കാരൻ നിന്നിരുന്നു. ശോഭയാർന്ന ഒരു ചുമന്ന റിബ്ബൺ അയാളുടെ നെഞ്ചിൽ പാറിക്കളിച്ചു. "പൗരേ! ദയവുചെയ്ത് നിങ്ങളുടെ തിരിച്ചറിയൽ രേഖകൾ കാണിക്കൂ." "എന്റെ പക്കലൊന്നുമില്ല, ഞാനൊരു രാഷ്ട്രീയ അഭയാർത്ഥിയാണ്." "നിങ്ങളുടെ പേര്?". ഞാൻ എന്നെത്തന്നെ പരിചയപ്പെടുത്തി. ഒരു ചെറുപ്പക്കാരനായ ഓഫീസർ അവിടേക്ക് വിളിക്കപ്പെട്ടു. അതെ, വർക്കേഴ്സ് ആന്റ് സോൾജിയേഴ്സ് സോവിയറ്റിന്റെ ഉത്തരവുപ്രകാരം, രാജ്യത്തേക്ക് നിർബ്ബാധം കടക്കാനനുവദിക്കാവുന്ന രാഷ്ട്രീയ അഭയാർത്ഥികളുടെ പട്ടികയിൽ എന്റെ പേരുണ്ടായിരുന്നു. ആ ചെറുപ്പക്കാരനായ ഓഫീസർ എന്നെ സ്ലെയിൽ നിന്ന് പുറത്തുകടക്കാൻ സഹായിക്കുകയും ഏറക്കുറെ ബഹുമാനാദരങ്ങളോടെ എന്റെ കൈയിൽ ചുംബിക്കുകയും ചെയ്തു. ഞാൻ നിന്നിരുന്നത് സ്വതന്ത്ര റഷ്യയുടെ റിപ്പബ്ലിക്കൻ മണ്ണിലാണ്. അത് സാധ്യമാകുമോ? എന്റെയാകെ ജീവിതത്തിലെ ഏറ്റവും സന്തോഷം നിറഞ്ഞ മണിക്കൂറുകളിലൊന്നായിരുന്നു അത്. നാല് മാസങ്ങൾക്കു ശേഷം, കെറൻസ്കി വാഴ്ചയുടെ (താല്ക്കാലികമായ ഗവൺമെന്റ്) ഉത്തരവനുസരിച്ച്, അപകടകാരിയായ ബോൾഷെവിക്കെന്ന നിലയിൽ എന്നെ അതേ സുന്ദരനായ ചെറുപ്പക്കാരൻ ഓഫീസർ തന്നെ, ടോർണിയോ അതിർത്തി സ്റ്റേഷനിൽ വച്ച് അറസ്റ്റ് ചെയ്തു... അങ്ങനെയാണ് ജീവിതത്തിന്റെ വൈരുദ്ധ്യം.

വിപ്ലവത്തിന്റെ വർഷങ്ങളിൽ

ശേഷമുള്ള സംഭവങ്ങളുടെ തള്ളിക്കയറ്റം അത്രയും തടുക്കാൻ കഴിയാത്തതായിരുന്നു. ഈ ദിവസം വരെയും ഏത് വിശദീകരിക്കണമെന്നോ ഏതിന് ഊന്നൽ നല്കണമെന്നോ ശരിക്കും എനിക്കറിയില്ല: ഞാനെന്താണ് നിറവേറ്റിയത്, ആഗ്രഹിച്ചത്, നേടിയത്? മൊത്തത്തിൽ വൈയക്തികമായ ഒരു മനോഗതി അക്കാലത്തുണ്ടായിരുന്നോ? അത് വിപ്ലവത്തിന്റെ ശക്തമായ കൊടുങ്കാറ്റോ, കർമ്മോത്സുകരായവരുടെ ആജ്ഞയോ, പ്രബുദ്ധരായ ബഹുജനങ്ങളോ മാത്രമാണോ നമ്മുടെ ഇച്ഛയേയും പ്രവൃത്തിയേയും നിർണ്ണയിച്ചത്? സാമാന്യമായ ഇച്ഛയ്ക്ക് വഴങ്ങാത്ത ഒരൊറ്റ മനുഷ്യൻ ഉണ്ടായിരുന്നോ? അവിടെ ബഹുജനങ്ങളേ ഉണ്ടായിരുന്നുള്ളൂ, സംഘടനാ താല്പര്യത്തിൽ പരസ്പരം ബന്ധിക്കപ്പെട്ടവർ, വിപ്ലവത്തിനു വേണ്ടിയോ എതിരായോ, യുദ്ധം അവസാനിപ്പിക്കുന്നതിനു വേണ്ടിയോ അതിനെതിരായോ, സോവിയറ്റ് ശക്തിക്ക് അനുകൂലമായോ പ്രതികൂലമായോ പ്രവർത്തിച്ചവർ മാത്രം. തിരിഞ്ഞു

നോക്കുമ്പോൾ ബൃഹത്തായ ഉദ്യമം, പോരാട്ടം, പ്രവർത്തനം - അതു മാത്രമേ ഒരാൾക്ക് കാണാനാകൂ. യഥാർത്ഥത്തിൽ അവിടെ നായകരില്ല, നേതാക്കളില്ല. ജനങ്ങളാണ്, തൊഴിലാളികളാണ് പടയാളികളുടെ യൂണിഫോമിൽ അല്ലെങ്കിൽ പൗരന്റെ വേഷത്തിൽ സ്ഥിതിഗതികൾ നിയന്ത്രിച്ചതും രാജ്യത്തിന്റെയും മനുഷ്യരാശിയുടെയും ചരിത്രത്തിൽ അതിന്റെ ഇച്ഛ മങ്ങാതെ രേഖപ്പെടുത്തിയതും. അതൊരു അത്യുഷ്ണമുള്ള വേനലായിരുന്നു, 1917 ലെ വിപ്ലവ വേലിയേറ്റത്തിന്റെ പരിണത ഫലമുണ്ടാക്കിയ വേനൽ. ആദ്യം സാമൂഹിക വിപ്ലവം പടർന്നുപിടിച്ചത്, നാട്ടുമ്പുറങ്ങളിൽ മാത്രമായിരുന്നു, പ്രഭുകുടുംബങ്ങളിൽ ('nests of gentle folk' ഒരു റഷ്യൻ നോവലിന്റെ തലക്കെട്ട്) കർഷകർ തീ പടർത്തി. ഒരു റിപബ്ലിക്കൻ- മദ്ധ്യവർഗ്ഗ റഷ്യയുടെ വക്താക്കളും ബോൾഷെവിക്കുകളുടെ സാമൂഹികാഭിലാഷങ്ങളും തമ്മിലുള്ള സംഘർഷമാണ് നഗരങ്ങളിൽ ഉഗ്രമായിത്തീർന്നത്.

ഞാൻ മുമ്പ് പറഞ്ഞതപോലെ ഞാൻ ബോൾഷെവിക്കുകളോടൊപ്പമായിരുന്നു. അങ്ങനെ പെട്ടെന്നുതന്നെ, ശരിക്കും ജോലിയുടെ ഒരു വലിയ കൂമ്പാരം തന്നെ എന്നെ കാത്തിരിക്കുന്നത് ഞാൻ ആദ്യദിവസങ്ങളിലേ കണ്ടു. യുദ്ധത്തിനെതിരായി, ലിബറൽ ബൂർഷ്വാസികളുമായി ഒരുമിക്കുന്നതിനെതിരായി, തൊഴിലാളികളുടെ സമിതികൾക്കു വേണ്ടി, സോവിയറ്റുകൾക്കു വേണ്ടി തുടങ്ങിവച്ച പോരാട്ടം തുടരുക എന്നതാണ് ഒരിക്കൽക്കൂടി വിഷയം. സ്വാഭാവികമായും ആ നിലപാടിന്റെ ഫലമായി, ബൂർഷ്വ പത്രങ്ങൾ എന്നെ "ഭ്രാന്തിയായ ബോൾഷെവിക്" എന്ന് മുദ്രകുത്തി. എന്നാൽ അതെന്നെ ഒരു തരത്തിലും ബാധിച്ചില്ല. എന്റെ പ്രവർത്തനമേഖല വിശാലമാണ്, ഫാക്ടറി തൊഴിലാളികളും സ്ത്രീ പോരാളികളുമൊക്കെയായി എനിക്ക് ആയിരക്കണക്കിന് അനുയായികളുണ്ട്. ഈ സമയം, ഞാൻ വളരെ ജനസമ്മതി നേടിയ ആളായിരുന്നു, പ്രത്യേകിച്ചും ഒരു പ്രസംഗക എന്ന നിലയിൽ. അതേസമയം, ബൂർഷ്വ പ്രസിദ്ധീകരണങ്ങളാൽ നിന്ദിക്കപ്പെടുകയും നിർദ്ദയമായി ആക്രമിക്കപ്പെടുകയും ചെയ്തു. നിലവിലുള്ള ജോലികളുടെ ഭാരംകൊണ്ട് കഷ്ടപ്പെട്ടിരുന്നതിനിടയിൽ, എനിക്കെതിരെയുള്ള ആക്രമണങ്ങളും അപവാദങ്ങളും വായിക്കാൻ എനിക്ക് സമയം കിട്ടിയിരുന്നില്ല എന്നത് ഭാഗ്യമായി. റഷ്യൻ മുന്നണിയെ ദുർബ്ബലപ്പെടുത്തുന്നതിനായി ജർമ്മൻ കൈസർ എനിക്ക് പ്രതിഫലം തന്നിരുന്നുവെന്നു കാണിച്ച് എനിക്കെതിരെ തിരിച്ചുവിട്ട വിദ്വേഷം ഭീകരമായ തോതിൽ വളർന്നു.

നിലവിലെ എരിയുന്ന പ്രശ്നം ഉയർന്ന ജീവിതച്ചെലവും അവശ്യവസ്തുക്കളുടെ വർദ്ധിച്ചുവരുന്ന ദൗർല്ലഭ്യതയുമാണ്. അങ്ങനെ ദാരിദ്ര്യബാധിതരായ സ്ത്രീകൾക്ക് പറഞ്ഞറിയിക്കാനാകാത്ത വിധം ദുസ്സഹമായ നാളുകളായിരുന്നു അത്. ഈ സാഹചര്യം പാർട്ടിയിൽ, 'സ്ത്രീകൾക്കൊപ്പം പ്രവർത്തിക്കാൻ' ഉള്ള കൃത്യമായ കളമൊരുക്കി. അതുകൊണ്ട് ഫലപ്രദമായി പ്രവർത്തനം പൂർത്തിയാക്കാൻ ഞങ്ങൾക്ക് വേഗത്തിൽ കഴിഞ്ഞു. 1917 മെയ് ആയപ്പോഴേക്കും തന്നെ, *ദി വിമൻ*

വർക്കേഴ്സ് എന്ന വാരിക അതിന്റെ ആരംഭം കുറിച്ചു. ഉയർന്ന ജീവിത ചെലവിനും യുദ്ധത്തിനുമെതിരായി സ്ത്രീകളുടെ പിന്തുണയാവശ്യപ്പെട്ട് ഒരു നിവേദനം എഴുതിനല്കി. താൽക്കാലിക ഗവൺമെന്റിന് കീഴിലുള്ള റഷ്യയിൽ നടന്ന, ആയിരക്കണക്കിനാളുകൾ പങ്കെടുത്ത ആദ്യ ബഹുജനസമ്മേളനം സംഘടിപ്പിച്ചത് ഞങ്ങളാണ്, ബോൾഷെവിക്കുകൾ. കെറൻസ്കിയും അദ്ദേഹത്തിന്റെ മന്ത്രിമാരും, സൈന്യത്തിലെ 'അസംഘടിതമനോഭാവത്തിന് കാരണക്കാരി'യായ എന്നോടുള്ള വിദ്വേഷം മറച്ചുവച്ചില്ല. ജർമ്മൻ യുദ്ധത്തടവുകാർക്കുവേണ്ടി മദ്ധ്യസ്ഥത പറഞ്ഞ്, 'പ്രവ്ദ'യിൽ വന്ന എന്റെയൊരു ലേഖനം ദേശസ്നേഹികളുടെ ഇടയിൽ രോഷത്തിന്റെ കൊടുങ്കാറ്റ് അഴിച്ചുവിട്ടു.

ലെനിൻ, സോവിയറ്റുകളുടെ ചട്ടക്കൂടിലുള്ള തന്റെ പ്രശസ്തമായ ഏപ്രിലിലെ പ്രസംഗങ്ങൾ നടത്തുമ്പോൾ, അദ്ദേഹത്തിന്റെ ഏപ്രിൽ തിസീസിന് പാവപ്പെട്ടവരുടെ പിന്തുണനേടാൻ പ്രയത്നിച്ച പാർട്ടി സഖാക്കളിൽ ഒരാൾ ഞാൻ മാത്രമാണ്. എന്ത് വിദ്വേഷമാണ് ആ ഒറ്റ പ്രവൃത്തി എനിക്കെതിരെ ആളിക്കത്തിച്ചത്! ഞാൻ അന്നത്തെ ചർച്ചാ വിഷയമാകുന്നതുകൊണ്ടും എനിക്കെതിരെയുള്ള അസഭ്യങ്ങൾക്കും നുണകൾക്കും ഞാൻ നേരിട്ട് സാക്ഷിയായതുകൊണ്ടും പലപ്പോഴും ആളുകൾ എന്നെ തിരിച്ചറിയുന്നതിനുമുമ്പ് എനിക്ക് ട്രാംകാറുകളിൽ നിന്ന് ചാടിയിറങ്ങേണ്ടിവന്നിരുന്നു.

എന്നെ അപകീർത്തിപ്പെടുത്താൻ ശത്രു എങ്ങനെയാണ് അവരുടെ എല്ലാ കഴിവും ഉപയോഗിച്ച് പ്രവർത്തിക്കുന്നതെന്നതിന് ഒരു ചെറിയ ഉദാഹരണം പറയാൻ ഞാനാഗ്രഹിക്കുന്നു. റഷ്യയിലേക്കുള്ള യാത്രാമദ്ധ്യേ, എന്റെ പെട്ടി നഷ്ടപ്പെട്ടതിനാൽ ഞാനെപ്പോഴും ഒരേ വസ്ത്രമാണ് ധരിച്ചിരുന്നത്. ആ സമയത്ത്, എന്നോട് വിരോധമുള്ള പത്രങ്ങൾ അതിനെക്കുറിച്ച്, പ്രത്യേകിച്ച് എന്നെ പരിഹസിക്കാൻ വേണ്ടി, "കൊല്ലന്തായി പാർട്ടി വസ്ത്രങ്ങൾ" എന്ന് കളിയാക്കി എഴുതിയിരുന്നു. എന്നെയും ലെനിനെയും വിമർശിച്ച് തെരുവ് പാട്ടുകൾ പോലുമുണ്ടായി. പ്രകോപിതരായ ജനങ്ങളുടെ ഭീഷണിയിൽനിന്ന്, ധീരരായ എന്റെ സുഹൃത്തുക്കളുടെയും പാർട്ടി സഖാക്കളുടെയും ഇടപെടൽ കൊണ്ടു മാത്രമാണ് ഞാൻ രക്ഷപ്പെട്ടിരുന്നത് എന്നതിൽ തെല്ലും അതിശയോക്തിയില്ല. എന്നാലും എന്റെ ചുറ്റുമുള്ളവരിൽനിന്ന് എനിക്ക് വിദ്വേഷം അനുഭവിക്കേണ്ടിവന്നില്ല. തീർച്ചയായും, എന്നോട് അങ്ങേയറ്റം താല്പര്യമുള്ള തൊഴിലാളികൾ, നാവികർ, സൈനികർ എല്ലാമടങ്ങുന്ന വലിയ വിഭാഗം ഉണ്ടായിരുന്നു. ആവേശഭരിതരായ സുഹൃത്തുക്കളാണ് അതിൽ വലിയ വിഭാഗമുള്ളത്. എങ്ങനെയായാലും ഞങ്ങളുടെ അനുയായികളുടെ എണ്ണം ദിനംപ്രതി വർദ്ധിച്ചുവന്നു. ഏപ്രിലിൽത്തന്നെ ഞാൻ സോവിയറ്റിന്റെ എക്സിക്യൂട്ടീവിൽ അംഗമായിരുന്നു. വാസ്തവത്തിൽ, ആ സമയത്ത് വഴിനയിക്കുന്ന രാഷ്ട്രീയസംഘടനയായിരുന്ന സോവിയറ്റിൽ കുറേക്കാലത്തേക്ക് ഞാൻ മാത്രമേയുണ്ടായിരുന്നുള്ളൂ, ഞാനല്ലാതെ വേറെ സ്ത്രീകളുണ്ടായിരുന്നില്ല. 1917 മെയിൽ, എല്ലാ അല

ക്കുശാലകളും നഗരസഭയ്ക്കു കീഴിൽ കൊണ്ടുവരണമെന്ന ആവശ്യമുന്നയിച്ച് സ്ത്രീകളായ അലക്കുതൊഴിലാളികൾ നടത്തിയ സമരത്തിൽ ഞാൻ പങ്കെടുത്തു. സമരം ആറാഴ്ചക്കാലം നീണ്ടുനിന്നു. എന്നിട്ടും അവരുടെ പ്രധാന ആവശ്യം കെറൻസ്കി ഭരണകൂടം അംഗീകരിച്ചില്ല.

ജൂൺ അവസാനം, പാർട്ടി എന്നെ ഒരു പ്രതിനിധിയായി സ്റ്റോക്ഹോമിലെ ഒരു അന്താരാഷ്ട്ര കൂടിയാലോചനയ്ക്ക് അയച്ചു, എന്നാൽ താല്ക്കാലിക ഗവൺമെന്റിനെതിരായി ജൂലൈയിലുണ്ടായ കലാപത്തിന്റെയും ബോൾഷെവിക്കുകൾക്കെതിരെ ഗവൺമെന്റെടുത്തിരുന്ന നിഷ്ഠുരമായ നടപടികളുടെയും വാർത്ത ഞങ്ങളിലെത്തിയപ്പോൾ അത് തടസ്സപ്പെട്ടു. ഞങ്ങളുടെ ധാരാളം സഖാക്കൾ അപ്പോഴേക്കും അറസ്റ്റ് ചെയ്യപ്പെട്ടിരുന്നു. ലെനിനടക്കമുറ്റുള്ളവർ രക്ഷപ്പെടുകയും ഒളിവിൽ പോകുകയും ചെയ്തു. ബോൾഷെവിക്കുകളുടെ മേൽ വലിയ രാജ്യദ്രോഹക്കുറ്റം ചുമത്തുകയും ജർമ്മൻ കൈസറുടെ ചാരന്മാരായി മുദ്രകുത്തുകയും ചെയ്തു. കലാപമങ്ങനെ സ്തംഭനാവസ്ഥയിലെത്തുകയും ബോൾഷെവിക്കുകളോട് സഹതാപമുണ്ടായിരുന്ന എല്ലാവരോടും കൂട്ടുഭരണവാഴ്ച പക വീട്ടുകയും ചെയ്തു. റഷ്യയിലേക്ക് മടങ്ങുന്നത് അപകടകരമായ ഉദ്യമമാണെന്ന് എന്റെ സുഹൃത്തുക്കളും സഖാക്കളും കരുതിയെങ്കിലും ഉടനെ മടങ്ങാൻതന്നെ ഞാൻ തീരുമാനിച്ചു. ഞാൻ സ്വീഡനിലേക്ക് പോകണമെന്നും സംഭവവികാസങ്ങൾക്ക് തീരുമാനമാകുംവരെ കാത്തിരിക്കണമെന്നും അവരെന്നോട് ആവശ്യപ്പെട്ടു. ഈ ഉപദേശങ്ങൾ സദുദ്ദേശപരമായിരുന്നു, അവ ശരിയാണെന്ന് പിന്നീട് എനിക്ക് മനസ്സിലാവുകയും ചെയ്തു. എങ്കിലും അവയെ ഗൗനിക്കാൻ എനിക്ക് കഴിഞ്ഞില്ല. എനിക്ക് പോകണമായിരുന്നുവെന്ന് മാത്രം. അല്ലെങ്കിൽ, ധാരാളം രാഷ്ട്രീയസുഹൃത്തുക്കൾ ജയിലിലായിരിക്കുമ്പോൾ, താല്ക്കാലിക ഗവൺമെന്റിന്റെ പീഡനത്തെ പ്രതിരോധിക്കുന്നതിന് എനിക്കുള്ള വിശേഷാവസരം ഉപയോഗപ്പെടുത്തുന്ന ഭീരുത്വം നിറഞ്ഞ പ്രവൃത്തിയായി എനിക്കുതന്നെ അനുഭവപ്പെട്ടേനെ. ഒരുപക്ഷേ, സ്വീഡിനിൽനിന്ന് ഞങ്ങളുടെ വിഷയത്തിൽ ഫലപ്രദമായ നീക്കങ്ങൾ നടത്താൻ കഴിയുമായിരുന്നു എന്ന് ഞാൻ പിന്നീട് മനസ്സിലാക്കി. പക്ഷേ, ഞാൻ ആ നിമിഷത്തിന്റെ ഉൾപ്രേരണയ്ക്ക് കീഴ്പ്പെട്ടുപ്പോയി. കെറൻസ്കിയുടെ ആജ്ഞയനുസരിച്ച്, ടോർണിയോ അതിർത്തിയിൽ വച്ച് ഞാൻ അറസ്റ്റ് ചെയ്യപ്പെടുകയും ചാരയെന്നപോലെ അങ്ങേയറ്റം നിർദ്ദയമായ നടപടികൾക്ക് ഞാൻ വിധേയയാവുകയും ചെയ്തു... പക്ഷേ, അറസ്റ്റ് തന്നെ നടന്നത് തികച്ചും നാടകീയമായിട്ടാണ്: എന്റെ പാസ്പോർട്ട് പരിശോധിക്കുന്നതിനിടയിൽ, എന്നോട് കമാൻഡന്റിന്റെ ഓഫീസിലേക്ക് കടന്നുനില്ക്കാൻ ആവശ്യപ്പെട്ടു. എന്താണ് ഉദ്ദേശിക്കുന്നതെന്ന് എനിക്ക് മനസ്സിലായി. വളരെ വലിയ ഒരു മുറിയിൽ ധാരാളം സൈനികർ പരസ്പരം അമർന്നുചേർന്ന് നില്ക്കുന്നുണ്ടായിരുന്നു.

രണ്ട് ചെറുപ്പം ഓഫീസർമാരും അവിടെയുണ്ടായിരുന്നു. അവരിൽ ഒരാൾ നാല് മാസം മുമ്പ് വലിയ സ്നേഹം ഭാവിച്ച് എന്നെ സ്വീകരിച്ച

അതേ സുന്ദര യുവാവാണ്. അക്ഷരാർത്ഥത്തിൽ ആ മുറിയിൽ നിശ്ശബ്ദത കനംവച്ചു.

പ്രിൻസ് ബി എന്ന ആദ്യ ഓഫീസറുടെ മുഖഭാവം അദ്ദേഹത്തിന്റെ പരിഭ്രമം വെളിപ്പെടുത്തി. ശാന്തമായി, അടുത്തതായി എന്ത് സംഭവിക്കുമെന്നറിയാൻ ഞാൻ കാത്തിരുന്നു. "നിങ്ങൾ അറസ്റ്റ് ചെയ്യപ്പെട്ടിരിക്കുന്നു," പ്രിൻസ് ബി വ്യക്തമാക്കി. "അപ്പോ, പ്രതിവിപ്ലവം ജയിച്ചോ, നമുക്ക് വീണ്ടും ഒരു ഏകാധിപത്യം വന്നോ?". "ഇല്ല," എന്ന പരുക്കൻ മറുപടി. "താല്ക്കാലിക ഗവൺമെന്റിന്റെ ഓർഡർ പ്രകാരമാണ് നിങ്ങൾ അറസ്റ്റ് ചെയ്യപ്പെട്ടിരിക്കുന്നത്." "ഞാനിത് പ്രതീക്ഷിച്ചിരിക്കുകയായിരുന്നു. ദയവുചെയ്ത് എന്റെ സ്യൂട്ട്കേസ് അകത്തേക്ക് കൊണ്ടുവരാമോ? എനിക്കത് നഷ്ടപ്പെട്ടുകൂടാ." "തീർച്ചയായും. ലെഫ്റ്റനന്റ്, ആ സ്യൂട്ട്കേസ്!." എങ്ങനെയാണ് ഉദ്യോഗസ്ഥർ ആശ്വാസത്തോടെ നെടുവീർപ്പിട്ടതെന്നും എപ്രകാരമാണ് സൈനികർ, തങ്ങളുടെ മുഖങ്ങളിൽ വ്യക്തമായ നീരസത്തോടെ ആ മുറിവിട്ടതെന്നും ഞാൻ കണ്ടു. അറസ്റ്റിന് സാക്ഷിയാകണമെന്ന് ശഠിച്ച സൈനികർക്കിടയിൽ എന്റെ അറസ്റ്റ് ഒരു പ്രതിഷേധത്തിനിടയാക്കിയെന്ന് ഞാൻ പിന്നീടറിഞ്ഞു. എന്നാലും ഞാൻ സൈനികരോട് ഒരു പ്രസംഗം നടത്തുമോ എന്ന ഭയം ഉദ്യോഗസ്ഥർക്കുണ്ടായിരുന്നു. "അങ്ങനെ സംഭവിച്ചിരുന്നെങ്കിൽ ഞങ്ങൾക്ക് നിയന്ത്രണം വിട്ടുപോയേനെ," അവരിലൊരാൾ പിന്നീട് എന്നോട് പറഞ്ഞു.

മറ്റു ബോൾഷെവിക്കുകളെ പോലെ, ഒരു പെട്രോഗ്രാഡ് ജയിലിൽ കഠിനമായ ഏകാന്തതടവിൽ, അന്വേഷണനടപടികൾക്കുവേണ്ടി കാത്തിരിക്കാൻ ഞാൻ നിർബന്ധിതയായി. ഭരണക്രമം, ബോൾഷെവിക്കുകളോട് എത്രത്തോളം രൂക്ഷമായി പെരുമാറിയോ അത്രയധികം അവരുടെ സ്വാധീനം വർദ്ധിച്ചു. വെള്ളക്കാരനായ ജനറൽ കോർനിലോവിന്റെ പെട്രോഗാർഡിലെ മാർച്ച്, വിപ്ലവത്തിന്റെ ഏറിയകൂറുമുള്ള പുരോഗമന തീവ്രവാദപരമായ അംശങ്ങളെ ശക്തിപ്പെടുത്തി. ജയിലിലിലടയ്ക്കപ്പെട്ട ബോൾഷെവിക്കുകളെ സ്വതന്ത്രരാക്കണമെന്ന് ജനങ്ങൾ ആവശ്യപ്പെട്ടു. എന്നാലും കെറൻസ്കി എന്നെ വിട്ടയക്കാൻ വിസമ്മതിച്ചു, സോവിയറ്റിന്റെ ഒരു ഉത്തരവുപ്രകാരം ജാമ്യത്തിന്മേലാണ് ഞാൻ ജയിലിൽനിന്ന് വിട്ടയക്കപ്പെട്ടത്. പക്ഷേ, അടുത്ത ദിവസമായപ്പോഴേക്കും തന്നെ, എന്നെ വീട്ടുതടങ്കലിലാക്കുമെന്ന കെറൻസ്കിയുടെ വിധി എനിക്ക് മുകളിൽ തൂങ്ങിക്കിടന്നു. എന്നിരുന്നാലും 1917 ലെ നിർണ്ണായകമായ ഒക്ടോബർ വിപ്ലവത്തിന് ഒരു മാസം മുമ്പ്, എനിക്ക് പൂർണ്ണമായി സഞ്ചാരസ്വാതന്ത്ര്യം ലഭിച്ചു. പിന്നെയും എന്റെ ജോലികൾ കുന്നുകൂടി. ഉടനെ, ഒരു വ്യവസ്ഥിതമായ സ്ത്രീ-തൊഴിലാളി പ്രസ്ഥാനത്തിന് അടിത്തറയൊരുക്കേണ്ടിയിരുന്നു. സ്ത്രീതൊഴിലാളികളുടെ ആദ്യ സമ്മേളനം വിളിച്ചുചേർക്കേണ്ടിയിരുന്നു, അതു നടന്നു എന്നു മാത്രമല്ല, താല്ക്കാലിക ഗവൺമെന്റിനെ അധികാരത്തിൽ നിന്നിറക്കി, സോവിയറ്റ് റിപ്പബ്ലിക്കിന്റെ സ്ഥാപനത്തിനൊപ്പം അത് നടന്നു.

ആ സമയം ഞാൻ പാർട്ടിയുടെ ഉന്നതസമിതിയിൽ- കേന്ദ്രക്കമ്മിറ്റിയിൽ അംഗമായിരുന്നു. ഞാൻ സായുധവിപ്ലവ നയത്തിനുവേണ്ടി വോട്ടുചെയ്യുകയും ചെയ്തു. നിർണ്ണായക സമ്മേളനങ്ങളിലും സ്റ്റേറ്റിന്റെ സ്ഥാപനങ്ങളിലും (പ്രാഥമിക പാർലമെന്റ്, ഡെമോക്രാറ്റിക് കോൺഗ്രസ് തുടങ്ങിയവ) വ്യത്യസ്ത പാർട്ടി പ്രതിനിധാനങ്ങളിലും ഞാൻ അംഗമായിരുന്നു. അതുകഴിഞ്ഞ്, ഒക്ടോബർ വിപ്ലവത്തിന്റെ മഹത്തായ നാളുകളെത്തി. സ്മോൽനി ചരിത്രപ്രസിദ്ധമായിത്തീർന്നു. ഉറക്കമില്ലാത്ത രാത്രികൾ, തുടർച്ചയായ യോഗങ്ങൾ. ഒടുവിൽ ആവേശജനകമായ പ്രഖ്യാപനങ്ങൾ. ''സോവിയറ്റുകൾ അധികാരത്തിൽ വരുന്നു!'' "സോവിയറ്റുകൾ ലോക ജനതയോട് യുദ്ധം അവസാനിപ്പിക്കാൻ അഭ്യർത്ഥിക്കുന്നു." "നാട് സമത്വപൂർണ്ണമായിരിക്കുകയും കർഷകരുടേതായിരിക്കുകയും ചെയ്തിരിക്കുന്നു!"

സോവിയറ്റ് ഗവൺമെന്റ് രൂപീകരിക്കപ്പെട്ടു. ഞാൻ ജനങ്ങളുടെ സാമൂഹിക ക്ഷേമവകുപ്പിന്റെ കമ്മിസാറായി (സോവിയറ്റിലെ വകുപ്പിന്റെ തലവൻ) നിയമിതയായി. ക്യാബിനറ്റിലെ ആകെയൊരു വനിത ഞാനായിരുന്നു, അതുപോലെ ചരിത്രത്തിൽ ഗവൺമെന്റിന്റെ പ്രതിനിധിയായി അംഗീകരിക്കപ്പെട്ട ആദ്യ വനിതയും. തൊഴിലാളികളുടെ ഗവൺമെന്റിന്റെ ആദ്യ മാസങ്ങളെ, ജീവിതം മെച്ചപ്പെടുത്താനും ലോകത്തെ പുതുതായി രൂപപ്പെടുത്താനുമുള്ള പ്രൗഢമായ സങ്കല്പങ്ങളും പദ്ധതികളും ആവേശപൂർവ്വമായ തുടക്കങ്ങളുംകൊണ്ട് സമ്പന്നമായ മാസങ്ങളെ, വിപ്ലവത്തിന്റെ യഥാർത്ഥ കാല്പനികതയുടേതായ മാസങ്ങളെ ഓർക്കുമ്പോൾ ഒരാൾ വാസ്തവത്തിൽതന്നെക്കുറിച്ചല്ലാതെ മറ്റെന്തിനെക്കുറിച്ചും എഴുതാനാഗ്രഹിക്കുന്നു. 1917 ഒക്ടോബർ മുതൽ 1918 മാർച്ച് വരെ സാമൂഹ്യക്ഷേമവകുപ്പ് മന്ത്രിയായി പ്രവർത്തിച്ചു. എതിർപ്പൊന്നുമില്ലാതെയല്ല, മന്ത്രാലയത്തിലെ മുൻ ഉദ്യോഗസ്ഥർ എന്നെ സ്വീകരിച്ചത്. അവരിൽ മിക്കവരും പരസ്യമായിത്തന്നെ ഞങ്ങളെ അട്ടിമറിക്കുകയും ജോലിയിൽ ഹാജരാകാതിരിക്കുകയും ചെയ്തു. പക്ഷേ, ഈ ഓഫീസിന് അതിന്റെ മുന്നിൽ വരുന്ന ജോലികൾ എന്തായാലും തീർത്തും തടസ്സപ്പെടാതിരിക്കണം, കാരണം, അസാധാരണമാം വിധം സങ്കീർണ്ണമായ പ്രവർത്തനങ്ങളാണതിലുള്ളത്. യുദ്ധത്തിൽ അംഗവൈകല്യം സംഭവിച്ചവർക്കുള്ള എല്ലാ ക്ഷേമപ്രവർത്തനങ്ങളും അതിൽ ഉൾക്കൊള്ളുന്നു- അംഗവൈകല്യം സംഭവിച്ച ലക്ഷക്കണക്കിന് സൈനികർക്കും ഉദ്യോഗസ്ഥർക്കുംവേണ്ടി, പൊതുവായുള്ള പെൻഷൻ സമ്പ്രദായം, അനാഥശിശു മന്ദിരങ്ങൾ, വൃദ്ധസദനങ്ങൾ, അനാഥാലയങ്ങൾ, ആവശ്യക്കാർക്ക് ആശുപത്രികൾ, കൃത്രിമാവയവങ്ങൾ നിർമ്മിക്കുന്ന പണിപ്പുരകൾ, കളിക്കാനുള്ള ചീട്ടുകൾ നിർമ്മിക്കുന്ന ഫാക്ടറികളുടെ നടത്തിപ്പ് (കളിക്കാനുള്ള ചീട്ടുകളുടെ നിർമ്മാണം സ്റ്റേറ്റിന്റെ കുത്തകയായിരുന്നു), വിദ്യാഭ്യാസ സമ്പ്രദായം, സ്ത്രീകൾക്കായുള്ള ആശുപത്രികൾ അങ്ങനെ എല്ലാം. അതിനുപുറമെ, പെൺകുട്ടികൾക്കുവേണ്ടിയുള്ള വിദ്യാഭ്യാസസ്ഥാപനങ്ങളുടെ ഒരു നിര തന്നെ ഈ

മന്ത്രാലയത്തിന് കീഴിലുണ്ടായിരുന്നു. ഇത്തരം ബൃഹത്തായ ആവശ്യങ്ങൾ നിവൃത്തിക്കാൻ ഒരു ചെറിയസംഘം ആളുകൾ നിയുക്തരാകുമ്പോൾ, അതും സ്റ്റേറ്റിന്റെ ഭരണനിർവ്വഹണത്തിൽ തുടക്കക്കാരായവർക്ക് വളരെ വലിയ കർത്തവ്യങ്ങൾ ചെയ്യേണ്ടുന്ന അവസ്ഥ ഒരാൾക്ക് എളുപ്പം സങ്കല്പിക്കാനാവും. ഈ ബുദ്ധിമുട്ടുകളെപ്പറ്റിയുള്ള കൃത്യമായ ധാരണയിൽ, ഞാൻ പെട്ടെന്നുതന്നെ, ഒരു ഓക്സിലറി കൗൺസിൽ- സഹായക സമിതി രൂപീകരിച്ചു- മന്ത്രാലയത്തിലെ ജോലിക്കാർക്കും ചെറിയ ഔദ്യോഗിക പദവിയിലുള്ളവർക്കുമൊപ്പം ഭിഷഗ്വരൻമാരേയും നിയമജ്ഞരേയും വിദ്യാഭ്യാസവിചക്ഷണരേയും പോലെയുള്ള വിദഗ്ദ്ധരേയും ആ സമിതിയിലുൾപ്പെടുത്തിയിരുന്നു. പ്രയാസകരമായ ഈ കർത്തവ്യങ്ങൾ നിറവേറ്റുന്നതിനായി ചെറിയ ഉദ്യോഗസ്ഥർ വഹിച്ച ത്യാഗവും അദ്ധ്വാനവും സത്യത്തിൽ മാതൃകാപരമായിരുന്നു. മന്ത്രാലയത്തിന്റെ പ്രവർത്തനം മുന്നോട്ടുകൊണ്ടുപോവുക എന്നതുമാത്രമല്ല കാര്യം, നവീകരണങ്ങളും പരിഷ്ക്കാരങ്ങളും നടപ്പിലാക്കുക എന്നതുകൂടി പ്രധാനമാണ്. പഴയ ഭരണവ്യവസ്ഥയിലെ വിധ്വംസകരായ ഉദ്യോഗസ്ഥരെ മാറ്റി, പുതിയ, ഉന്മേഷമുള്ള സംഘത്തെ നിയമിച്ചു. മുമ്പ് വളരെ യാഥാസ്ഥിതികമായിരുന്ന മന്ത്രാലയത്തിലെ ഓഫീസുകൾക്ക് ഒരു പുതുജീവൻ വച്ചു. കഠിനമായ പ്രവൃത്തികളുടെ പകലുകൾ! രാത്രി ലെനിന്റെ അദ്ധ്യക്ഷതയിൽ ചേരുന്ന പീപ്പിൾസ് കാമ്മിസാർ (ക്യാബിനറ്റ്) യോഗങ്ങൾ. ഒരു ചെറിയ, ഒതുക്കമുള്ള മുറിയും റഷ്യയുടെ ഏറ്റവും അടിത്തട്ടിലുള്ള ജീവിതങ്ങൾ മാറ്റിമറിച്ച പ്രമേയങ്ങൾ രേഖപ്പെടുത്തിയ ഒരേയൊരു സെക്രട്ടറിയും. പീപ്പിൾസ് കാമ്മിസാറിൽ എന്റെ ആദ്യ ജോലി, ഒരു ചെറിയ കർഷകന്, ഔദ്യോഗികാവശ്യത്തിന് അയാളിൽ നിന്നുവാങ്ങിയ കുതിരയ്ക്കുള്ള നഷ്ടപരിഹാരം നല്കലായിരുന്നു. വാസ്തവത്തിൽ എന്റെ ഓഫീസിന്റെ പ്രവർത്തനങ്ങളിൽപ്പെട്ടതായിരുന്നില്ല അത്. എന്നാൽ ആ മനുഷ്യൻ തന്റെ കുതിരയ്ക്ക് നഷ്ടപരിഹാരം നേടിയെടുക്കാൻ നിശ്ചയിച്ചുറപ്പിച്ചിരുന്നു. അയാൾ വിദൂരഗ്രാമത്തിൽനിന്നും ഏറെ ദൂരം സഞ്ചരിച്ച് തലസ്ഥാനത്തെത്തി, ക്ഷമയോടെ എല്ലാ മന്ത്രാലയങ്ങളുടേയും വാതിലുകളിലും മുട്ടി. എപ്പോഴും അത് വെറുതയായി. ആ സമയത്താണ് ബോൾഷെവിക് വിപ്ലവം പൊട്ടിപ്പുറപ്പെട്ടത്. ബോൾഷെവിക്കുകൾ തൊഴിലാളികളോടും കർഷകരോടും അനുഭാവമുള്ളവരാണെന്ന് ആ മനുഷ്യൻ കേട്ടിരുന്നു. അതുകൊണ്ട് അയാൾ ലെനിനെ കണ്ട് നഷ്ടപരിഹാരം വാങ്ങാൻ സ്മോൽനി ഇൻസ്റ്റിറ്റ്യൂട്ടിലേക്ക് ചെന്നു. ലെനിനും കർഷകനും തമ്മിലുള്ള സംഭാഷണമെന്തായിരുന്നു എന്നെനിക്കറിയില്ല. അതെന്തായാലും അതിന്റെ ഫലമായി, ലെനിന്റെ നോട്ട്ബുക്കിൽനിന്ന് ചീന്തിയെടുത്ത ഒരു ചെറിയ കടലാസുമായി അയാൾ എന്റെയടുത്തെത്തി. അപ്പോൾ സാമൂഹ്യക്ഷേമ വകുപ്പിന്റെ പക്കൽ കാര്യനിർവ്വഹണത്തിനായി വിലയൊരു സംഖ്യ ഉള്ളതുകൊണ്ട്, ഈ പ്രശ്നത്തിന് എങ്ങനെയെങ്കിലും പരിഹാരമുണ്ടാക്കണമെന്ന് അയാൾ ലെനിന്റെ

യടുത്ത് നിന്ന് കൊണ്ടുവന്ന ആ കടലാസിലുണ്ടായിരുന്നു. ആ ചെറുകർഷകന് അയാളുടെ നഷ്ടപരിഹാരത്തുക ലഭിച്ചു.

ജനങ്ങളുടെ കാമ്മിസാർ എന്ന നിലയ്ക്ക് എന്റെ പ്രധാന ചുമതലകളിലുള്ളത് താഴെ പറയുംപ്രകാരമാണ്: യുദ്ധത്തിൽ അംഗവൈകല്യം സംഭവിച്ചവരുടെ ജീവിതസാഹചര്യങ്ങൾ മെച്ചപ്പെടുത്താൻ വേണ്ട ഉത്തരവുകൾ പുറപ്പെടുവിക്കുക, മന്ത്രാലയത്തിനുകീഴിലുള്ള വിദ്യാലയങ്ങളിലെ പെൺകുട്ടികൾക്ക് മതബോധനം നിർത്തലാക്കുക (സഭയും സ്റ്റേറ്റും തമ്മിലുള്ള സാമാന്യമായ വേർതിരിവിന് മുമ്പാണത്), പുരോഹിതരെ സിവിൽ സർവ്വീസിലേക്കു മാറ്റുന്നതിന്, വിദ്യാർത്ഥികൾക്ക് സ്കൂളുകളിൽ സ്വയംനിർവ്വഹണത്തിനുള്ള അവകാശം നല്കുന്നതിന്, പഴയ അനാഥമന്ദിരങ്ങളെ ഗവൺമെന്റിന്റെ ശിശുഭവനങ്ങളായി പുനഃക്രമീകരിക്കുന്നതിന് (അനാഥരായ കുട്ടികളും, ഇപ്പോഴും അച്ഛനമ്മമാരുള്ള കുട്ടികളും തമ്മിൽ യാതൊരു വേർതിരിവും ഉണ്ടായിക്കൂടാ), അത്യാവശ്യമുള്ളവർക്കും തെരുവിൽ അലയുന്ന അനാഥർക്കുമുള്ള ആദ്യ പാർപ്പിടങ്ങൾ ആരംഭിക്കുന്നതിന്, മുഴുവൻ രാജ്യത്തിന്റെയും പൊതു ആരോഗ്യവ്യവസ്ഥ വിപുലപ്പെടുത്തുന്നതിന് ഡോക്ടർമാർ മാത്രമുള്ള ഒരു കമ്മിറ്റി വിളിച്ചുചേർക്കുന്നതിന് തുടങ്ങിയ കാര്യങ്ങൾക്കുള്ള നടപടികൾ. എന്റെ അഭിപ്രായത്തിൽ പീപ്പിൾസ് കാമ്മിസാറിയറ്റിന്റെ ഏറ്റവും പ്രധാനപ്പെട്ട വിജയമെന്നത് മാതൃക്ഷേമത്തിനും ശിശുക്ഷേമത്തിനുമായുള്ള കേന്ദ്ര ഓഫീസിന്റെ നിയമപരമായ പ്രതിഷ്ഠാപനമാണ്. 1918 ജനുവരിയിൽ, ഈ കേന്ദ്ര കാര്യാലയവുമായി ബന്ധപ്പെട്ട ബില്ലിന്റെ കരടിൽ ഞാൻ ഒപ്പുവച്ചു. രണ്ടാമത്തെ ഒരു ഉത്തരവ് പ്രകാരം, എല്ലാ പ്രസവാശുപത്രികളും സൗജന്യ മാതൃ-ശിശു സംരക്ഷണ ഭവനങ്ങളാക്കി മാറ്റുകയും അതുവഴി പ്രസവത്തിനു മുമ്പുള്ള കരുതലിന്റെ കാര്യത്തിൽ സമഗ്രമായ ഒരു ഗവൺമെന്റ് വ്യവസ്ഥയ്ക്കായുള്ള അടിത്തറയൊരുക്കാൻ തുടങ്ങുകയും ചെയ്തു. ഈ വെല്ലുവിളികളെ നേരിട്ട്, കാര്യങ്ങൾ നടപ്പാക്കുന്നതിൽ എന്നെ ഡോ. കോറോലെഫ് വളരെയധികം സഹായിച്ചു. പ്രസവാനുബന്ധ കരുതലിന്, അമ്മമാർക്കുള്ള കോഴ്സുകൾ നടത്തുകയും ശിശുപരിപാലനത്തിനുള്ള പ്രത്യേക നഴ്സറികളും മറ്റനേകം കാര്യങ്ങളുമുള്ള ഒരു "പ്രീനാറ്റൽ കെയർ പാലസ്" കൂടി ഞങ്ങൾ ആസൂത്രണം ചെയ്തു. മുമ്പ് കുലീനവർഗ്ഗത്തിലെ പെൺകുട്ടികൾക്കായുള്ള ബോർഡിങ് സ്കൂൾ നടന്നിരുന്നതും, അപ്പോഴും ഒരു പ്രഭ്വിയുടെ കീഴിലുമായിരുന്ന കെട്ടിടത്തിൽ പാലസിനുള്ള ഒരുക്കങ്ങൾ ഏകദേശം പൂർത്തിയായിവരികയായിരുന്നു. കഷ്ടപ്പെട്ട് തുടങ്ങിയ ഞങ്ങളുടെ പ്രവർത്തനം ഒരു തീപ്പിടുത്തത്തിൽ നശിച്ചു. അത് മനഃപൂർവ്വം ആരെങ്കിലും തീ വച്ചതാണോ?... അർദ്ധരാത്രിയിൽ ഞാൻ മെത്തയിൽനിന്ന് വലിച്ചെണീപ്പിക്കപ്പെട്ടു. ഞാൻ തീപ്പിടുത്തമുണ്ടായിടത്തേക്ക് പാഞ്ഞു. ഭംഗിയായി ക്രമീകരിച്ചിരുന്ന പ്രദർശനമുറിയാകെ നശിച്ചു, അതുപോലെ തന്നെ മറ്റു മുറികളും. "പ്രീ-നേറ്റൽ കെയർ പാലസ്" എന്ന് പേരുകൊത്തിയ വലിയ ഫലകം മാത്രം പ്രവേശനക

വാടത്തിനു മുകളിൽ തൂങ്ങിക്കിടന്നു.

മാതൃ-ശിശു സംരക്ഷണത്തെ ദേശസാല്ക്കരിക്കാനുള്ള എന്റെ ശ്രമങ്ങൾ, എനിക്കെതിരെയുള്ള ഭ്രാന്തമായ ആക്രമണങ്ങൾ ആരംഭിക്കാൻ കാരണമായി. "സ്ത്രീകളുടെ ദേശസാല്ക്കരണ"ത്തെക്കുറിച്ചും 12 വയസ്സായ എല്ലാ കൊച്ചുപെൺകുട്ടികളും മാതൃത്വവുമായി ബന്ധപ്പെട്ട എന്റെ നിയമനിർമ്മാണ പ്രമേയങ്ങളെയുംകുറിച്ചായിരുന്നു നുണ പ്രചാരണങ്ങളെല്ലാം. എന്റെ അധികാരമുപയോഗിച്ച് (ക്യാബിനറ്റ്, പിന്നീട് അതിനെന്നെ വിമർശിക്കുകയുണ്ടായി), ഞാൻ പ്രശസ്തമായ അലക്സാണ്ടർ നെവ്സ്കി മൊണാസ്റ്ററി, യുദ്ധത്തിൽ വികലാംഗരായവർക്കുള്ള മന്ദിരമാക്കി മാറ്റിയപ്പോൾ പഴയ വാഴ്ചയിലെ മതാനുയായികൾക്കിടയിൽ ഒരു പ്രത്യേക രോഷം പടർന്നു. സന്ന്യാസികൾ പ്രതിഷേധിക്കുകയും അതിന്റെ ഫലമായി വെടിവെപ്പുണ്ടാവുകയും ചെയ്തു. പത്രങ്ങൾ എനിക്കെതിരെ വലിയ ഒച്ചപ്പാടുകളും ആക്രോശങ്ങളുമുണ്ടാക്കി. സഭ എന്റെ പ്രവർത്തനത്തിനെതിരെ തെരുവിൽ പ്രകടനങ്ങൾ സംഘടിപ്പിക്കുകയും ബഹിഷ്കരണം പ്രഖ്യാപിക്കുകയും ചെയ്തു...

എണ്ണമറ്റ ഭീഷണിക്കത്തുകൾ എനിക്ക് ലഭിച്ചെങ്കിലും ഞാനൊരിക്കലും സേനയുടെ സംരക്ഷണമാവശ്യപ്പെട്ടില്ല. ഞാനെപ്പോഴും ഒറ്റയ്ക്ക്, ആയുധങ്ങളോ അംഗരക്ഷകരോ ഇല്ലാതെ പുറത്തുപോയി. വാസ്തവത്തിൽ, തികച്ചും വ്യത്യസ്തമായ സ്വഭാവമുള്ള കാര്യങ്ങളിൽ ഞാൻ വല്ലാതെ മുഴുകിയിരുന്നതുകൊണ്ട് ഒരു തരത്തിലുള്ള ഭയചിന്തയ്ക്കും ഞാനിട നല്കിയില്ല. സാമ്പത്തികവും രാഷ്ട്രീയവുമായ വ്യത്യസ്ത പ്രശ്നങ്ങൾക്ക് വ്യക്തത വരുത്താൻ, സോവിയറ്റിന്റെ ദേശീയപ്രിതിനിധി സംഘത്തെ 1918 ഫെബ്രുവരിയിൽ, ആദ്യമായി സ്വീഡനിലേക്ക് അയച്ചു. പീപ്പിൾസ് കാമ്മിസാറെന്ന നിലയ്ക്ക് ഞാനാണ് ആ പ്രതിനിധി സംഘത്തെ നയിച്ചത്. പക്ഷേ, ഞങ്ങളുടെ കപ്പൽ ഒരു കപ്പൽഛേദത്തിൽപ്പെട്ടു. ഫിൻലന്റിലെ അലാന്റ് ദ്വീപുകളിൽ കരകയറ്റി ഞങ്ങൾ രക്ഷപ്പെടുകയാണുണ്ടായത്. ഈ സമയത്ത്, രാജ്യത്തെ വെള്ള പട്ടാളവും ചെമ്പടയും തമ്മിലുള്ള പോരാട്ടം അതിന്റെ ഏറ്റവും ആപൽസന്ധിഘട്ടത്തിലെത്തി, ജർമ്മൻ സൈന്യവും ഫിൻലന്റിനെതിരെ യുദ്ധം ചെയ്യാൻ തയ്യാറാവുകയായിരുന്നു.

ഞങ്ങളുടെ കപ്പൽ തകർന്ന അന്നു വൈകുന്നേരം തന്നെ, അലാന്റ് ദ്വീപുകൾ വെള്ള പട്ടാളം കൈയേറി. ആ സമയം ഞങ്ങൾ രക്ഷപ്പെട്ടതിന്റെ സന്തോഷത്തിൽ മെരിയഹാമ് നഗരത്തിലെ ഒരു സത്രത്തിലിരുന്ന് അത്താഴം കഴിക്കുകയായിരുന്നു. നിശ്ചയദാർഢ്യവും ഉപായവുംകൊണ്ട് ഞങ്ങൾ ഒരുവിധം രക്ഷപ്പെട്ടു, എങ്കിലും ഞങ്ങളുടെ കൂട്ടത്തിലെ ചെറുപ്പക്കാരനായ ഫിൻ വംശജൻ പിടിക്കപ്പെടുകയും കൊല്ലപ്പെടുകയുമുണ്ടായി. തലസ്ഥാനത്തെ ഒഴിപ്പിക്കൽ നടപടികൾ അത്യധികമായ വേഗതയോടെ നടക്കുന്ന പെട്രോഗ്രാഡിലേക്ക് ഞങ്ങൾ മടങ്ങി: ജർമ്മൻ പട്ടാളം അപ്പോഴേക്കുംതന്നെ നഗരകവാടത്തിനുമുന്നിൽ നില്പുറപ്പിച്ചിരുന്നു.

എന്റെ ജീവിതത്തിലെ ഇരുണ്ട ഒരു കാലം ഇവിടെ തുടങ്ങുന്നു. ഇപ്പോഴും ആ സംഭവങ്ങൾ എന്റെ മനസ്സിൽ ഇന്നലെ എന്നപോലെ ഉള്ളതുകൊണ്ട്, എനിക്ക് അവയെക്കുറിച്ച് ഇവിടെ പറയാനാകില്ല. എന്നാൽ ഞാൻ അവയെക്കുറിച്ചുള്ള വിവരം നല്കുന്ന ഒരു ദിവസവും വരും.

പാർട്ടിയിൽ അഭിപ്രായഭിന്നതകളുണ്ടായിരുന്നു. നിലവിലുള്ള നയത്തോടുള്ള പൂർണ്ണമായ വിയോജിപ്പിന്റെ അടിസ്ഥാനത്തിൽ പീപ്പിൾസ് കാമ്മിസാർ എന്ന നിലയ്ക്കുള്ള എന്റെ പദവിയിൽനിന്ന് ഞാൻ രാജിവച്ചു. പതിയെപ്പതിയെ എന്റെ മറ്റുത്തരവാദിത്വങ്ങളിൽ നിന്നും ഞാൻ മാറ്റപ്പെട്ടു. ഞാൻ വീണ്ടും പ്രഭാഷണങ്ങളാരംഭിക്കുകയും 'ആധുനിക സ്ത്രീ''യെക്കുറിച്ചും 'ആധുനിക ധാർമ്മികത''യെ ക്കുറിച്ചുമുള്ള എന്റെ ആശയങ്ങൾക്കുവേണ്ടി സംസാരിക്കാനും തുടങ്ങി. വിപ്ലവം അതിന്റെ പാരമ്യത്തിലായിരുന്നു. സമരം വർദ്ധിതമായ രീതിയിൽ അനുരഞ്ജിപ്പിക്കാനാവാത്തതും രക്തരൂക്ഷിതവുമാവുകയാ യിരുന്നു. അതാകട്ടെ, എന്റെ കാഴ്ചപ്പാടിന് ഒരുതരത്തിലും പൊരുത്ത പ്പെടാൻ കഴിയാത്തതായിരുന്നു. പക്ഷേ, എല്ലാത്തിലുമുപരി, പൂർത്തിയാ വാത്ത കർത്തവ്യം അപ്പോഴും നിലനിന്നിരുന്നു, സ്ത്രീവിമോചനം. തീർച്ചയായും സത്രീകൾക്ക് എല്ലാ അവകാശങ്ങളും ലഭിച്ചു, പക്ഷേ, പ്രായോഗികമായി നോക്കുമ്പോൾ, കുടുംബജീവിതത്തിൽ യാതൊരു അധികാരവുമില്ലാതെ, ആയിരക്കണക്കിന് വീട്ടുജോലികൾകൊണ്ട് വീടുപണിക്കായി ദാസ്യപ്പെടുത്തപ്പെട്ട്, മാതൃത്വത്തിന്റെ എല്ലാ ഭാരവും പേറി, ശുചീകരണപ്രവൃത്തികളടക്കമുള്ളവ ചെയ്ത് അവരിപ്പോഴും പഴയ നുകത്തിൽത്തന്നെ തളയ്ക്കപ്പെട്ടിരിക്കുന്നു. ആകയാൽ ഇപ്പോൾ യുദ്ധവും മറ്റു സാഹചര്യങ്ങളുംകൊണ്ട് ധാരാളം സ്ത്രീകൾ ജീവിതം ഒറ്റയ്ക്ക് പടുക്കുന്നു.

1916 ലെ ശരത്കാലത്ത്, എല്ലാ മേഖലകളിലുമുള്ള സ്ത്രീതൊഴി ലാളികളുടെ വിമോചനത്തിനായി വ്യവസ്ഥിതമായ മാർഗ്ഗനിർദ്ദേശ രേഖകൾ തയ്യാറാക്കാൻ ഞാനെന്റെ ശക്തി മുഴുവൻ അർപ്പിച്ചപ്പോൾ, സോവിയറ്റിന്റെ ആദ്യ പ്രസിഡന്റായ സ്വർദലോവ് (Sverdlov) എനിക്ക് വിലയേറിയ പിന്തുണ നല്കി. അദ്ദേഹം ഇന്ന് ജീവിച്ചിരിപ്പില്ല. അങ്ങനെ സ്ത്രീതൊഴിലാളികളുടെയും സ്ത്രീകർഷകരുടെയും ആദ്യ സമ്മേളനം 1918 നവംബറിൽ കഴിയുന്നത്ര നേരത്തെ വിളിച്ചുചേർക്കാൻ കഴിഞ്ഞിരുന്നു, ഏകദേശം 1147 പ്രതിനിധികൾ അപ്പോഴേ ഉണ്ടായിരുന്നു. തൊഴിലാളി-കർഷക സ്ത്രീകളുടെ വിമോചനത്തിനായി രാജ്യത്താകെ ആസൂത്രിതമായ പ്രവർത്തനങ്ങൾക്കുള്ള അടിത്തറ പാകി. പുതിയ പ്രവർത്തനങ്ങളുടെ ഒരു പ്രവാഹം തന്നെ, എന്നെ കാത്തിരിപ്പുണ്ടാ യിരുന്നു. ജനകീയ അടുക്കളയിലേക്ക് സ്ത്രീകളെ കൊണ്ടുവരുന്നതും ശിശുഭവനങ്ങളിലേക്കും ഡേകെയർ സെന്ററുകളിലേക്കും സ്ത്രീകളുടെ ഊർജ്ജം വിനിയോഗിക്കുന്നതിനുമായി അവരെ വിദ്യ അഭ്യസിപ്പിക്കു ന്നതും സ്കൂൾ സമ്പ്രദായവും കുടുംബത്തിന്റെ പരിഷ്കരണവും

തുടങ്ങി മറ്റുപല അടിയന്തര കാര്യങ്ങളുമാണിവിടത്തെ പ്രശ്നങ്ങൾ. ദേശീയ സമ്പദ്വ്യവസ്ഥയിൽ ഒരു തൊഴിൽ യൂണിറ്റെന്ന നിലയിലും രാഷ്ട്രീയ മേഖലയിൽ ഒരു പൗരനെന്ന നിലയിലും സ്ത്രീകൾക്ക് തുല്യ അവകാശങ്ങൾ നടപ്പിലാക്കുക എന്നതായിരുന്നു വാസ്തവത്തിൽ, ഈ പ്രവർത്തനങ്ങളുടെയെല്ലാം പ്രധാന ഊന്നൽ. കൂടാതെ, തീർച്ചയായും, പ്രത്യേക ഉപാധിയോടെ: മാതൃത്വം എന്നത് ഒരു സാമൂഹിക പ്രക്രിയയായി വിലമതിക്കാനും അതുകൊണ്ടുതന്നെ സ്ത്രീകളെ സ്റ്റേറ്റ് സംരക്ഷിക്കുവാനും വേണ്ട സജ്ജീകരണങ്ങൾ ഒരുക്കണമായിരുന്നു.

ഡോ. ലെബെദെവോ (Dr. Lebedevo)വിന്റെ മാർഗ്ഗനിർദ്ദേശത്തിൽ പ്രസവശുശ്രൂഷയ്ക്കുള്ള പൊതുസ്ഥാപനങ്ങളും പുഷ്ടിപ്രാപിച്ചു. അതേസമയം, സ്ത്രീവിമോചനവുമായി ബന്ധപ്പെട്ട പ്രശ്നങ്ങളും പ്രവർത്തനങ്ങളും കൈകാര്യം ചെയ്യുന്നതിനും സോവിയറ്റ് പ്രവർത്തനങ്ങളിലേക്ക് സ്ത്രീകളെ കൊണ്ടുവരുന്നതിനും രാജ്യത്താകെ ദേശീയ ഉദ്യോഗസ്ഥർ നിയുക്തരായി.

1919 ലെ ആഭ്യന്തരയുദ്ധം എന്നിൽ പുതിയ ഉത്തരവാദിത്വങ്ങളുടെ ഭാരം ചുമത്തി. വെള്ളപ്പട്ടാളം റഷ്യയുടെ വടക്കുനിന്ന് തെക്കോട്ട് പടനീക്കം നടത്താൻ ശ്രമിച്ചപ്പോൾ, യുക്രൈനിലേക്കും സൈന്യത്തിന്റെ പ്രബുദ്ധതാവകുപ്പിന്റെ- എൻലൈറ്റെൻമെന്റ് വകുപ്പിന്റെ അദ്ധ്യക്ഷയായി ഞാനാദ്യം സേവനമനുഷ്ഠിച്ച ക്രിമിയയിലേക്കും വീണ്ടും അയയ്ക്കപ്പെട്ടു. പിന്നീട് സോവിയറ്റ് ഗവൺമെന്റിന്റെ ഒഴിപ്പിക്കൽവരെ, ഞാൻ യുക്രാനിയൻ ഗവൺമെന്റിൽ പ്രബുദ്ധതയുടെയും കേവല പ്രചാരണത്തിന്റെയും കാമ്മിസാറായി നിയമിക്കപ്പെട്ടു. കീവിനടുത്തുള്ള ഭീഷണിനേരിടുന്ന പ്രദേശങ്ങളിൽനിന്ന് ഒരു സ്പെഷ്യൽ ട്രെയിൻ വഴി, 400 കമ്യൂണിസ്റ്റ് സ്ത്രീകളെ പുറത്തുകടത്താൻ എനിക്ക് കഴിഞ്ഞു. യുക്രൈനിലെ കമ്യൂണിസ്റ്റ് സ്ത്രീതൊഴിലാളി പ്രസ്ഥാനത്തിനുവേണ്ടി, എന്റെ കഴിവിന്റെ പരമാവധി ഞാൻ പ്രവർത്തിച്ചു.

സാരമായ ആരോഗ്യപ്രശ്നങ്ങൾ, മാസങ്ങളോളം ആവേശകരമായ പ്രവർത്തനങ്ങളിൽനിന്ന് എന്നെ അടർത്തിമാറ്റി. അസുഖം കുഷ്ടിച്ച് ഭേദമായപ്പോൾ, മോസ്കോയിൽ സ്ത്രീകൾക്കിടയിൽ പ്രവർത്തിക്കുന്നതിനുള്ള ഏകോപന കാര്യാലയത്തിന്റെ (കോർഡിനേറ്റിങ് ഓഫീസ്) ഡയറക്ടറായി ഞാൻ ചുമതലയേറ്റു. വീണ്ടും തീക്ഷ്ണവും കഠിനവുമായ പ്രവർത്തനങ്ങളുടെ ഒരു കാലഘട്ടം ആരംഭിച്ചു. കമ്യൂണിസ്റ്റ് സ്ത്രീകളുടെ ഒരു പത്രം ആരംഭിക്കുകയും സ്ത്രീതൊഴിലാളികളുടെ യോഗങ്ങളും സമ്മേളനങ്ങളും വിളിച്ചുചേർക്കുകയും ചെയ്തു. കിഴക്കൻ നാടുകളിലെ സ്ത്രീകളുമായുള്ള (മൊഹമ്മദൻസ്) പ്രവർത്തനങ്ങൾക്ക് തുടക്കംകുറിച്ചു. കമ്യൂണിസ്റ്റ് സ്ത്രീകളുടെ രണ്ട് ലോകസമ്മേളനങ്ങൾ മോസ്കോയിൽ വച്ച് നടന്നു. ഗർഭച്ഛിദ്രം സംബന്ധിച്ചുള്ള കാർക്കശ്യത്തിന് അയവുവരുത്തുന്നതിനുള്ള നിയമവും സ്ത്രീകൾക്കനുകൂലമായ അനേകം ചട്ടങ്ങളും ഞങ്ങളുടെ കോർഡിനേറ്റിങ് ഓഫീസ് വഴി കൊണ്ടുവരികയും അവ നിയമപരമായി സാധൂകരിച്ചെടുക്കുകയും

ചെയ്തു. ആ സമയത്ത് മറ്റെപ്പോഴത്തേക്കാളും കൂടുതലായി എനിക്ക് എഴുതേണ്ടിയും സംസാരിക്കേണ്ടിയും വന്നു... ഞങ്ങളുടെ പ്രവർത്തനങ്ങൾക്ക് ലെനിന്റെ ആത്മാർത്ഥമായ പിന്തുണ ലഭിക്കുകയുണ്ടായി. അതുപോലെതന്നെ, ട്രോട്സ്കി, സൈനിക ചുമതലകളുടെ അമിതഭാരമുണ്ടെങ്കിലും, ഞങ്ങളുടെ സമ്മേളനങ്ങൾക്ക് മുടങ്ങാതെ സസന്തോഷത്തോടെ എത്തിയിരുന്നു. ഊർജ്ജസ്വലരും കഴിവുറ്റവരുമായ സ്ത്രീകൾ, അവരിൽ രണ്ടുപേർ ഇന്ന് ജീവിച്ചിരിപ്പില്ല, അവരുടെ എല്ലാ ഊർജ്ജവും കോർഡിനേറ്റിങ് ഓഫീസിന്റെ പ്രവർത്തനങ്ങൾക്കു വേണ്ടി സമർപ്പിച്ചു.

എട്ടാമത്തെ സോവിയറ്റ് സമ്മേളനത്തിന്, സോവിയറ്റ് കാര്യനിർവ്വാഹകസമിതിയിലെ ഒരംഗമെന്ന നിലയിൽ (ഇപ്പോൾ ഈ സമിതിയിൽ ധാരാളം സ്ത്രീകളുണ്ട്), സ്ത്രീകളുടെ തുല്യാവകാശങ്ങൾക്കുവേണ്ടി പോരാടാനുള്ള അവബോധമുണ്ടാക്കാനും അതുവഴി ദേശീയവും സാമൂഹികവുമായ പ്രവർത്തനങ്ങളിൽ അവരെ പങ്കുചേർക്കാനും എല്ലാ പ്രദേശങ്ങളിലേയും സോവിയറ്റുകൾ ശ്രമിക്കണമെന്നുള്ള ഒരു പ്രമേയം ഞാൻ അവതരിപ്പിച്ചു. എതിർപ്പില്ലാതെ, ആ പ്രമേയം അംഗീകരിക്കപ്പെടാനുള്ള എന്റെ ശ്രമം വിജയിച്ചു. അതൊരു മഹത്തും ശാശ്വതവുമായ വിജയമായിരുന്നു.

പുതിയ സദാചാരത്തെക്കുറിച്ചുള്ള എന്റെ പ്രബന്ധം ഞാൻ പ്രസിദ്ധീകരിച്ചപ്പോൾ ചൂടുപിടിച്ച സംവാദം ആളിക്കത്തി. സഭയിൽനിന്ന് വേറിട്ടുള്ള സോവിയറ്റ് വിവാഹ നിയമം, മറ്റു പുരോഗമന ജനാധിപത്യ രാജ്യങ്ങളിലുള്ള സമാനമായ നിയമങ്ങളേക്കാളൊന്നും ഒട്ടും പുരോഗമനപരമല്ലെന്നുറപ്പാണ്. വിവാഹം, മതാചാരപ്രകാരമല്ലാതെ നിയമപരമായി നടത്തിയ വിവാഹം, വിവാഹം ചെയ്തിട്ടില്ലാത്തവരുടെ കുട്ടിയാണെങ്കിൽപ്പോലും വിവാഹബന്ധത്തിലുണ്ടായ കുട്ടിയോടൊപ്പം തന്നെ നിയമപരമായുള്ള തുല്യത എന്നിവയെല്ലാം പ്രവൃത്തിയിലുണ്ട്, എന്നാൽ വലിയൊരളവോളം കാപട്യവും അനീതിയും ഈ മേഖലയിൽ ഇപ്പോഴും നിലനില്ക്കുന്നുണ്ട്. വിശ്വസിപ്പിക്കുംവിധം ബോൾഷെവിക്കുകൾ പ്രചരിപ്പിക്കുന്ന 'അസൻമാർഗ്ഗികത''യെക്കുറിച്ച് ഒരാൾ സംസാരിക്കുമ്പോൾ, വടക്കേ അമേരിക്കയിലെ വിവാഹമോചന പ്രശ്നങ്ങളോട് തുല്യമാണ് നമ്മളുടേതെന്ന് നിരീക്ഷിക്കാൻ നമ്മുടെ വൈവാഹിക നിയമങ്ങളെ സൂക്ഷ്മപരിശോധനയ്ക്ക് വിധേയമാക്കിയാൽ മതിയാകും. എന്നാൽ നിയമസാധുതയില്ലാത്ത കുഞ്ഞിന്റെ പ്രശ്നത്തിൽ നമ്മളിപ്പോഴും നോർവീജിയക്കാരോളം പുരോഗമിച്ചിട്ടില്ല.

പാർട്ടിയുടെ ഏറ്റവും പുരോഗമനമതീവ്രവാദപരമായ പക്ഷം രൂപീകരിക്കപ്പെട്ടത് ഈ ചോദ്യത്തിനെ ചുറ്റിപ്പറ്റിയാണ്. എന്റെ സൈദ്ധാന്തികനിലപാടുകളേയും എന്റെ ലൈംഗികവും സദാചാരപരവുമായ വീക്ഷണങ്ങളേയും, ഇരു ലിംഗവർഗ്ഗത്തിലുംപെട്ട ധാരാളം പാർട്ടി സഖാക്കൾ തീവ്രമായി ആക്രമിച്ചു. അതുപോലെ രാഷ്ട്രീയമായ ദിശാസൂചകതത്ത്വങ്ങൾ സംബന്ധിച്ച് പാർട്ടിയിലെ മറ്റു അഭിപ്രായ ഭിന്നതകളും ഇപ്പോഴുമുണ്ട്. അതിനുപുറമെ, വ്യക്തിപരവും കുടുംബപര

വുമായ ഉൽക്കണ്ഠകളും കൂടിയായപ്പോൾ 1922 ലെ മാസങ്ങൾ പലതും ഫലപ്രദമായ പ്രവർത്തനങ്ങളില്ലാതെ കടന്നുപോയി. പിന്നെ, 1922 ലെ ശരത്കാലത്ത് നോർവയിൽ റഷ്യൻ സോവിയറ്റിനെ പ്രതിനിധീകരിക്കുന്ന നയതന്ത്ര ദൗത്യസംഘത്തിലേക്ക് ഞാൻ ഔദ്യോഗികമായി നിയമിക്കപ്പെട്ടു. ഞാൻ ശരിക്കും വിശ്വസിച്ചത്, ആ നിയമനം തീർത്തും ഔദ്യോഗികമാണെന്നും അതുകൊണ്ട് നോർവേയിൽ എന്റെ സ്വന്തം കാര്യങ്ങൾക്കും എന്റെ സാഹിത്യപ്രവർത്തനങ്ങൾക്കും സമയം കണ്ടെത്താനാകുമെന്നാണ്. കാര്യങ്ങളാകെ മാറിമറിഞ്ഞു. നോർവേയിലെ ഓഫീസിലെത്തിയ ആ ദിവസം ഞാൻ പ്രവേശിച്ചത് ജീവിതത്തിൽ എല്ലാവിധത്തിലും പുതിയതായ പ്രവർത്തനങ്ങളുടെ ഒരു ഘട്ടത്തിലേക്കാണ്. അതാകട്ടെ, എന്റെ ഊർജ്ജം അതിന്റെ അങ്ങേയറ്റത്ത് വിനിയോഗിക്കേണ്ടിവന്ന ഒന്നും. അതുകൊണ്ടുതന്നെ, എന്റെ നയതന്ത്രപ്രവർത്തനങ്ങളുടെ ഇടയിൽ എനിക്കാകെ ഒരു ലേഖനമേ എഴുതാനായുള്ളൂ. *ദി വിങ്ഡ് എറോസ്* എന്ന ആ കൃതി, അസാധാരണമാംവിധം ഒച്ചപ്പാടുണ്ടാക്കി. ഇതിനോടുകൂടി, മൂന്ന് ചെറുനോവലുകളുമുണ്ടായി- ബർലിനിലെ മാലിക്- വെർലാഗ് പ്രസിദ്ധീകരിച്ച *പാത്ത്സ് ഓഫ് ലവ്. ദി ന്യൂ മൊറാലിറ്റി ആന്റ് ദി വർക്കിങ് ക്ലാസ്* എന്ന എന്റെ പുസ്തകം, *ദി കണ്ടീഷൻ ഓഫ് വിമൻ ഇൻ ദി എവല്യൂഷൻ ഓഫ് പൊളിറ്റിക്കൽ എക്കോണമി* എന്ന ഒരു സാമൂഹ്യ-സാമ്പത്തിക പുസ്തകം എന്നിവ എഴുതിയത് ഞാൻ റഷ്യയിലായിരുന്നപ്പോൾത്തന്നെയാണ്.

നയതന്ത്രസേവനങ്ങളുടെ വർഷങ്ങൾ

നോർവേയിലെ എന്റെ ചുമതലകൾ ഞാനേറ്റെടുത്തത് 1922 ഒക്ടോബറിലാണ്. 1923 തുടക്കത്തിൽ നയതന്ത്രസംഘത്തിന്റെ തലവൻ അവധിക്ക് പോയതോടെ, ഔദ്യോഗികമായി അദ്ദേഹത്തിനുവേണ്ടി, സോവിയറ്റ് റിപ്പബ്ലിക്കിന്റെ കാര്യങ്ങൾ ഞാൻ നടത്തേണ്ടിവന്നു. അതിനുശേഷം വൈകാതെ തന്നെ, എന്റെ രാജ്യത്തിന്റെ പ്രതിനിധിയായി അദ്ദേഹത്തിന്റെ സ്ഥാനത്ത് ഞാൻ നിയമിതയായി. സ്വാഭാവികമായും ഈ നിയമനം വലിയ ചലനമുണ്ടാക്കി. കാരണം, ചരിത്രത്തിലാദ്യമായിട്ടാണ് ഒരു സ്ത്രീ 'അംബാസഡറാ'യിട്ട് ഔദ്യോഗികമായി പ്രവർത്തനസജ്ജയായത്. യാഥാസ്ഥിതിക അച്ചടിമാധ്യമങ്ങൾ, പ്രത്യേകിച്ചും റഷ്യൻ "വെള്ള" മാധ്യമം പ്രകോപിതരായി, എന്നെ ശരിക്കുമൊരു അധാർമ്മികമായ ഭീകരരൂപിയായും ഒരു രക്തരക്ഷസ്സായും അവതരിപ്പിക്കാൻ ശ്രമിച്ചു. ആ സമയം, പ്രത്യേകിച്ച് വിവാഹവും പ്രണയവുമായി ബന്ധപ്പെട്ട എന്റെ 'ഭീതിദമായ കാഴ്ചപ്പാടുകളെക്കുറിച്ച്' ധാരാളം ലേഖനങ്ങൾ എഴുതപ്പെട്ടു. എന്നാലും ഞാൻ ഊന്നിപ്പറയുന്ന ഒരു കാര്യം യാഥാസ്ഥിതിക അച്ചടിമാധ്യമങ്ങളാണ് എന്റെ പദവിയിൽ എന്നോട് അത്രയും വിരോധം കാണിച്ചത് എന്നാണ്. നോർവേയിലെ എന്റെ ജോലിക്കാലത്തെ മൂന്ന് വർഷങ്ങളിൽ എനിക്കുണ്ടായിട്ടുള്ള സാമൂഹിക ബന്ധങ്ങളിലൊന്നിലും സ്ത്രീകളുടെ കഴിവിനെതിരെയുള്ള ഒരു നേരിയ

നീരസമോ വിശ്വാസക്കുറവോ എനിക്ക് തെല്ലും അനുഭവപ്പെട്ടില്ല. തീർച്ചയായും നോർവീജിയൻ ജനതയുടെ ആരോഗ്യകരവും ജനാധിപ ത്യപരവുമായ മനോഭാവം ഇതിൽ വളരെ സഹായിച്ചു. ഉറപ്പായും പറയാവുന്ന ഒരു കാര്യം, റഷ്യയുടെ നോർവേയിലെ ഔദ്യോഗിക പ്രതിനിധിയെന്ന നിലയിൽ എന്റെ പ്രവർത്തനങ്ങൾക്ക് 'ഒരു ദുർബ്ബല ലിംഗവർഗ്ഗത്തിൽ' പെട്ടയാളെന്ന കാരണത്താൽ ഒരിക്കലും ഒരു തരത്തിലും ബുദ്ധിമുട്ട് നേരിട്ടില്ല. അംബാസഡർ എന്ന എന്റെ പദവിയു മായി ബന്ധപ്പെട്ട് റഷ്യൻ ഭരണകൂടാനുബന്ധ വ്യാപാരത്തിന്റെ നോർവേയിലെ പ്രാതിനിധ്യത്തിന് വ്യാപാരസ്ഥാനപതിയുടെ ഉത്തരവാ ദിത്വങ്ങൾ കൂടി ഞാൻ നിറവേറ്റേണ്ടിയിരുന്നു. സ്വാഭാവികമായും രണ്ട് കഠിനപ്രവൃത്തികളും അവയുടേതായ വഴിക്ക് എനിക്ക് പുതിയവ യായിരുന്നു. എന്നിരുന്നാലും, സോവിയറ്റ് റഷ്യയുടെ നിയമപരമായ അംഗീകാരം പ്രാബല്യത്തിൽ വരുത്താനും രണ്ട് രാജ്യങ്ങൾ തമ്മിലുണ്ടായിരുന്ന, യുദ്ധവും വിപ്ലവവും കാരണം തകർന്നുപോയ വ്യാപാരബന്ധം പുനഃസ്ഥാപിക്കാനുമുള്ള കർത്തവ്യം ഞാൻ സ്വയമേവ ഏറ്റെടുത്തു. വലിയ അഭിനിവേശത്തോടെയും ഏറ്റവും ശുഭപ്രതീ ക്ഷയോടെയുമാണ് ജോലിയാരംഭിച്ചത്. ഉജ്ജ്വലമായ വേനലും സംഭവ ബഹുലമായ മഞ്ഞുകാലവും 1923 എന്ന വർഷത്തെ ശ്രദ്ധേയമാക്കി! പുതുതായി പുനരാരംഭിച്ച വ്യാപാരബന്ധങ്ങൾ ഉന്നതമായ നിലയിലാ യിരുന്നു: റഷ്യൻ ചോളവും നോർവീജിയൻ മത്സ്യങ്ങളും, റഷ്യൻ വനവിഭവങ്ങളും നോർവീജിയൻ കടലാസും സെല്ലുലോസും. 1924 ഫെബ്രുവരി 15 നോർവേ യഥാർത്ഥത്തിൽ യു എസ് എസ് ആറിനെ നിയമപരമായി അംഗീകരിച്ചു. ഞാൻ "ചാർജ് ദെ അഫേ (അഫയേഴ്സ്)" ('chargé d'affaires") ആയി നിയമിതയാവുകയും ഔദ്യോഗികമായ സേനാവിഭാഗത്തിലേക്ക് പ്രവേശിക്കുകയും ചെയ്തു. രണ്ടു രാജ്യങ്ങളും തമ്മിലുള്ള ഒരു വ്യാപാര ഉടമ്പടിക്കുള്ള പരസ്പരാലോചനകൾ തുടങ്ങി. കഠിനശ്രമം ആവശ്യമുള്ള ജോലികളാലും അതുപോലെ തന്നെ വളരെ രസകരമായ അനുഭവങ്ങളാലും എന്റെ ജീവിതം സമൃദ്ധമായി. വ്യാപാരവും കപ്പലിൽ ചരക്കുകയറ്റുന്നതും കുറേക്കൂടി വിപുലമാക്കു ന്നതിനുള്ള ഗൗരവമായ വിഷയങ്ങളിൽ എനിക്ക് തീരുമാനമെടു ക്കേണ്ടതുണ്ടായിരുന്നു.

കുറച്ചുമാസങ്ങൾക്കുശേഷം, 1924 ആഗസ്തിൽ ഞാൻ 'മിനിസ്റ്റർ പ്ലെനിപൊറ്റൻഷ്യേർ" ('Ministre Plenipotentiere') വിദേശകാര്യങ്ങളിൽ സ്വയം തീരുമാനമെടുക്കാൻ അധികാരമുള്ള സ്ഥാനപതിയായി- നിയമിതയാവുകയും അതിന്റെ ഉത്തരവ് പതിവ് ആചാരങ്ങളോടെ നോർവേയിലെ രാജാവിന് കൈമാറുകയും ചെയ്തു. ഇത്, തീർച്ചയായും യാഥാസ്ഥിതിക പത്രമാധ്യമങ്ങൾക്ക് അവരുടെ ആക്ഷേപങ്ങൾ എന്റെ മേൽ ഛർദ്ദിക്കാനുള്ള മറ്റൊരു അവസരംകൂടി നല്കി. എന്തായാലും, മുഴുവൻ ചരിത്രമെടുത്താലും ഇതിനുമുമ്പൊരിക്കലും സാമ്പ്രദായികമായ ജയഘോഷങ്ങളോടെയും ആചാരാഡംബരങ്ങളോടെയും ഒരു സ്ത്രീയും

അംബാസഡറായി അവരോധിക്കപ്പെട്ടിട്ടില്ല.

മോസ്കോയിലെ വ്യാപാരക്കരാർ 1925 അവസാനത്തിൽ പൂർത്തിയാക്കപ്പെടുകയും ഫെബ്രുവരിയിൽ ഓസ്ലോയിൽ നോർവീജിയൻ ക്യാബിനറ്റ് പ്രസിഡന്റായ ഐ എൽ മോവിക്കുമായി (I L Mowick) അംഗീകരിക്കപ്പെട്ട ഉടമ്പടി മേ ഞാൻ ഒപ്പിടുകയും ചെയ്തു.

ആ ഒപ്പിടൽ നോർവേയിലെ എന്റെ ദൗത്യം മുഴുവൻ വിജയകരമായി പൂർത്തിയാക്കിയതിന്റെ അടയാളമായി. എനിക്ക് പുതിയ ലക്ഷ്യങ്ങളിലേക്ക് കുതിക്കാൻ കഴിയുമായിരുന്നു. അതിനായി ഞാൻ നോർവെയിലെ എന്റെ പദവി വിട്ടു. ഈ ലോകത്ത് ഞാൻ എന്തെങ്കിലും നേടിയിട്ടുണ്ടെങ്കിൽ, എന്റെ വ്യക്തിപരമായ ഗുണങ്ങളല്ല അതൊന്നും സാദ്ധ്യമാക്കിയത്. മറിച്ച് എന്റെ നേട്ടങ്ങളെന്തുതന്നെയായാലും അവ, സ്ത്രീകൾ പൊതു അംഗീകാരത്തിന്റെ പാതയിലാണെന്ന വസ്തുതയുടെ പ്രതീകമാണ്. ദശലക്ഷക്കണക്കിന് സ്ത്രീകളെ ഉല്പാദനക്ഷമമായ പ്രവർത്തനങ്ങളിലേക്ക് കൊണ്ടുവരാൻ ഇതിനായി. പ്രത്യേകിച്ചും യുദ്ധസമയത്ത് അത് വേഗം സാദ്ധ്യമായി. ഒരു സ്ത്രീക്ക് ഏറ്റവും ഉയർന്ന രാഷ്ട്രീയ-നയതന്ത്ര സ്ഥാനങ്ങളിലെത്താൻ സാധിക്കുമെന്നത് സാദ്ധ്യതകളുടെ ഒരു ലോകത്തിലേക്ക് അവരെ തള്ളിവിട്ടു. എങ്ങനെയായാലും, സോവിയറ്റ് യൂണിയൻപോലുള്ള ഭാവിയുടെ ഒരു രാജ്യം മാത്രമേ സ്ത്രീയെ മുൻവിധികളില്ലാതെ അഭിമുഖീകരിക്കാനും അവളുടെ നൈപുണ്യങ്ങളുടെയും കഴിവുകളുടെയും കാഴ്ചപ്പാടിൽനിന്ന് അവളെ വിലയിരുത്താനും ഉത്തരവാദിത്വമുള്ള ചുമതലകൾ ഏല്പിക്കാനും ധൈര്യപ്പെടുകയുള്ളൂ എന്നത് വ്യക്തമാണ്. പുതിയ വിപ്ലവ കൊടുങ്കാറ്റുകൾക്ക് മാത്രമേ സ്ത്രീക്കെതിരായ ജീർണ്ണിച്ച മുൻവിധികളെ തുടച്ചുനീക്കാൻ കഴിയൂ, കൂടാതെ ഉല്പാദനക്ഷമതയുള്ള ആളുകൾക്ക് മാത്രമേ, ഒരു പുതിയ സമൂഹം കെട്ടിപ്പടുക്കുന്നതിലൂടെ സ്ത്രീയുടെ സമ്പൂർണ്ണ സമത്വവും വിമോചനവും നടപ്പിലാക്കാൻ കഴിയൂ.

ഇപ്പോൾ ഈ ആത്മകഥ നിർത്തുമ്പോൾ, ഞാൻ പുതിയ ദൗത്യങ്ങളുടെ പടിവാതില്ക്കലാണ്, ജീവിതം എന്നിൽ പുതിയ ആവശ്യങ്ങൾ ഉന്നയിച്ചിരിക്കുന്നു. എനിക്ക് മുന്നോട്ട് കൊണ്ടുപോകേണ്ട ദൗത്യങ്ങൾ എന്തുമായിക്കൊള്ളട്ടെ, തൊഴിലെടുക്കുന്ന സ്ത്രീകളുടെ സമ്പൂർണ്ണ വിമോചനവും പുതിയ ലൈംഗിക സദാചാരത്തിന് അടിത്തറയൊരുക്കലുമായിരിക്കും എപ്പോഴും എന്റെ പ്രവർത്തനങ്ങളുടെയും ജീവിതത്തിന്റെ തന്നെയും ഏറ്റവും ഉയർന്ന ലക്ഷ്യമെന്നത് എനിക്കത്രയും വ്യക്തമാണ്.

1926 ലെ ജൂലൈ

ഒപ്പ്: അലക്സാൻഡ്രെ കൊല്ലന്തായ്

ഭാഗം രണ്ട്

തെരഞ്ഞെടുത്ത കൃതികൾ

പരിഭാഷ: ആര്യ ജിനദേവൻ

അലക്സാൻഡ്ര കൊല്ലന്തായിക്ക് വിനയാന്വിതമായ ശ്രദ്ധാഞ്ജലി

ആന്ദ്രിയ ഫ്രാൻസിനെ ബാത്തിസ്ത, അറ്റിലിയാന ഡ സിൽവ വിസെന്റെ ബ്രൂണറ്റോ

(ആന്ദ്രിയ ഫ്രാൻസിനെ ബാത്തിസ്ത ഫ്ളോറെസ്റ്റാൻ ഫെർണാണ്ടസ് നാഷണൽ സ്കൂളിലെ സന്നദ്ധവിദ്യാഭ്യാസ പ്രവർത്തകയും ബ്രസീലിലെ ഫെഡറൽ യൂണിവേഴ്സിറ്റി ഓഫ് പരാനയിലെ പ്രൊഫസറുമാണ്.
അറ്റിലിയാന ഡ സിൽവ വിസെന്റെ ബ്രൂണറ്റോ ബ്രസീലിലെ ലാൻലെസ് വർക്കേഴ്സ് മൂവ്മെന്റിന്റെ ജൻഡർ വിഭാഗത്തിന്റെ നേതാവും വയ കാപെസിന സ്ത്രീ കൂട്ടായ്മയുടെ നേതാവുമാണ്.)

മാർച്ച് അവസാനിച്ചേക്കാം; എന്നാൽ കർഷകരുടെയും തദ്ദേശീയ ജനതയുടെയും ചുവന്ന ഏപ്രിലിൽ, തൊഴിലാളികളുടെ മെയ് മാസത്തിൽ, വിളവെടുപ്പ് മഹോത്സവങ്ങളിൽ, ആസന്നമായിക്കൊണ്ടിരിക്കുന്ന ശീതകാലത്ത്, നാം എക്കാലവും ഓർമിക്കുന്ന വസന്തകാലത്ത്, അങ്ങനെ എല്ലായ്പ്പോഴും അത് തീവ്രമായി തുടിച്ചു കൊണ്ടേയിരിക്കും. അതെ, മാർച്ച് നമുക്കുള്ളിൽതന്നെ കൂടുകൂട്ടി പാർപ്പുറപ്പിച്ചിരിക്കുകയാണ്.

നമ്മുടെയുള്ളിൽ കൂടുകൂട്ടി പാർപ്പുറപ്പിച്ചിട്ടുള്ള മാർച്ച് സോഷ്യലിസ്റ്റ് സ്ത്രീയുടെ കരുത്ത് പേറുന്നതാണ്; മാനവമോചനത്തിനുവേണ്ടിയുള്ള പോരാട്ടത്തിന്റെ കരുത്ത് പേറുന്നതാണത്; ഇരുളടഞ്ഞ കാലത്തിന്റെ നാശാവശിഷ്ടങ്ങളിൽനിന്ന്, അങ്ങേയറ്റം അപകടകരമായ അവസ്ഥകളിൽനിന്ന്, ഏറ്റവും അക്രമാസക്തമായ കലഹങ്ങളിൽനിന്ന്, ആഞ്ഞു വീശുന്ന ചുഴലിക്കാറ്റിൽനിന്ന്, വഴിത്താരകളിൽ വെളിച്ചം മറയ്ക്കുന്ന മൂടൽ മഞ്ഞിൽനിന്ന്, പച്ചമാംസത്തിൽ വെട്ടുകൊള്ളുമ്പോഴുണ്ടാകുന്ന ഭീകരമായ വേദനയിൽനിന്ന് മോചനത്തിനായുള്ള സമരത്തിന്റെ കരുത്ത് പകരുന്നു മാർച്ച്. നമ്മുടെയുള്ളിൽ പാർപ്പുറപ്പിച്ചിട്ടുള്ള മാർച്ചിന്റെ ഹൃദയം പെരുമ്പറപോലെ മിടിക്കുകയാണ്. ഇനിയും കണ്ടെത്തപ്പെടേണ്ടതായി

ട്ടുള്ള, ഇനിയും ഉണ്ടാകേണ്ടതായിട്ടുള്ള മാനവരാശിയുടെ ജീവിതതാള ത്തിന്റെ അടയാളപ്പെടുത്തലാണത്.

ഞങ്ങളുടെയുള്ളിൽ കുടിയിരിക്കുന്ന മാർച്ചിനെ ഞങ്ങളുടെതന്നെ കരങ്ങളിലേന്തി വർത്തമാനകാലത്തിനായി സമർപ്പിക്കുന്നു; മൂടിവെയ്ക്ക പ്പെട്ടതും കാഴ്ച അസാദ്ധ്യവുമായ, എന്നാൽ ഒരുമയുടെ സ്പർശനത്തെ അനുഭവിച്ചറിയാൻ കഴിയുന്ന കണ്ണുകൾക്കായി, കർണ്ണകഠോരമായ സ്ഫോടന ശബ്ദത്താൽ സംഘർഷഭരിതമായ മനസ്സുകൾക്കായി (Cata-tonia), അന്നന്നത്തേക്കുവേണ്ട അന്നത്തിനായി പാടുപെടുകയും തറയിൽ തൂവിപോകുന്ന അപ്പക്കഷണങ്ങൾ കാണാതിരിക്കുകയും ചെയ്യുന്ന നമ്മുടെ വർഗ്ഗത്തിലെ ചെറുവിഭാഗങ്ങൾക്കായി, നിരന്തരം നേരിടുന്ന മർദ്ദ നങ്ങളുടെ ഭാരം താങ്ങാനാകാതെ വലയുന്നവർക്കായി, ഇപ്പോഴും അത് താങ്ങാൻ കഴിയുന്നവർക്കായി ഞങ്ങളിത് സമർപ്പിക്കുന്നു.

ഹൃദയത്തിനുള്ളിൽനിന്നും ഞങ്ങളുടെ കൈകളാൽ ഞങ്ങൾ സമർപ്പിക്കുന്ന മാർച്ച്, ചരിത്രത്തിലെ കർഷക സ്ത്രീകളുടെയും തദ്ദേ ശീയ ജനതയുടെയും കിലോംബോളകളുടെയും തൊഴിലാളികളുടെയും വാക്കുകളും ആശയങ്ങളും സമരോത്സുകമായി ഉയർത്തപ്പെട്ട മുഷ്ടിയും ഉൾച്ചേരുന്നതാണ്; മാനവജീവിതത്തെയാകെ അഴിച്ചുപണിയുകയെന്ന ധീരോദാത്തമായ നടപടിയിലേക്ക് സ്വയം എടുത്തുചാടുന്നതിന് പരിത്യാ ഗത്തിന്റെയും കീഴടങ്ങലിന്റെയും നാനാരൂപങ്ങളുമായി കലഹിച്ചവരാ ണവർ. ഒരു നൂതന സാമൂഹ്യകൂട്ടായ്മയുടെ നിർമ്മാണത്തിൽ തങ്ങളുടെ രാഷ്ട്രീയ പങ്കാളിത്തംകൊണ്ട് റഷ്യൻ വിപ്ലവമെന്ന സോഷ്യലിസ്റ്റ് അനു ഭവത്തിന് തുടക്കംകുറിച്ച സ്ത്രീകളുടെ- അന്നമാരുടെ, ഓൾഗമാരുടെ, മറിയമാരുടെ, നദേഷ്ദമാരുടെ, യെലീനമാരുടെ, ഇന്നെസമാരുടെ, മെറ്റിൽഡമാരുടെ, ക്ലൗദിയമാരുടെ, വേരാമാരുടെ, അലക്സാൻഡ്രമാരു ടെയാകെ കരുത്തും ഊർജ്ജവും ഉൾക്കൊള്ളുന്നതാണ് മാർച്ച്.

150 വർഷം മുൻപ്, 1872 മാർച്ച് 31 നാണ് അലക്സാൻഡ്ര കൊല്ല ന്തായ് ജനിച്ചത്. വിപ്ലവകരവും അടിയുറച്ചതുമായ ജീവിതം; സോഷ്യ ലിസ്റ്റ് ലക്ഷ്യത്തിന്റെ പേരിൽ ഉശിരൻ ജീവിതത്തിലേക്ക് അതിന്റെ പൂർണ്ണ മായ തീവ്രതയോടെതന്നെ അവർ സ്വയം കടന്നുവരുകയായിരുന്നു. റഷ്യൻ തലസ്ഥാനത്തിന്റെ പ്രാന്തപ്രദേശങ്ങളിൽ സേവനസന്നദ്ധയായ വിദ്യാഭ്യാസ പ്രവർത്തകയായി അവൾ പ്രവർത്തിച്ചു; തൊഴിലാളികളെ ക്കുറിച്ചും തൊഴിലാളികൾക്കുവേണ്ടിയും കഥകളെഴുതി. രാഷ്ട്രീയ പ്രസ്ഥാനത്തിലേക്ക് അവൾ യുവവിപ്ലവകാരികളെ സംഘടിപ്പിച്ചു; സാർവ്വ ദേശീയ സോഷ്യലിസ്റ്റ് പ്രസ്ഥാനത്തിന്റെ പാർട്ടിയിൽ സുനിശ്ചിതമായി അണിചേരുന്നതുവരെ രഹസ്യരേഖകൾ കടത്തുന്നതുപോലെയുള്ള ദൗത്യങ്ങൾ ഇടയ്ക്കിടെ നിർവ്വഹിച്ചു. ക്ലാര സെത്കിനും റോസ ലക്സം ബർഗ്ഗും വേരാ സാസുലിച്ചും നദേഷ്ദ ക്രൂപ്സകായയും വ്ളാദിമിർ ലെനി നുമടക്കമുള്ളവരുമായി അവിടെയവർ ബന്ധം സ്ഥാപിച്ചു; ഇവരെല്ലാം തന്നെ പത്തൊമ്പതാം നൂറ്റാണ്ടിന്റെ ഒടുവിലും ഇരുപതാം നൂറ്റാണ്ടിന്റെ

തുടക്കത്തിലും സാർവ്വദേശീയ സോഷ്യലിസ്റ്റ് പ്രസ്ഥാനത്തിനുള്ളിലുണ്ടായ റിവിഷണിസ്റ്റ് പ്രവണതയുടെ കടുത്ത വിമർശകരായിരുന്നു.

1905 ജനുവരി 30 ന് റഷ്യൻ സാമ്രാജ്യത്തിനെതിരെ സെന്റ് പീറ്റേഴ്സ്ബർഗിൽ നടന്ന കർഷകരുടെയും തൊഴിലാളികളുടെയും സമാധാനപരമായ മാർച്ചിൽ കൊല്ലന്തായ് പങ്കെടുത്തു: കടുത്ത അക്രമമഴിച്ചുവിട്ടാണ് ഭരണകൂടം ഇതിനോട് പ്രതികരിച്ചത്; ആയിരക്കണക്കിനാളുകളെ കൊന്നൊടുക്കുകയും അത്രതന്നെ ആളുകൾക്ക് മുറിവേല്ക്കുകയും ചെയ്തു; 'രക്തരൂഷിതമായ ഞായർ' എന്നറിയപ്പെടുന്ന ആ ദിവസം, പിന്നീട് പ്രക്ഷോഭങ്ങളുടെ ഒരു പരമ്പരതന്നെ ഉണ്ടാകുന്നതിനിടയാക്കി. അതാണ് ഒക്ടോബർ വിപ്ലവത്തിൽ കലാശിച്ചത്. ഒക്ടോബർ വിപ്ലവത്തിന്റെ റിഹേഴ്സലായാണ് 1905 ലെ ഈ കലാപം പരിഗണിക്കപ്പെടുന്നത്.

ഈ പശ്ചാത്തലത്തിലാണ് അലക്സാൻഡ്രഡ കൊല്ലന്തായി സോഷ്യൽ ഡെമോക്രാറ്റിക് പാർട്ടിക്കുള്ളിലെ ബോൾഷെവിക് വിഭാഗത്തോട് ചേർന്നത്. തൊഴിലെടുക്കുന്ന സ്ത്രീകളെ സംഘടിപ്പിക്കാനും ബഹുജനങ്ങളെ പ്രക്ഷോഭത്തിൽ അണിനിരത്താനും ഫെമിനിസ്റ്റു മുന്നേറ്റത്തോടൊപ്പം സോഷ്യലിസ്റ്റ് ആശയങ്ങൾ പ്രചരിപ്പിക്കാനുംവേണ്ടി തുടർന്നുള്ള തന്റെ ജീവിതത്തിന്റെ ഊർജ്ജമാകെ അവർ ഉഴിഞ്ഞുവെച്ചു.

ക്ലാര സെത്കിനോടും റോസ ലക്സംബർഗിനോടും ചേർന്ന് കൊല്ലന്തായ് സാർവ്വദേശീയ തൊഴിലാളി സംഘടനയായ രണ്ടാം ഇന്റർനാഷണലിനുവേണ്ടി അക്ഷീണം പ്രവർത്തിച്ചു; പ്രക്ഷോഭങ്ങളിലേർപ്പെട്ടു; സ്ത്രീകളുടെ രാഷ്ട്രീയ പങ്കാളിത്തത്തിനുവേണ്ടി പൊരുതി. ഇന്റർനാഷണലിന്റെ കോൺഗ്രസുകൾക്കു തൊട്ടുമുൻപ് നടന്ന സാർവ്വദേശീയ സോഷ്യലിസ്റ്റ് വനിതാ സമ്മേളനങ്ങൾ (International Socialist Women's Conferences) ഒട്ടേറെ ഫലങ്ങളുണ്ടാക്കി. ഈ ഇടങ്ങളിലെല്ലാം സോഷ്യലിസ്റ്റ് ഫെമിനിസം നേരിടുന്ന വെല്ലുവിളികളെക്കുറിച്ചും, പരിഹാരങ്ങൾ കണ്ടെത്തേണ്ടതിനെയും സമരപരിപാടികൾ വികസിപ്പിക്കേണ്ടതിനെയും സംബന്ധിച്ചും ചർച്ച ചെയ്യുന്നതിനായി സ്ത്രീകൾ ഒത്തുകൂടി. ഉദാഹരണത്തിന് സോഷ്യലിസ്റ്റ് ഇന്റർനാഷണലിനുള്ളിൽ സ്ത്രീകളുടെ വോട്ടവകാശത്തിനായി നടത്തിയ പോരാട്ടത്തിന്റെ ഭാഗമായി ഒന്നാമത് സാർവ്വദേശീയ സോഷ്യലിസ്റ്റ് വനിതാ സമ്മേളനം (1907 സ്റ്റുട്ട്ഗർട്ട്) ഒരു പ്രമേയം അംഗീകരിക്കുകയും തുടർന്ന് സോഷ്യലിസ്റ്റ് ഇന്റർനാഷണലിന്റെ ഏഴാം കോൺഗ്രസിൽ (1907, സ്റ്റുട്ട്ഗർട്ട്) സെത്കിനും കൊല്ലന്തായിയും അതിനായി വാദിക്കുകയും ചെയ്തു. ഈ നിർദ്ദേശം, അവർ വളരെ ബോധപൂർവ്വം സാർവ്വദേശീയ തൊഴിലാളിദിനം സംബന്ധിച്ച നിർദ്ദേശവുമായി കൂട്ടിച്ചേർത്ത് അവതരിപ്പിച്ചു. സ്ത്രീത്തൊഴിലാളികൾക്കും കർഷകസ്ത്രീകൾക്കുമിടയിൽ സോഷ്യലിസ്റ്റ് ആശയങ്ങൾ പ്രചരിപ്പിക്കുന്നതിനും അവരെ സംഘടിപ്പിക്കുന്നതിനുമുള്ള മാർഗ്ഗമെന്ന നിലയിൽ സാർവ്വദേശീയ വനിതാ ദിനത്തിനു രൂപംനല്കിയത് 1910 ൽ കോപ്പൻഹേഗനിൽ

ചേർന്ന സോഷ്യലിസ്റ്റ് ഇന്റർനാഷണലിന്റെ എട്ടാം കോൺഗ്രസിനു മുന്നോടിയായി നടത്തിയ രണ്ടാമത് സാർവ്വദേശീയ സോഷ്യലിസ്റ്റ് വനിതാ സമ്മേളനത്തിൽ വെച്ചാണെന്ന കാര്യം ഓർമ്മിക്കേണ്ടതും സർവ്വ പ്രധാനമാണ്.

1913 മാർച്ച് 2 ന് റഷ്യയിൽ ആദ്യമായി നടന്ന സാർവ്വദേശീയ വനിതാദിനം സംഘടിപ്പിക്കുന്നതിൽ കൊല്ലന്തായി നേരിട്ട് ഏർപ്പെട്ടു. സ്ത്രീത്തൊഴിലാളികളും കർഷക സ്ത്രീകളും വൻതോതിൽ അതിൽ പങ്കെടുക്കുകയുണ്ടായി. തുടക്കത്തിൽ, സാർവ്വദേശീയ വനിതാദിനം ഓരോ രാജ്യത്തും വെവ്വേറെ ദിവസങ്ങളിലാണ് സംഘടിപ്പിക്കപ്പെട്ടത്. പോരാട്ടത്തിന്റെയും ഓർമ്മപ്പെടുത്തലിന്റേതുമായ ഒരു സാഹചര്യം സൃഷ്ടിക്കുകയും, സോഷ്യലിസ്റ്റ് സ്ത്രീകളുടെ പോരാട്ടത്തിന്റെ സാർവ്വദേശീയ ഏകോപനം സാദ്ധ്യമാക്കുകയും ചെയ്യുക എന്നതായിരുന്നു പ്രധാന കാര്യം; സോഷ്യലിസ്റ്റ് സ്ത്രീകളുടെ ഈ പോരാട്ടത്തിന് പലപ്പോഴും ക്രൂരമായ അടിച്ചമർത്തലും അറസ്റ്റും നേരിടേണ്ടിവന്നു. 1917 മാർച്ച് 8 ന് (റഷ്യൻ കലണ്ടർ പ്രകാരം ഫെബ്രുവരി 23) പെട്രോഗ്രാഡിലെ (1914 നു മുൻപ് സെന്റ് പീറ്റേഴ്സ്ബർഗ്ഗ് എന്നാണറിയപ്പെട്ടിരുന്നത്) നെയ്ത്തുകാരികളും തയ്യൽക്കാരികളും ഭക്ഷണവും സമാധാനവും ആവശ്യപ്പെട്ട് യാതൊരു മുന്നൊരുക്കവും കൂടാതെ സ്വമേധയാ പണിമുടക്കി പ്രകടനം നടത്തി. ഈ പണിമുടക്ക് ഒക്ടോബർ വിപ്ലവത്തിലേക്ക് നയിച്ച പ്രക്ഷോഭത്തിന്റെ പ്രേരകശക്തിയായി മാറി. വിപ്ലവജ്വാലയുടെ ആദ്യത്തെ പന്തം കൊളുത്തി മുന്നേറിയത് മാർച്ചിലെ ഈ സ്ത്രീകളായിരുന്നു.

സ്ത്രീത്തൊഴിലാളികളെ സംഘടിപ്പിച്ചതിന്റെയും സോഷ്യലിസ്റ്റ് ഫെമിനിസത്തിന്റെയും ആദ്യ പഥികരിലൊരാളായിരുന്നു കൊല്ലന്തായ്. മാനവ മോചനവും സ്ത്രീകളുടെ രാഷ്ട്രീയ വിമോചനവും സാദ്ധ്യമാക്കുന്നതിനുവേണ്ടിയുള്ള കൂട്ടായ്മയ്ക്കുള്ളിൽ കൊല്ലന്തായ് ജൈവപരമായി പ്രവർത്തിച്ചു. മുതലാളിത്ത വ്യവസ്ഥയുടെ ചങ്ങലക്കെട്ടുകളിൽനിന്നും തൊഴിലാളി വർഗ്ഗം മോചിതരാകുന്ന സമഗ്രതയിൽ മാത്രമേ ശരിക്കുമുള്ള സ്ത്രീവിമോചനം സാദ്ധ്യമാകൂ.

1917 ൽ ഈ ബോൾഷെവിക് വനിത സാമൂഹ്യ ക്ഷേമത്തിനായുള്ള ജനകീയ കമ്മിസാറായി (People's Commissar for Social Welfare) പ്രവർത്തിച്ചു. നിരക്ഷരത നിർമ്മാർജ്ജനം ചെയ്യുന്നതിനും ലിംഗസമത്വം ശക്തിപ്പെടുത്തുന്നതിനുമുള്ള കരട് നിയമങ്ങൾക്ക് രൂപംനല്കുന്നതിനൊപ്പം (ഉദാഹരണത്തിന്, വിവാഹമോചനവുമായി ബന്ധപ്പെട്ടത്) പൊതുവായ അലക്കുശാലകളും അടുക്കളകളും സജ്ജീകരിക്കുന്നതിനും കുട്ടികളുടെ വിദ്യാഭ്യാസത്തിനുള്ള ഇടമൊരുക്കുന്നതിനുംവേണ്ട നടപടികൾ ഈ വകുപ്പ് കൈക്കൊണ്ടു; രാജ്യത്തിന്റെ ഊർജ്ജസ്വലമായ രാഷ്ട്രീയ ജീവിതത്തിൽ പങ്കുവഹിക്കാൻ റഷ്യൻ സ്ത്രീകൾക്ക് ഇതവസരമൊരുക്കി.

കൊല്ലന്തായിയുടെ ഹൃദയത്തിൽ നുരഞ്ഞുപൊങ്ങിക്കൊണ്ടിരുന്ന

മാർച്ച്, വിപ്ലവ പ്രക്രിയയുടെ രണ്ടു മുഖങ്ങൾ തമ്മിലുള്ള ഏറ്റുമുട്ടലിന്റെ നിത്യാനുഭവങ്ങളെ കൂടുതൽ അസ്വസ്ഥമാക്കി: ജീവിതത്തിനായുള്ള സാമ്പത്തിക ഉല്പാദനം പുനർനിർമ്മിക്കേണ്ടതിന്റെ അടിയന്തര സ്വഭാവവും, അടിച്ചമർത്തലിൽനിന്നും സ്ത്രീകളെ മോചിപ്പിക്കേണ്ടതിന്റെ അടിയന്തര സ്വഭാവവുമാണ് ആ രണ്ടു മുഖങ്ങൾ. 'സിസ്റ്റേഴ്സ്' (Sisters - 1923) എന്ന കൊല്ലന്തായിയുടെ ചെറുകഥയിലും *Communism and the Family* (കമ്യൂണിസവും കുടുംബവും - 1920), *The Labour of Women in the Evolution of the Economy* (സമ്പദ്ഘടനയുടെ വളർച്ചയിൽ സ്ത്രീകളുടെ അദ്ധ്വാനം - 1921), *The Family and the Communist State* (കുടുംബവും കമ്യൂണിസ്റ്റ് ഭരണകൂടവും - 1919), *Autobiography of a Sexually Emancipated Communist Woman* - 1926) എന്നീ കൃതികളിലും ഈ അസ്വസ്ഥത പ്രകടമാകുന്നത് നമുക്ക് കാണാൻ സാധിക്കും.

തങ്ങളുടെ കാലഘട്ടത്തിലെ പോരാട്ടങ്ങളിൽ സ്വയം പങ്കുചേരുന്നതിന് സ്ത്രീത്തൊഴിലാളികളിൽ ഗണ്യമായ വിഭാഗത്തെ സജ്ജരാക്കുന്നതിനുള്ള പ്രായോഗികമായ പ്രവർത്തനശൈലി കണ്ടെത്തേണ്ടതിന്റെ ആവശ്യകതയെക്കുറിച്ച് കൊല്ലന്തായ്, സദാ ചിന്തിച്ചിരുന്നു. *The First International Conference of Communist Women* (കമ്യൂണിസ്റ്റുകാരായ സ്ത്രീകളുടെ ആദ്യത്തെ സാർവ്വദേശീയ സമ്മേളനം - 1920), *Trade Unions and the Working Woman* (*ട്രേഡ് യൂണിയനുകളും തൊഴിലെടുക്കുന്ന സ്ത്രീയും* - 1921) എന്നിങ്ങനെയുള്ള അവരുടെ കൃതികൾ ഇതിന്റെ സാക്ഷ്യപത്രമാണ്. രാഷ്ട്രീയ സംഘടനയിൽ സ്ത്രീകളുടെ പങ്കാളിത്തം വർദ്ധിപ്പിക്കുന്നതിനായി പ്രചരണത്തിനും അപ്പുറത്തേക്ക് പോകുകയെന്നത് വളരെ പ്രധാനപ്പെട്ടൊരു കാര്യമാണ്; പാർട്ടി ഏല്പിക്കുന്ന കടമകൾ നിർവ്വഹിക്കുന്നതിന് സ്ത്രീകൾക്ക് അവശ്യംവേണ്ട പ്രൊഫഷണൽ പരിശീലനവും വിദ്യാഭ്യാസവും നല്കുന്നതിനൊപ്പം ബഹുജനങ്ങൾക്കിടയിൽ ഇപ്പോഴും നിലനില്ക്കുന്ന സ്ത്രീകൾക്കെതിരായ എല്ലാ മുൻവിധികളെയും ചെറുത്തുകൊണ്ട് തൊഴിലാളികളുടെയാകെ ബോധനിലവാരം മെച്ചപ്പെടുത്തുകയും വേണം.

1921 ൽ റഷ്യൻ കമ്യൂണിസ്റ്റ് പാർട്ടിയുടെ പത്താം കോൺഗ്രസിൽ അലക്സാണ്ടർ ഷ്ളിയാപ്നിക്കോവിനും മറ്റു സഖാക്കൾക്കുമൊപ്പം കൊല്ലന്തായ്, പാർട്ടിക്കും വിപ്ലവ പ്രക്രിയയ്ക്കും ഭീഷണിയായിരിക്കുന്ന ബ്യൂറോക്രാറ്റിക് ജീർണ്ണതയെന്ന വിപത്തിനെക്കുറിച്ച് താക്കീത് നല്കി. സ്ഥാപനങ്ങൾക്ക് തൊഴിലാളികളുടെ നിയന്ത്രണമുണ്ടായിരിക്കണമെന്നും, 'തൊഴിലാളികളുടെ പ്രതിപക്ഷം' (Workers Opposition) എന്ന പരിപാടിയിലൂടെ സ്വയം മാനേജ്മെന്റിനെ ആധാരമാക്കിയതായിരിക്കണം ഉല്പാദന പ്രക്രിയകൾ എന്നുമായിരുന്നു കൊല്ലന്തായ് നിർദ്ദേശിച്ചത്; എന്നാൽ, ഈ കോൺഗ്രസിൽ ലെനിൻ സ്വീകരിച്ച നിലപാടുമൂലം ഈ നിർദ്ദേശം പരാജയപ്പെട്ടു.

ലെനിന്റെ മരണശേഷം, കൊല്ലന്തായ് ഉൾപ്പെടെയുള്ള നിരവധി വിപ്ല

വകാരികളുടെ രാഷ്ട്രീയ ജീവിതത്തെ സ്വാധീനിച്ച പുതിയ വൈരുദ്ധ്യങ്ങൾ സോവിയറ്റ് യൂണിയനിൽ ഉയർന്നുവന്നു. സ്വീഡനിലെയും നോർവെയിലെയും സോവിയറ്റ് യൂണിയൻ അംബാസഡറായി കൊല്ലന്തായ് 'നാടു കടത്തപ്പെട്ടു;' ചരിത്രത്തിൽ ആദ്യമായാണ് ഒരു സ്ത്രീ നയതന്ത്രപ്രതിനിധിയായി ചുമതലയേല്ക്കുന്നത്. നോർവെയിൽ കൊല്ലന്തായ് ഏറ്റെടുത്ത ദൗത്യം വിജയകരമായി പൂർത്തീകരിച്ചു. 1925 ൽ ഇരു രാജ്യങ്ങളും തമ്മിലുള്ള വ്യാപാരബന്ധം സാധാരണ നിലയിലാക്കിയത് അവരുടെ സംഭാവനയാണ്. 1926 ൽ വ്യാപാര പ്രതിനിധിയെന്ന നിലയിൽ മെക്സിക്കോയിലെത്തി; ഹവാന തുറമുഖം വഴിയായിരുന്നു യാത്ര; ക്യൂബയും സോവിയറ്റ് യൂണിയനും തമ്മിലുള്ള നയതന്ത്രബന്ധം തകരാറിലായിരുന്നതിനാൽ ഹവാനയിൽ കരയിലിറങ്ങുന്നതിന് അവർക്ക് വിലക്കേർപ്പെടുത്തപ്പെട്ടു; എന്നിരുന്നാലും കൊല്ലന്തായിയോടുള്ള സ്നേഹാദരങ്ങൾ പ്രകടിപ്പിക്കാനായി ആ നൗകയിൽ അവരെ സന്ദർശിക്കാനെത്തിയ ഒരു സംഘം ക്യൂബൻ സ്ത്രീകളെ തടയാൻ അവിടുത്തെ ഭരണാധികാരികൾക്കു കഴിഞ്ഞില്ല. 1927 വരെ അവർ മെക്സിക്കോയിൽ തുടർന്നു. സോവിയറ്റ് യൂണിയനിൽ മടങ്ങിയെത്തിയശേഷം 1935 നും 1936 നുമിടയ്ക്ക് ലീഗ് ഓഫ് നേഷൻസിലേക്കുള്ള സോവിയറ്റ് പ്രതിനിധി സംഘത്തിൽ കൊല്ലന്തായ് ഉൾപ്പെടുത്തപ്പെട്ടു. ഈ സമയത്ത്, മെക്സിക്കൻ വിപ്ലവകാരികളോടുള്ള തന്റെ ആത്മാർത്ഥമായ പ്രതിബദ്ധത പ്രതിഫലിപ്പിച്ച, അക്കാലത്ത് തിളങ്ങിനിന്നിരുന്ന വിപ്ലവകാരിയായ ഫോട്ടോഗ്രാഫർ ടിന മൊഡോത്തിയെ അവർ കണ്ടുമുട്ടി. കൂടാതെ, വെയ്മർ ഇടതുപക്ഷവുമായും സ്പാനിഷ് ആഭ്യന്തര യുദ്ധത്തിലെ പോരാളികളുമായും അവർ ഇക്കാലത്ത് കൂടിക്കാഴ്ച നടത്തി; ഇവരെല്ലാവരുമായും കൊല്ലന്തായ് സുദീർഘവും ശക്തവുമായ സൗഹൃദം നിലനിർത്തി. 1937 ൽ സ്പാനിഷ് ആഭ്യന്തര യുദ്ധത്തിലെ പോരാളികൾക്കായി ധനസമാഹരണം നടത്താൻ കൊല്ലന്തായ് വീണ്ടും മെക്സിക്കോയിലൂടെ സഞ്ചരിക്കുകയുണ്ടായി.

1945 ൽ തന്റെ 73-ാമത്തെ വയസ്സിലാണ് കൊല്ലന്തായ് തന്റെ ജന്മനാട്ടിലേക്ക് മടങ്ങിവരുന്നത്. പിന്നീടുള്ള കാലം തന്റെ സമരോത്സുകമായ ജീവിതവും വിപ്ലവ പ്രക്രിയയെ സംബന്ധിച്ച എഴുത്തുമായി അവർ അവിടെത്തന്നെ തുടർന്നു. 1952 മാർച്ച് 9 ന്, റഷ്യയിലെ ശൈത്യകാലത്തിന്റെ അവസാന നാളുകളിൽ അലക്സാൻഡ്ര കൊല്ലന്തായ് മരണമടഞ്ഞു.

കൊല്ലന്തായിയുടെ ഉള്ളിൽ പാർപ്പുറപ്പിച്ച മാർച്ച്, അതിനൊപ്പം വിപ്ലവം കെട്ടിപ്പടുക്കുന്നതിൽ സ്ത്രീകളുടെ വൻതോതിലുള്ള ഇടപെടലും സാദ്ധ്യമാക്കി. നമ്മുടെയുള്ളിൽ പാർപ്പുറപ്പിച്ചിട്ടുള്ള മാർച്ചാകട്ടെ, കൊല്ലന്തായ്യുടെ പൈതൃകവും തീക്ഷ്ണതയും മാനവമോചനത്തെ സംബന്ധിച്ച അവരുടെ കാഴ്ചപ്പാടുമെല്ലാം ഉൾക്കൊള്ളുന്നതാണ്.

നമ്മുടെ കരങ്ങളിൽ നാംതന്നെ അർപ്പിക്കുന്ന മാർച്ചിൽ 'മൂലധന

ത്തിനെതിരെയുള്ള രോഷത്തിന്റെ പതാകകൾ നിറഞ്ഞ ഒരു കടൽ' തന്നെയുണ്ട്; 2020 ലെ അന്താരാഷ്ട്ര വനിതാദിനത്തിൽ നടത്തിയ ഒത്തുചേരലിൽ ഭൂരഹിത തൊഴിലാളി പ്രസ്ഥാനത്തിലെ സ്ത്രീകൾ പ്രഖ്യാപിച്ച വാക്കുകളാണിത്; ഭൂരഹിതരായ സ്ത്രീകളുടെ മാനിഫെസ്റ്റോയാണ് അതിലുള്ളത്; നാട്ടിൽപുറങ്ങളിൽ മൂലധനം നടപ്പാക്കുന്ന രാഷ്ട്രീയ സാമ്പത്തിക പ്രോജക്ടുകളിലെ കടന്നാക്രമണങ്ങളെ നിരാകരിക്കുന്നതാണ് ആ മാനിഫെസ്റ്റോ. സ്ത്രീകൾക്കെതിരായ അക്രമങ്ങളെ (വീട്ടിനുള്ളിൽവെച്ചായാലും സ്ഥാപനങ്ങൾക്കുള്ളിൽ വെച്ചായാലും) ഈ മാനിഫെസ്റ്റോ അപലപിക്കുന്നു; തൊഴിലാളികളുടെ അവകാശങ്ങൾ കവർന്നെടുക്കുന്നതിനെ എതിർക്കുന്നു; പുതിയ രൂപത്തിലുള്ള ഒരു സമൂഹം കെട്ടിപ്പടുക്കുന്നതിന് മാനവരാശിയുടെ കൂട്ടായ പ്രവർത്തനത്തിന്റെ ഭാഗമെന്ന നിലയിൽ ബ്രസീലിലും ലോകത്താകെയുമുള്ള പൊരുതുന്ന ജനതയോട് അത് ഐക്യദാർഢ്യം പ്രഖ്യാപിക്കുന്നു.

ഫെമിനിസമില്ലാതെ സോഷ്യലിസമില്ല!
ഫെമിനിസം കൂടാതെ സോഷ്യലിസം തന്നെയില്ല!

സമത്വത്തിന്റെയും സ്വാതന്ത്ര്യത്തിന്റെയും പ്രണയത്തിന്റെയും പേരിൽ

ജൂലിയ കമാറ

ഒരു കമ്യൂണിസ്റ്റ് നേതാവെന്ന നിലയിൽ, ആധുനിക ഭരണകൂടങ്ങൾ സ്ഥാപിക്കപ്പെട്ടതിനുശേഷം ഒരു ഗവൺമെന്റിന്റെ ഭാഗമായി മാറിയ ലോകത്തിലെ ആദ്യത്തെ സ്ത്രീയെന്ന നിലയിൽ, ബോൾഷെവിക് പാർട്ടിക്കുള്ളിൽ ഉടലെടുത്ത വർക്കേഴ്സ് ഒപ്പോസിഷന്റെ (തൊഴിലാളി പ്രതിപക്ഷം) സംഘാടകയെന്ന നിലയിൽ, പ്രണയവും ലൈംഗിക ബന്ധങ്ങളുമായി (മറ്റ് ഒട്ടേറെ വിഷയങ്ങളോടൊപ്പം) ബന്ധപ്പെട്ട സൈദ്ധാന്തിക എന്ന നിലയിൽ അലക്സാൻഡ്ര കൊല്ലന്തായ് സങ്കീർണ്ണമായൊരു വ്യക്തിത്വത്തിനുടമയായിരുന്നു. സന്ധിയില്ലാത്ത സമരോത്സുകതയും സൈദ്ധാന്തിക പ്രവർത്തനവും സമന്വയിക്കുന്ന അവരുടെ സവിശേഷമായ രാഷ്ട്രീയ ജീവിതം, ഏറക്കുറെ എല്ലാ കമ്യൂണിസ്റ്റ് പ്രവണതകളുടെയും പരിശീലന പരിപാടികളിൽനിന്ന് അടുത്ത കാലംവരെ ഒഴിവാക്കപ്പെട്ടിരുന്നു: ഇന്നും, മാർക്സിസവുമായി നേരിട്ടു ബന്ധമില്ലാത്ത ഫെമിനിസ്റ്റ് മേഖലകളിൽ അവരുടെ പേര് അജ്ഞാതമാണ്. എന്നിരിക്കലും അവരുടെ കൃതികൾ, പ്രത്യേകിച്ചും സോവിയറ്റ് വിപ്ലവത്തിന്റെ ആദ്യകാലങ്ങളിലെഴുതിയ കൃതികൾ, ലിംഗഭേദവും (Gender) വർഗ്ഗവും തമ്മിലുള്ള ബന്ധത്തെക്കുറിച്ചുള്ള ധാരണയ്ക്ക് മർമ്മപ്രധാനമായ വ്യാഖ്യാനങ്ങൾ നല്കുന്നവയാണ്; അവ ഇക്കാലത്തും കൃത്യവും നൂതനവും മൗലികമായി പ്രസക്തവുമായ വിജ്ഞാനമണ്ഡലം തുറന്നുവെയ്ക്കുന്നു.

എങ്ങനെ നോക്കിയാലും, കൊല്ലന്തായിയുടെ കൃതികൾ 'ക്ലാസിക്കുകൾ' എന്ന വിശാലമായ വിഭാഗത്തിൽ ഉൾപ്പെടുന്നതാണ്. ഇടതുപക്ഷത്തുള്ള ഒരു പ്രധാന വിഭാഗം അർഹമായ ആദരവിനുമപ്പുറം ഒരു തരം മതാത്മകതയോടെയാണ് ക്ലാസിക്കുകളെ സമീപിക്കുന്നത്: അവ കൃത്യമായി ഗ്രഹിക്കാതെ ഈ ക്ലാസിക്കുകളുടെ ഖണ്ഡികകളാകെ ഓർമ്മിച്ചുവെക്കുകയും, അധികാരികളെ പ്രീതിപ്പെടുത്തുന്നതിനോ

കാവ്യാത്മകമായ ഊന്നൽ നല്കുന്നതിനോ വേണ്ടി സന്ദർഭോചിതമല്ലാത്തയിടങ്ങളിൽ അവയിലെ ഉദ്ധരണികൾ തിരുകിക്കയറ്റുകയും ചെയ്യുന്നു: ആരെങ്കിലും അതിനെ ചോദ്യം ചെയ്താൽ ഈ വിഭാഗക്കാർ അവരോട് കലഹിക്കുന്നു. മാർക്സ് ശരിയായിരുന്നു എന്ന കൃത്യമായ വ്യാഖ്യാനം വിചിത്രമായൊരു കാരിക്കേച്ചറായി മാറുന്നു: മാർക്സും ലെനിനും പിന്നെയാരൊക്കെയുണ്ടോ അവരെല്ലാം സകല കാര്യങ്ങളെക്കുറിച്ചും ശരിയായിരുന്നു; അവയിലൊന്നും യാതൊരു സംശയവുമില്ല (ഇനിയെന്തെങ്കിലും സംശയമുണ്ടെങ്കിൽതന്നെ, അവ നിസംശയം പരിഹരിക്കുന്നു); ഇക്കൂട്ടരുടെ പ്രവർത്തനങ്ങൾ പാരമ്പര്യാധിഷ്ഠിതവും, മാറ്റത്തെയും ആന്തരികമായ തിരുത്തലുകളെയും നിഷേധിക്കുന്നവയുമാണ്; ഏതു സന്ദർഭത്തിലും യാന്ത്രികമായി പുനരുല്പാദിപ്പിക്കാവുന്ന ചരിത്രപരമായ സത്യമായി അവരുടെ പ്രബന്ധങ്ങൾ പ്രബലവുമാണ്. അമൂല്യമായ അവരുടെ പ്രവർത്തനത്തെ കണക്കാക്കാതെ സൈദ്ധാന്തികരും രാഷ്ട്രീയ സംഘാടകരും അത്യന്തം വിരോധാഭാസപരമായി അവയെ നിർജ്ജീവമായ ഫോസിലുകളായി, ജഡമായി, പൂർണ്ണമായും രാഷ്ട്രീയമുക്തമായി തരംതാഴ്ത്തുന്നു.

ക്ലാസിക്കുകളുടെ കാര്യത്തിലുള്ള ഈ മനോഗതത്തെ തകർക്കുകയെന്നത് കടമയും വിപ്ലവ രാഷ്ട്രീയത്തിന്റെ അനിവാര്യതയുമാണ്. ഒരു രചയിതാവിനെ ഈ വിഭാഗത്തിന്റെ ഭാഗമാക്കുന്നത് അവന്റെയോ അവളുടെയോ വിശുദ്ധവല്ക്കരണമല്ല (മാറ്റമുണ്ടാക്കാനുള്ള അവന്റെയോ അവളുടെയോ ശേഷി ഇല്ലാതാകുന്നതിനെ ഇത് അടയാളപ്പെടുത്തുന്നു); മറിച്ച് അവന്റെയോ അവളുടെയോ സമീപനങ്ങളുടെ ഉപയുക്തതയുടെ സ്ഥിരീകരണം, പുതിയ വൈവിദ്ധ്യങ്ങളുടെ കണ്ടുപിടുത്തം, വർത്തമാനകാലത്തെ മനസ്സിലാക്കുവാനും വിജയകരമായ വിമോചന സമരതന്ത്രങ്ങൾ കെട്ടിപ്പടുക്കുന്നതിനുമുള്ള ഒരു ആയുധപ്പെട്ടി എന്ന നിലയിലുള്ള അവയുടെ പ്രവർത്തനം എന്നിവയാണത് നിശ്ചയിക്കുന്നത്. കഴിഞ്ഞുപോയതും എക്കാലവും നിശ്ചലമായി നിലനില്ക്കുന്നതുമായ ഒന്നിനുവേണ്ടി, ഒരു പ്രദർശനവസ്തുവിനുവേണ്ടി നോക്കിയാൽ നമുക്ക് ക്ലാസിക്കുകളെ കാണാൻ കഴിയില്ല. കാലികമായ അസ്തിത്വമാണ്, പരിപൂർണ്ണമായ രാഷ്ട്രീയ പ്രസക്തിയാണ് ക്ലാസിക്കുകൾക്ക് ആ സ്ഥാനം നല്കുന്നത്. ഇപ്പോഴാകട്ടെ, എല്ലാ കാര്യങ്ങളും ചോദ്യം ചെയ്യപ്പെടുന്ന അവസ്ഥയിലുമാണ്.

മറ്റു ക്ലാസിക്കുകളിൽനിന്നു വ്യത്യസ്തമായി ഇക്കാലംവരെ കൊല്ലന്തായ് വളരെ ചെറിയ തോതിൽ മാത്രമാണ് പഠനവിധേയമായിട്ടുള്ളത്. അവരുടെ പ്രവർത്തനം ഏതെങ്കിലും സമഗ്രമായ ഗ്രന്ഥമായിട്ടല്ല, മറിച്ച് ലഘുലേഖകളും വ്യക്തിപരമായ കത്തിടപാടുകളും പത്രലേഖനങ്ങളുമെല്ലാം ഉൾക്കൊള്ളുന്നതാണ് എന്ന വസ്തുത, അവരുടെ എഴുത്തുകളുടെ പ്രചാരണവും വിവർത്തനവും ഏറക്കുറെ വിഷമകരമാക്കി. എന്തുതന്നെയായാലും, പ്രധാന പ്രതിബന്ധം എപ്പോഴും രാഷ്ട്രീയ സ്വഭാവ

ത്തിന്റേതായിരുന്നു

നയതന്ത്രവിഭാഗത്തിലെ അംഗമായി അലക്സാൻഡ്രാ കൊല്ലന്തായ് റഷ്യ വിടുന്നത് 1922 ലാണ്. അതുതന്നെയാണ് അവരുടെ ഒരു പ്രധാന രചന (അവരുടെ കൃതികളിൽ ഏറ്റവും മികച്ചത്) എഴുതി തീർത്ത കാലവും. ചരിത്രപരമായി നോക്കിയാൽ, അതുമുതലാണ് അവർ പൂർണ്ണമായും അപ്രസക്തമായി മാറ്റിയത്. *The Autobiography of a Sexually Emanicipated Communist Women* (*ലൈംഗിക മോചനം നേടിയ ഒരു കമ്മ്യൂണിസ്റ്റ് സ്ത്രീയുടെ ആത്മകഥ*) എന്ന പേര് നല്കിയിട്ടുള്ള 1926 ൽ എഴുതിയ അവരുടെ ഓർമ്മക്കുറിപ്പിന്റെ കരടിൽ, സ്വയം സെൻസർഷിപ്പ് പ്രകടമാക്കുന്നതുപോലെ ചില വാക്യങ്ങൾ വെട്ടിയിരിക്കുന്നത് കാണാം; അതുപോലെതന്നെ വ്യക്തമായ ചില തുറന്നു സമ്മതിക്കലുകളുമുണ്ട്: 'ഇപ്പോൾ (1918) എന്റെ ജീവിതത്തിലെ ഇരുണ്ട കാലം ആരംഭിച്ചിരിക്കുന്നു; ആ സംഭവങ്ങൾ എന്റെ മനസ്സിൽ പച്ചയായി നിലനില്ക്കുന്നതിനാൽ എനിക്കതിവിടെ കുറിക്കാൻ കഴിയുന്നില്ല. 1930 ൽ അതിലൊരു നിലപാടെടുക്കാതെ, കുറച്ചു വർഷങ്ങൾക്കുമുൻപ് താൻതന്നെ പ്രോത്സാഹിപ്പിക്കുകയും മുന്നോട്ടുവയ്ക്കുകയും ചെയ്ത നിയമങ്ങൾ ക്രൂരമായി പൊളിച്ചടുക്കുന്നതു കണ്ടിട്ടും, കൊല്ലന്തായ് സ്റ്റാലിനെ പരസ്യമായി പിന്തുണച്ചു. എന്നാൽ അവസാന നാളുകളിലെ അവരുടെ രാഷ്ട്രീയമായ കീഴടങ്ങൽ - അവരെ ജീവനോടെ നിലനിർത്തിയ ഒരു കീഴടങ്ങൽ - കണ്ടിട്ടും, പാർട്ടിക്കുള്ളിൽ അവർ നടത്തിയ വിരുദ്ധ പ്രവർത്തനത്തോടും പുത്തൻ സാമ്പത്തിക നയത്തെ എതിർത്തതിനോടും അവരുടെ മെൻഷെവിക് പശ്ചാത്തലത്തോടും 'ഔദ്യോഗിക' കമ്മ്യൂണിസം മാപ്പു നല്കിയില്ല. എന്തുതന്നെയായാലും, 1917 ൽ പീപ്പിൾസ് കമ്മിസാർ ഓഫ് സോഷ്യൽ വെൽഫെയർ ആയുള്ള അവരുടെ നിയമനവും ആദ്യ സോവിയറ്റ് ഭരണഘടന തയ്യാറാക്കിയതിലെ അവരുടെ സ്വാധീനവും കാണിക്കുന്നത്, വിപ്ലവം അവരുടെ പങ്ക് തിരിച്ചറിഞ്ഞിരുന്നു എന്നതാണ്; ആ സമയത്തും ആശയപരമായ തർക്കം പാർട്ടിക്കുള്ളിൽ ഒരു യാഥാർത്ഥ്യമായി നിലനിന്നിരുന്നു.

1970 കളുടെ മദ്ധ്യം മുതൽ മൂന്നു വിഭാഗങ്ങൾ കൊല്ലന്തായിയെക്കുറിച്ചുള്ള വായനകളിൽ താല്പര്യമുണർത്തി. അവർ കൊല്ലന്തായിയെ വ്യത്യസ്തമായ രീതിയിൽ സമീപിച്ചു; കൊല്ലന്തായിയുടെ പ്രവർത്തനത്തിന്റെ സവിശേഷമായ വശങ്ങളിൽ തല്പരരുമായിരുന്നു അവർ. ഒരു വശത്ത്, മൂന്നാം ഇന്റർനാഷണലിന്റെ സിദ്ധാന്തത്തെ എതിർത്ത വിവിധ കമ്മ്യൂണിസ്റ്റ് ഗ്രൂപ്പുകൾ റഷ്യൻ കമ്മ്യൂണിസ്റ്റ് പാർട്ടിക്കുള്ളിലെ പ്രധാനപ്പെട്ട പ്രവണതകളിലൊന്നിന്റെ സംഘാടക എന്ന നിലയ്ക്കും സഹകരണവാദത്തിന്റെ വക്താവ് എന്ന നിലയ്ക്കും ബ്യൂറോക്രസിയുടെ ശത്രു എന്ന നിലയ്ക്കും വീണ്ടും വിലയിരുത്തപ്പെടേണ്ട ഒരു വ്യക്തിത്വമായി കൊല്ലന്തായിയെ കണ്ടു. *വർക്കേഴ്സ് ഒപ്പോസിഷൻ (തൊഴിലാളി പ്രതിപക്ഷം)* എന്ന അവരുടെ ഗ്രന്ഥം നിരവധി തവണ പുനഃപ്രസിദ്ധീകരിച്ചി

ട്ടുണ്ട്; *കമ്യൂണിസവും കുടുംബവും (Communism and Family)* പോലെയുള്ള അവരുടെ പരിപാടിപരമായ ലഘുലേഖകളുടെ ഏതാണ്ടത്രതന്നെ ഇതും പുനഃപ്രസിദ്ധീകരിക്കുകയുണ്ടായി.

മൊത്തത്തിൽ, കൊല്ലന്തായിയുടെ മറ്റ് സൈദ്ധാന്തിക രചനകളിൽ വേണ്ടത്ര വായനയോ പഠനമോ ഉണ്ടായിട്ടില്ല; ഒരുപക്ഷേ, വൈകാരിക കെട്ടുപാടുകളും സാഹിത്യ പഠനങ്ങളുംപോലെ 'ചെറിയ ചെറിയ' വിഷയങ്ങളിൽ അർപ്പിതമായവയാണ് ഈ രചനകൾ എന്നു കരുതപ്പെട്ടതുകൊണ്ടാവാം അത്. എന്തുതന്നെയായാലും 1980 കൾ മുതലിങ്ങോട്ട് ചില ഫെമിനിസ്റ്റുകൾ കൃത്യമായും ഇതേ ഗ്രന്ഥങ്ങളുടെ അടിസ്ഥാനത്തിൽതന്നെ കൊല്ലന്തായിയെ സമീപിക്കുവാൻ തുടങ്ങി; വിപ്ലവം കെട്ടിപ്പടുക്കുന്നതും, ആചാരങ്ങളുടെയും കൂട്ടായ ധാർമ്മികതയുടെയും പരിവർത്തനവും തമ്മിലുള്ള ബന്ധത്തെക്കുറിച്ച് പറയുന്ന രചനകളാണിവ. ഇന്ന് കൊല്ലന്തായിയിൽ തല്പരരായ ഞങ്ങളെപ്പോലെയുള്ള ഒരുപാടുപേർ ഈ ഗ്രൂപ്പിന്റെ ഭാഗമാണ് എന്ന് സ്വയം തിരിച്ചറിയുന്നു. കൃത്യമായി പാർട്ടി നയം പിന്തുടരുന്ന ആ ഗ്രന്ഥങ്ങളിലൂടെയല്ല, ഞങ്ങൾ കൊല്ലന്തായിയുടെ രചനകളെ കണ്ടെത്താൻ തുടങ്ങിയത്; മറിച്ച് ആധുനിക സ്ത്രീ, പ്രണയത്തെക്കുറിച്ചുള്ള തൊഴിലാളിവർഗ്ഗ പ്രത്യയശാസ്ത്രം തുടങ്ങിയ ആശയങ്ങളിൽ കേന്ദ്രീകരിക്കുന്ന അവരുടെ രചനകളിലേക്കാണ് ഞങ്ങൾ തിരിഞ്ഞത്; ആ പതിപ്പുകൾ പ്രസിദ്ധീകരിച്ച കഴിഞ്ഞ തലമുറയിലെ ഫെമിനിസ്റ്റുകൾക്ക് ഞാൻ നന്ദി പറയുന്നു. എന്റെ അഭിപ്രായത്തിൽ, ഇത്തരം ആശയങ്ങളിൽ കേന്ദ്രീകരിച്ചുകൊണ്ടുള്ള അവരുടെ എഴുത്തുകൾ ഏറ്റവും യഥാർത്ഥവും ചിന്തയെ ഉണർത്തുന്നതും രാഷ്ട്രീയമായി സമൂലവുമാകുന്ന സംഭാവനകളാണ്. ഇരുപത്തൊന്നാം നൂറ്റാണ്ടിന്റെ നെറുകയിൽനില്ക്കുന്ന ഈ ഘട്ടത്തിൽ, മനുഷ്യരാശിക്കാകെ ഒരു വിമോചന തന്ത്രമെന്ന ആശയത്തിന്റെ സുപ്രധാന വശമായ, സാർവ്വദേശീയവും വർഗ്ഗാടിസ്ഥാനത്തിലുള്ളതുമായ ഫെമിനിസം കെട്ടിപ്പടുക്കുന്നതിന് കൊല്ലന്തായിക്ക് നമ്മളെ ഏതു രീതിയിൽ സഹായിക്കാനാകുമെന്ന് ഈ രചനകൾ ചിന്തിപ്പിക്കുന്നു.

പ്രവർത്തനത്തിലൂടെ മോചനം: സ്ത്രീവിമോചനത്തിനായുള്ള ബോൾഷെവിക് പരിപാടി

ആദ്യം സോഷ്യലിസ്റ്റുകൾ രൂപംനല്കുകയും പിന്നീട് ഫെമിനിസ്റ്റുകൾ ഏറ്റെടുക്കുകയുംചെയ്ത അവിതർക്കിതമായ സത്യങ്ങളിലൊന്നാണ്, തങ്ങളെ ആക്രമിക്കുന്നവരെ ആശ്രയിക്കുന്നില്ലാത്തപക്ഷം വിവേചനത്തിന്റെയും അതിക്രമത്തിന്റെയും ദുരുപയോഗം ചെയ്യലിന്റെയും സാഹചര്യങ്ങൾ സഹിക്കുവാൻ സ്ത്രീ തയ്യാറല്ല എന്നത്. വൈകാരികമായ ഈ ആശ്രിതത്വം (ഈ പദത്തെ അതിന്റെ പൂർണ്ണമായ നിഷേധാർത്ഥത്തിൽ മനസ്സിലാക്കുക; ഇന്ന് നമ്മൾ ആരോഗ്യകരമെന്ന് അംഗീകരിക്കുന്ന പര

സ്പരാശ്രിതത്വത്തിന്റെ പര്യായപദമായി അതിനെ കാണരുത്) പ്രധാനമായും സാമ്പത്തിക സ്വാതന്ത്ര്യത്തിന്റെ അഭാവം മൂലമുണ്ടാകുന്നതാണ്. കൂടാതെ, ലിംഗപരമായ കടമകളും അദ്ധ്വാനം സംബന്ധിച്ചുള്ള സ്ത്രീ- പുരുഷ വിഭജനവും നിർണ്ണയിക്കപ്പെട്ടിട്ടുള്ള എതിർലിംഗ ദമ്പതികളുടെ കുടുംബമാതൃക ഉറപ്പായും സ്ത്രീകളുടെ പ്രാതിനിധ്യത്തെയും സ്വയംഭരണാവകാശത്തെയും ശ്വാസംമുട്ടിച്ചു കൊല്ലുന്നു. പത്തൊമ്പതാം നൂറ്റാണ്ടിന്റെ മദ്ധ്യകാലം മുതൽക്കും ഇരുപതാം നൂറ്റാണ്ടിലുടനീളവും ഈ പ്രശ്നം നേരിടുന്നതിന് വ്യത്യസ്ത രാഷ്ട്രീയ പ്രവണതകൾ വൈവിദ്ധ്യമാർന്ന പരിഹാരങ്ങൾ നിർദ്ദേശിക്കുകയുണ്ടായി. ബോൾഷെവിക്കുകൾ നിർദ്ദേശിച്ച പരിഹാരം, ഒരു ത്രിമുഖ സമീപനത്തെ അടിസ്ഥാനപ്പെടുത്തിയുള്ളതായിരുന്നു: തൊഴിൽ കമ്പോളത്തിലെ സ്ത്രീകളുടെ പങ്കാളിത്തം; മാതൃത്വാവകാശങ്ങൾ, ഗാർഹിക ജോലിക്ക് അന്ത്യം കുറിക്കൽ എന്നിവയാണിവ.

കൊല്ലന്തായിയുടെ രചനകളുടെ സുപ്രധാന ഭാഗവും, സ്ത്രീക്കും പുരുഷനുമിടയിൽ അസമത്വം സൃഷ്ടിക്കുന്ന ചരിത്രപരമായ സവിശേഷ പ്രക്രിയകളെ സംബന്ധിച്ച പഠനത്തിൽ കേന്ദ്രീകരിക്കുന്നതാണ്. ഈ രംഗത്ത് കൊല്ലന്തായിയെ സ്വാധീനിച്ചിരുന്നത് സോഷ്യലിസ്റ്റ് പാരമ്പര്യത്തിന്റെ ആശയങ്ങളാണ് (മറ്റു പ്രവണതകളുടെ കാര്യത്തിലെന്നപോലെ, ഇരുപതാം നൂറ്റാണ്ടിന്റെ തുടക്കത്തിൽ ഇതും അപൂർവ്വമായിരുന്നു). അടിച്ചമർത്തലിനെ അതിന്റെ ചരിത്രപരമായ പശ്ചാത്തലത്തിൽ നിർണ്ണയിക്കുന്നതിനുവേണ്ടി അവർ *കുടുംബം, സ്വകാര്യസ്വത്ത്, ഭരണകൂടം എന്നിവയുടെ ഉത്ഭവം* എന്ന എംഗൽസിന്റെ ഗ്രന്ഥത്തെയാണ് അവലംബിച്ചത്: ആധിപത്യവും സ്ത്രീകളുടെ സാമൂഹ്യമായ പുറന്തള്ളലും സ്വാഭാവിക അടിത്തറയുള്ളതല്ല; അത് ഭൗതികമായ സാമൂഹ്യ ബന്ധങ്ങളുടെ ഫലമാണ്; അതുകൊണ്ടുതന്നെ അതിൽ മാറ്റം വരുത്താവുന്നതുമാണ്. ഈ സിദ്ധാന്തത്തിന്റെ അടിസ്ഥാനത്തിൽ, വർഷങ്ങൾക്കുമുൻപ് ക്ലാര സെത്കിൻ തുടങ്ങിവെച്ച പ്രവർത്തനം കൊല്ലന്തായ് ഏറ്റെടുത്തു. വ്യത്യസ്ത സാമൂഹിക വർഗ്ഗങ്ങളിലെ സ്ത്രീകൾ വൈവിദ്ധ്യമാർന്ന സാഹചര്യങ്ങളിൽ അനിവാര്യമായും അവരെ സ്വയം കണ്ടെത്തും; കാരണം ഇവ ചരിത്രപരമായ സാമൂഹിക ബന്ധങ്ങളെ ആശ്രയിച്ചുകിടക്കുന്നു. വ്യത്യസ്ത വർഗ്ഗങ്ങളിൽപ്പെട്ട സ്ത്രീകളെ തുല്യമായും പ്രകടമായും ബാധിക്കുന്ന പ്രതിഭാസങ്ങൾക്കുപോലും വ്യക്തമായ വിശദീകരണങ്ങളും പരിഹാരങ്ങളുമുണ്ട്. ഇതിനെക്കുറിച്ച് കൂടുതൽ കാര്യങ്ങൾ ചുവടെ ചർച്ച ചെയ്യുന്നതാണ്.

1921 ൽ കൊല്ലന്തായ് ഏതാണ്ട് പൂർണ്ണമായും സ്ത്രീകളെ സംഘടിപ്പിക്കുന്നതിൽ മുഴുകിയിരുന്ന കാലത്ത്, പാർട്ടി അംഗങ്ങളല്ലാത്ത സ്ത്രീകളെ സംഘടിപ്പിക്കുന്നതിനുത്തരവാദപ്പെട്ട കമ്യൂണിസ്റ്റ് പാർട്ടി അംഗങ്ങൾക്കുവേണ്ടിയുള്ള പരിശീലനപരിപാടിയുടെ ഭാഗമായി, ലെനിൻഗ്രാഡിലെ സ്വെർഡ്ലോവ് സർവ്വകലാശാലയിൽ വെച്ച് അവർ

പതിനാല് പ്രഭാഷണങ്ങളുടെ ഒരു പരമ്പര നടത്തിയിരുന്നു. അന്നവർ അവതരിപ്പിച്ച മുഖ്യ പ്രബന്ധം വളരെ വ്യക്തമായിരുന്നു; ഒരു നിർദ്ദിഷ്ട സമൂഹത്തിൽ സ്ത്രീകളുടെ സ്ഥാനം നിർണ്ണയിക്കുന്നത്, ഉല്പാദനത്തിലെ അവരുടെ പങ്കാളിത്തനിലയും കൂട്ടായ്മയ്ക്കുവേണ്ടി അവർ ഏറ്റെടുക്കുന്ന പ്രവർത്തനങ്ങളുടെ പ്രാധാന്യവും കണക്കിലെടുത്താണ് (അഥവാ! അതിൽ പരാജയപ്പെട്ടാൽ, അവരുടെ യഥാർത്ഥ പ്രാധാന്യം സംബന്ധിച്ച കൂട്ടായ പരിപ്രേക്ഷ്യംകൊണ്ട്) ഇതിലൂടെ അർത്ഥമാക്കുന്ന സ്ത്രീകളുടെ വിമോചനത്തിലേക്കുള്ള പാത വളരെ സ്പഷ്ടമാണ്. ഉല്പാദനപ്രക്രിയയിൽ സ്ത്രീകളെ ഉൾക്കൊള്ളിക്കുക എന്നത് സ്ത്രീവിമോചനത്തിനുവേണ്ടിയുള്ള ബോൾഷെവിക് പരിപാടിയുടെ കേന്ദ്രഘടകമായിരുന്നു. തൊഴിലെടുക്കുവാനുള്ള അവകാശം (തൊഴിലാളി പ്രസ്ഥാനത്തിന്റെ ചരിത്രപരമായ മുദ്രാവാക്യം) എന്നത് അതിജീവിക്കുവാനുള്ള സ്വന്തം ഉപാധികളാൽ മുന്നേറുവാനുള്ള അവകാശത്തിനു തുല്യമാണ്.

ഇരുപതാം നൂറ്റാണ്ടിന്റെ അവസാന ദശകങ്ങളിൽ, ലോകത്തിലെ ഏതാണ്ടെല്ലായിടങ്ങളിലും സജീവ അദ്ധ്വാനശക്തിയുടെ സുപ്രധാന ഭാഗമായി പെണ്ണിന്റെ അദ്ധ്വാനശക്തി മാറിയപ്പോൾ (ഒപ്പം ഒരു പൊതുചട്ടമെന്ന നിലയ്ക്ക്, കരുതൽ സേനയിലെ ഭൂരിപക്ഷ സാന്നിദ്ധ്യവും സ്ത്രീകളായി മാറി), 'ഇരട്ടഭാരം' എന്ന ആശയം ഫെമിനിസ്റ്റുകൾക്കിടയിൽ ഒരു പ്രധാന ചർച്ചയായി ഉയർന്നുവന്നു. മുതലാളിത്തം തങ്ങൾക്കുവേണ്ടി ഒരുക്കിയ കെണിയിൽനിന്നും ഒട്ടേറെ ആക്ടിവിസ്റ്റുകൾ പുറത്തുചാടി: 'ലിംഗപരമായ' ഉത്തരവാദിത്വങ്ങൾക്കു പുറമെ (പുരുഷമേധാവിത്വപരമായ അടിച്ചമർത്തലിന്റെ ഒരുല്പന്നമായി ഇതിനെ കണക്കാക്കുന്നു) ഇപ്പോഴവർക്ക് തൊഴിൽ കമ്പോളത്തിലേക്ക് സ്വന്തം അദ്ധ്വാനം സംഭാവന ചെയ്യേണ്ടതായും വന്നിരിക്കുന്നു. ഈ പ്രതിഭാസത്തിന്റെ ഫലം നമുക്ക് നേരിട്ടറിയാവുന്നതാണ്: ഗാർഹികവും പരിചരണപരവുമായ ഉത്തരവാദിത്വങ്ങൾ നമ്മുടെ പ്രൊഫഷണൽ ഭാവിയെ കുഴപ്പത്തിലാക്കുന്നു; അതേസമയം തൊഴിൽസംബന്ധമായ ആവശ്യകതകൾ നമ്മുടെ വ്യക്തിപരവും കുടുംബപരവുമായ വികാസത്തെ ഹാനികരമായി ബാധിക്കുന്നു. ജീവശാസ്ത്രപരമായ പരിമിതികൾക്കനുസരിച്ച് ഗർഭം ധരിക്കുന്നത് വൈകിപ്പിക്കുന്നതും, ആഗോള വടക്കൻ ദിക്കിലെ രാജ്യങ്ങളിൽ കുട്ടികളുടെ എണ്ണം ഗണ്യമായി കുറഞ്ഞതും, ഒരുവശത്തു നിന്നു നോക്കുമ്പോൾ, മികച്ച ഉദാഹരണങ്ങളാണ്. ഇനി മറ്റൊരു വശത്തുനിന്ന് നോക്കുകയാണെങ്കിൽ, ഫലം പരക്കെ അറിയപ്പെടുന്നതു തന്നെയാണ്. സ്ത്രീകൾ മുന്നിട്ടു നില്ക്കുന്ന ഉദ്യോഗങ്ങളിലെ വ്യാപകമായ തൊഴിൽ അരക്ഷിതാവസ്ഥ, തൊഴിലിലെ അവകാശങ്ങളുടെയും സുരക്ഷയുടെയും അഭാവം, വർദ്ധിത നിരക്കിലുള്ള താൽക്കാലിക തൊഴിലും അനൗദ്യോഗിക തൊഴിലും എന്നിങ്ങനെയുള്ള ഫലങ്ങൾ പ്രസിദ്ധമാണ്. ഇതിനുള്ളിൽ, എവിടെയാണ് വാഗ്ദാനം ചെയ്യപ്പെട്ട വിമോചനം?

ഇരുപതാം നൂറ്റാണ്ടിന്റെ അവസാനകാലത്ത് ഫെമിനിസ്റ്റുകൾ

മുന്നോട്ടുവെച്ച ഇരട്ട ഭാരം എന്ന ആശയം അതിനും അൻപതോ അഥവാ നൂറോ വർഷങ്ങൾക്കു മുൻപേ തന്നെ നിരവധി തൊഴിലാളി സ്ത്രീകളെ/സംബന്ധിച്ചിടത്തോളം യാഥാർത്ഥ്യമായി കഴിഞ്ഞിരുന്നു. 1923 ൽ, അന്ന് 20 വയസ്സുണ്ടായിരുന്ന, ലെഫ്റ്റ് ഒപ്പോസിഷനിൽ അംഗമായിരുന്ന, ബോൾഷെവിക് ജേണലിസ്റ്റായ ലാറിസ റെയ്സ്നർ ജർമ്മൻ വിപ്ലവത്തിനുവേണ്ടി നടന്ന നീക്കത്തെക്കുറിച്ച് എഴുതുന്നതിന് ഹംബർഗിലേക്ക് യാത്ര ചെയ്തു. അവളുടെ കുറിപ്പുകളിലും ലേഖനങ്ങളിലും തൊഴിലെടുക്കുന്ന അമ്മമാരുടെ അനുഭവങ്ങളെ രേഖപ്പെടുത്തുന്നതിൽ ഒരു പ്രത്യേക താല്പര്യം കാണാനാകും. ലോകത്തിലെ ഏറ്റവും വികസിതമായ തൊഴിലാളിവർഗ്ഗമുള്ള ജർമ്മനിയിലെ സ്ത്രീകളുടെ അവസ്ഥ വളരെ മോശമായിരുന്നു; പോഷകാഹാരക്കുറവ്, പാലിന്റെ കുറവ്, പ്രസവത്തോടെയുള്ള മരണത്തിന് ഉയർന്ന സാദ്ധ്യത, വളരെ ഉയർന്ന ശിശുമരണ നിരക്ക് എന്നിവയെല്ലാം അവിടുത്തെ സ്ത്രീകൾ നേരിട്ടിരുന്നു. കൂടുതൽ സവിശേഷപരമായല്ലെങ്കിലും, ശാസ്ത്രീയമായ തുടക്കം 1845 എന്ന് നിർണ്ണയിക്കപ്പെട്ടിട്ടുള്ള തൊഴിലാളിവർഗ്ഗ സാമൂഹ്യശാസ്ത്രത്തിന്റെ വിശാലമായ മണ്ഡലത്തിൽ ഈ യാഥാർത്ഥ്യം നേരത്തെ തന്നെ ചൂണ്ടിക്കാണിക്കപ്പെട്ടിരുന്നു. ഫ്രെഡറിക് എംഗൽസിന്റെ *The Condition of The Working Class in England (ഇംഗ്ലണ്ടിലെ തൊഴിലാളിവർഗ്ഗത്തിന്റെ അവസ്ഥ)* എന്ന കൃതി പ്രസിദ്ധീകരിച്ചത് 1845 ലായിരുന്നു. മുതലാളിത്തത്തിനുകീഴിൽ മാതൃത്വവും തൊഴിലും പരസ്പര വിരുദ്ധമായിരുന്നു (ഇപ്പോഴും അതങ്ങനെതന്നെ). സ്ത്രീകളുടെ വിമോചനത്തിനുവേണ്ടിയുള്ള ബോൾഷെവിക് പരിപാടി ഈ യാഥാർത്ഥ്യത്തോട് പ്രതികരിക്കുവാൻ തയ്യാറായി; തൊഴിലും പരിചരണപരമായ ഉത്തരവാദിത്വങ്ങളും തമ്മിലുള്ള വൈരുദ്ധ്യം ഇല്ലാതാക്കുകയും, അവകാശങ്ങൾ നിഷേധിക്കപ്പെടാതെ അഥവാ സാമൂഹിക അരക്ഷിതാവസ്ഥയുടെ വല്ലാത്തൊരു അവസ്ഥയിലേക്ക് തള്ളിവിടപ്പെടാതെ എല്ലാ സ്ത്രീകൾക്കും അമ്മയാകാനുള്ള സാദ്ധ്യത ഉറപ്പു നല്കുകയും ചെയ്യുന്ന പ്രസവകാല അവകാശങ്ങൾ നിലവിൽ കൊണ്ടുവരികയാണ് അതിനവർ ചെയ്തത്. സാമൂഹികക്ഷേമ കമ്മിസാർ എന്ന നിലയിലുള്ള തന്റെ പ്രവർത്തനത്തിന്റെ ഭാഗമായി കൊല്ലന്തായ് 1918 ജനുവരിയിൽ പ്രസവത്തിനും കുട്ടിയുടെ സംരക്ഷണത്തിനും വേണ്ടിയുള്ള കേന്ദ്ര കാര്യാലയം (Central Office for Maternity and Child Protection) സ്ഥാപിച്ചു; പ്രസവത്തിനുമുൻപും ശേഷവുമുള്ള പരിചരണം സംബന്ധിച്ച് സ്ത്രീത്തൊഴിലാളികൾക്ക് പരിശീലനം നല്കുവാനും, സൗജന്യ നഴ്സറികളും പ്രസവകാല വസതികളും സജ്ജീകരിക്കുവാനും നടത്തിക്കൊണ്ടുപോകുവാനും, സമാന നടപടികൾ കൈക്കൊള്ളുവാനും ലക്ഷ്യമിട്ടുള്ള നയങ്ങളെ ഏകോപിപ്പിക്കുന്നതിനു വേണ്ടിയുള്ള സ്ഥാപനമായിരുന്നു അത്. മാതൃത്വം ഒരു 'സാമൂഹിക ചുമതല'യാണെന്നും അതുകൊണ്ടുതന്നെ ആ അവസ്ഥയിൽ സംരക്ഷണവും വേതനവും നല്കേണ്ടതുണ്ടെന്നും സോവിയറ്റ് ഭരണകൂടം

തിരിച്ചറിഞ്ഞിരുന്നു. ഭൂപ്രദേശത്തിന്റെ പരപ്പിനാലും, ഗ്രാമപ്രദേശവും നഗരവും തമ്മിലുള്ള വ്യത്യസ്തതകളാലും, 'യുദ്ധകാല കമ്യൂണിസ'മെന്നറിയപ്പെടുന്ന കാലത്തെ തീവ്രതയാലും രാജ്യത്തിന്റെ സാമ്പത്തിക ക്ലേശത്താലും ഇവയുടെ ഫലപ്രാപ്തി പരിമിതപ്പെട്ടു. എങ്കിൽപ്പോലും 1945 നുശേഷമുണ്ടായ മുതലാളിത്ത ക്ഷേമരാഷ്ട്രങ്ങളോട് താരതമ്യപ്പെടുത്തുമ്പോഴും, സമകാലിക ലോകത്തെ നിയമനിർമ്മാണങ്ങളോട് താരതമ്യപ്പെടുത്തുമ്പോൾപോലും അന്ന് ബോൾഷെവിക് വിപ്ലവകാരികൾ നിലവിൽ കൊണ്ടുവന്ന ഈ നടപടികൾ അത്ഭുതകരമായവിധം മുന്നേറ്റമുണ്ടാക്കിയവയായിരുന്നു. പ്രസവത്തിന് മുൻപും ശേഷവും എട്ട് ആഴ്ച അമ്മമാർക്ക് വേതനത്തോടുകൂടിയ തൊഴിലവധി (നമ്മുടെ ഇന്നത്തെ നാലുമാസത്തെ പ്രസവാവധിക്കു തുല്യമാണിത്) അനുവദിക്കുക, ഗർഭാവസ്ഥയുടെ രണ്ടാം പാതയിൽ തുടങ്ങി കുഞ്ഞിനു മുലയൂട്ടുന്നകാലം കഴിയുംവരെ എല്ലാ സ്ത്രീകൾക്കും അടിസ്ഥാന ഭക്ഷണവും (പാൽ, വെണ്ണ) ശുചിത്വസംബന്ധമായ ഉല്പന്നങ്ങളുമടങ്ങിയ (നാപ്കിൻ മുതലായവ) സൗജന്യ പാക്കേജ് നല്കുക എന്നിവ ഈ നടപടികളുടെ ഉദാഹരണങ്ങളാണ്. അതേസമയംതന്നെ, 1920 ൽ ആരോഗ്യത്തിന്റെയും നീതിയുടെയും ജനകീയ കമ്മിസാറിയറ്റുകൾ, കൃത്രിമമായി ഗർഭം അലസിപ്പിക്കുന്നതുമായി ബന്ധപ്പെട്ട ഒരു ഡിക്രി (ഉത്തരവ്) പ്രഖ്യാപിച്ചു; അത് അബോർഷന് (ഗർഭം അലസിപ്പിക്കൽ) നിയമസാധുത കൊണ്ടുവന്ന ലോകത്തിലെ ആദ്യത്തെ രാജ്യമാക്കി യു എസ് എസ് ആറിനെ മാറ്റി.

ഒരു സ്ത്രീയാകുകയെന്നത് ഒരമ്മയാകുക എന്നതിനു സമാനമാണ് എന്ന ആശയം (സ്ത്രീയെ അവരുടെ വർഗ്ഗത്തിൽനിന്നും വ്യത്യസ്തമാക്കുന്നത് മാതൃത്വമാണ്) കൊല്ലന്തായിയുടെ പ്രവർത്തനത്തിലുടനീളം സ്ഥായിയായി കാണാൻ സാധിക്കുന്ന ഒന്നാണ്. തുല്യതയെ ഒരു രാഷ്ട്രീയ ലക്ഷ്യമായി കാണുന്നതിനോടുള്ള അവരുടെ ശക്തമായ എതിർപ്പ് ഈ വസ്തുതയെ അടിസ്ഥാനപ്പെടുത്തിയുള്ളതാണ്: പ്രത്യേകമായ പെൺസാഹചര്യങ്ങളുടെ നിഷേധമായി, വ്യത്യസ്തതകളെ മായ്ച്ചുകളയുന്ന ഭൗതികാടിത്തറയില്ലാത്ത ഒരഭിലാഷമായാണ് തുല്യതയെ പരക്കെ കണക്കാക്കുന്നത്; ആർത്തവം, ഗർഭാവസ്ഥ, പ്രസവം, മുലയൂട്ടൽ എന്നീ ശാരീരികമായ യാഥാർത്ഥ്യങ്ങളെ അവഗണിച്ചുകൊണ്ട് സ്ത്രീകൾക്കെതിരായ അക്രമത്തിൽ കലാശിക്കുന്നു. 'ഓരോ ലിംഗവിഭാഗത്തിന്റെയും ജീവശാസ്ത്രപരമായ സവിശേഷതകളെ അംഗീകരിക്കുക എന്നത് ഒറ്റപ്പെടുത്തലിനുള്ള, വേർതിരിക്കലിനുള്ള ഒരു ന്യായീകരണമായല്ല ഇവിടെ മനസ്സിലാക്കപ്പെടുന്നത്; മറിച്ച് അവകാശങ്ങളുടെ, പ്രത്യേകിച്ചും അമ്മയെന്ന നിലയിൽ സ്ത്രീകളുടെ അവകാശങ്ങളുടെ മൊത്തത്തിലുള്ള നിരയിലേക്ക് നയിക്കുന്ന വസ്തുതയായിട്ടാണ് അതിവിടെ കണക്കാക്കപ്പെടുന്നത്. തുല്യതയ്ക്കു വിരുദ്ധമായി കൊല്ലന്തായ് 'തുല്യതാവല്ക്കരണത്തെ'യും 'പ്രത്യേകാവകാശങ്ങളെ'യും അവ

തരിപ്പിക്കുന്നു. *The Feminist Movement and the Role of Working Women in the Class Struggle (ഫെമിനിസ്റ്റ് പ്രസ്ഥാനവും വർഗ്ഗസമരത്തിൽ തൊഴിലാളി സ്ത്രീകളുടെ പങ്കും)* എന്ന കൃതിയിൽ അവർ എഴുതുന്നു; 'വാസ്തവത്തിൽ പുരുഷൻ ചെയ്യുന്ന അതേ ജോലി സ്ത്രീ ചെയ്യണമെന്നില്ല; പുരുഷന്റെയൊപ്പം തുല്യാവകാശങ്ങൾ ഉറപ്പാക്കുന്നതിന്, പുരുഷൻ ചെയ്യുന്ന ജോലിക്ക് തുല്യമൂല്യമുള്ള കടമ മൊത്തം സമൂഹത്തിനുവേണ്ടി സ്ത്രീ നിർവ്വഹിക്കുന്നുവെന്നതുതന്നെ പര്യാപ്തമാണ്.'

ജീവശാസ്ത്രത്തിൽ നിന്നുരുത്തിരിഞ്ഞ സാമൂഹിക ദൗത്യമെന്ന നിലയിൽ, പെണ്ണിന്റെ ഭാഗധേയമെന്ന അത്യന്താപേക്ഷിതമായ ആശയമെന്ന നിലയ്ക്ക് 'മാതൃത്വത്തിന്റെ ആരോഗ്യകരമായ ഉണ്മ'യെ ശക്തിപ്പെടുത്തുന്നതിൽ അലക്സാൻഡ്രേ കൊല്ലന്തായ് സ്വീകരിച്ച ഉറച്ച നിലപാട് വളരെവേഗം മനസ്സിലാക്കാൻ സാധിക്കും. വർത്തമാനകാല സ്ത്രീപക്ഷ വായനക്കാർ എന്ന നിലയിൽ നമുക്ക്, സാമൂഹിക ദൗത്യമെന്ന നിലയ്ക്ക് മാതൃത്വത്തെ ആവേശകരമായി ഉയർത്തിപ്പിടിക്കുന്ന അവരുടെ നിലപാട് അസുഖകരവും പ്രശ്നങ്ങളുള്ളതുമായി അനുഭവപ്പെടാം; അവരുടെ കാലത്തുതന്നെ, അവർ രാഷ്ട്രീയ എതിരാളികളാൽ വലിയ തോതിൽ വിമർശിക്കപ്പെട്ടിരുന്നു. ഈ വിഷയത്തെ സംബന്ധിച്ച കൊല്ലന്തായിയുടെ ഏറ്റവും സമഗ്രമായ കൃതിയാണ് *Society and Motherhood (സമൂഹവും മാതൃത്വവും, 1916);* രാഷ്ട്രീയ നിർദ്ദേശത്തെക്കാളുപരി അത് മുതലാളിത്തത്തിനും വ്യത്യസ്ത ഭരണകൂട നിയമസംവിധാനത്തിനും കീഴിലുള്ള അവസ്ഥകളെക്കുറിച്ചുള്ള പഠനമാണ്. വിപ്ലവത്തിനുശേഷം എഴുതപ്പെട്ടിട്ടുള്ള അവരുടെ ലേഖനങ്ങളിൽ സ്ത്രീയെയും അമ്മയെയും സ്ഥിരമായി പ്രശംസിക്കുകയും അവയെ തുല്യതപ്പെടുത്തുകയും ചെയ്യുന്ന ശൈലിയാണ് പൊതുവായി കാണുന്നത്. അതേസമയം, The Social Basis of Woman Question (സ്ത്രീ പ്രശ്നത്തിന്റെ സാമൂഹികാടിത്തറ, 1908) എന്ന തന്റെ ലേഖനത്തിൽ ജനങ്ങൾ എന്ന നിലയിൽ കാണുന്നതിനുപകരം സ്ത്രീയെ പെണ്ണുങ്ങൾ എന്ന നിലയിൽ കാണുന്ന ബൂർഷ്വാ പ്രത്യയശാസ്ത്രത്തെ കൊല്ലന്തായി താക്കീതു ചെയ്യുകയും, മാതൃത്വം സ്ത്രീകളുടെ ജീവിത 'ലക്ഷ്യ'മായിരിക്കണം എന്നു കരുതുന്നവരെ കുറ്റപ്പെടുത്തുകയും ചെയ്യുന്നു. ഈ വിഷയത്തിൽ കത്തിനില്ക്കുന്ന ചർച്ചകൾക്കുമപ്പുറം (പൊതു താല്പര്യത്തിന്റെ ഭാഗമായി ഒരു പരിധിവരെ അമ്മമാരുടെ താല്പര്യവും കൂടി ഉൾക്കൊള്ളുന്ന മാതൃസഹജമായ പ്രവണതകളെ ശ്രദ്ധാപൂർവ്വം നിരീക്ഷിക്കുന്ന ചർച്ചകൾക്കുമപ്പുറം), മുതലാളിത്ത സമൂഹങ്ങളിൽ സ്ത്രീശരീരങ്ങൾക്കുമേൽ ഒരു സങ്കീർണ്ണ പ്രശ്നമാണ് മാതൃത്വം എന്ന് കൊല്ലന്തായ് മനസ്സിലാക്കി എന്നതാണ് വസ്തുത. ഇന്ന് ഭാഗികമായെങ്കിലും നമ്മളും തിരിച്ചറിയേണ്ട കാര്യമാണിത്; സാമ്പത്തിക അസ്ഥിരതയും ജോലിസംബന്ധമായ പ്രശ്നങ്ങളും ഉണ്ടാകില്ലായെന്നുണ്ടെങ്കിൽ കൂടുതൽ സ്ത്രീകൾ കുട്ടികൾ വേണമെന്ന് തീരുമാനിക്കണമെന്ന് പറയുമ്പോൾ നമ്മൾ കൊല്ല

ന്തായ് തിരിച്ചറിഞ്ഞ ഈ കാര്യം ഭാഗികമായെങ്കിലും മനസ്സിലാക്കേണ്ട തുണ്ട്. അതുകൊണ്ടുതന്നെ സ്ത്രീകളുടെ വിമോചനത്തിനായുള്ള ബോൾഷെവിക് പരിപാടിയുടെ ആദ്യത്തെ നടപടി ഉല്പാദനപരമായ പ്രവർത്തനത്തിൽ സ്ത്രീയെ ഉൾപ്പെടുത്തൽ ആയിരുന്നെങ്കിൽ, രണ്ടാമ ത്തേത് മാതൃത്വത്തിന്റേതായ ഭാരത്തിൽനിന്നും അവരെ മോചിപ്പിക്കുക എന്നതായിരുന്നു; മൂന്നാമത്തേത്, ഇവ രണ്ടുമായും അടുത്ത് ബന്ധപ്പെട്ടു കിടക്കുന്ന ഒന്നാണ്, അതായത് കുടുംബം ക്രമേണ ഇല്ലാതാകുന്നതി ലൂടെ ഗാർഹിക ജോലിയിൽനിന്നും സ്ത്രീകൾക്ക് മോചനം ലഭ്യമാക്കുക എന്നതായിരുന്നു.

കമ്യൂണിസ്റ്റ് മാനിഫെസ്റ്റോയിൽ മാർക്സും എംഗൽസും കുടുംബം ഇല്ലാതാക്കുന്നതിനെക്കുറിച്ച് പറഞ്ഞതുമുതൽ ഈ വിഷയത്തിൽ തർക്ക ങ്ങൾ ഇപ്പോഴും തുടരുകയാണ്. എന്തുതന്നെയായാലും, ചരിത്രപരമായ വാക്കുകളിൽ കുടുംബം എന്ന് നമ്മൾ വിളിക്കുന്ന സഹവർത്തിത്വത്തി ന്റെയും സ്നേഹത്തിന്റെയും കെട്ടുപാടുകൾ ഇല്ലാതാക്കുവാൻ ഒരു തൊഴിലാളിവർഗ്ഗ പാരമ്പര്യവും ഇന്നോളം തീരുമാനിച്ചിട്ടില്ല. പ്രശ്നം എന്താണെന്നുവെച്ചാൽ, മുതലാളിത്ത സമൂഹങ്ങളിൽ കുടുംബം സ്വീക രിച്ചിട്ടുള്ള അധീശാധിപത്യാധിഷ്ഠിത രൂപമാണ് - അടുത്തകാലത്ത് ഫെമിനിസം അതിനെ 'അണുകുടുംബം' എന്ന പേരു നല്കുകയുണ്ടായി - കൊല്ലന്തായ് അതിനെ വിളിച്ചത് 'ഒറ്റതിരിഞ്ഞ കുടുംബം' (Isolated family) എന്നാണ്. കുടുംബത്തിന്റെ ഈ അധീശാധിപത്യാധിഷ്ഠിത രൂപത്തെ പൊളിച്ചടുക്കുവാനാണ് ബോൾഷെവിക്കുകൾ ലക്ഷ്യംവെച്ചത് - എന്നാൽ മുതലാളിത്തം ചെയ്തതുപോലെ കുടുംബത്തിലെ ഓരോ അംഗത്തെയും ചൂഷണം ചെയ്യുന്നതിലൂടെയല്ല, മറിച്ച് കുടുംബത്തിലെ ഒട്ടുമിക്ക ദൗത്യങ്ങളുടെയും സമഷ്ടിവല്ക്കരണത്തിലൂടെയും സാമൂഹി കവല്ക്കരണത്തിന്റെ ഇതര രൂപങ്ങളെ ആവിർഭവിക്കുന്നതിനനുവദി ക്കുന്ന പുതിയ ഭൗതികാടിത്തറയുടെ സൃഷ്ടിയിലൂടെയുമാണ് ബോൾഷെ വിക്കുകൾ അത് ചെയ്യാൻ ശ്രമിച്ചത്. സർക്കാർ കാന്റീനുകൾ, കുറഞ്ഞ വാടകയ്ക്ക് വെയിറ്റിങ് ലിസ്റ്റിലൂടെ ലഭ്യമാകുന്ന കമ്യൂണൽ അപ്പാർട്ട്മെന്റുകൾ, ചിൽഡ്രൻസ് ഹോമുകൾ, ബാല്യത്തിന്റെ ആരംഭം മുതൽ സൗജന്യ പൊതുവിദ്യാഭ്യാസം എന്നിവയെല്ലാം അതിലുൾപ്പെടു ന്നു, ഈ നടപടികളുടെ നിർവ്വഹണം പരിമിതമായിരുന്നു. (ഭാഗികമായി സാമ്പത്തിക ക്ലേശവും ഭാഗികമായി രാഷ്ട്രീയമായ എതിർപ്പുമാണ് അതിന് കാരണം); പക്ഷേ, തീർച്ചയായും അത്, കുറഞ്ഞ തോതിൽമാത്രം വ്യക്തിഗതവും കൂടുതൽ സുദൃഢവും നീതിയുക്തവും സമത്വാധിഷ്ഠി തവുമായ സാമൂഹിക-കുടുംബ ബന്ധങ്ങൾ സ്ഥാപിക്കുന്നതിന്റെയും പ്രയോഗത്തിൽ വരുത്തുന്നതിന്റെയും സമ്പന്നവും ഫലഭൂയിഷ്ഠവുമായ പാതയെ അടയാളപ്പെടുത്തി.

ഈ വിഷയവുമായി ബന്ധപ്പെട്ട് കൊല്ലന്തായിയുടെ ആശയങ്ങളിലെ പ്രധാന പോരായ്മ, ലിംഗപരമായ കടമകളെ ചോദ്യം ചെയ്യുന്നതിൽ വന്നി

ട്ടുള്ള കുറവാണ്; പിന്നെയും അമ്പതു വർഷത്തിനു ശേഷമാണ് ഫെമിനിസം ഈ രീതിയിൽ ചർച്ച ചെയ്യുവാൻ തുടങ്ങിയത് എന്ന കാര്യം ഓർക്കുകയാണെങ്കിൽ ഈ വീഴ്ച ന്യായീകരിക്കാവുന്ന ഒന്നാണ്. ഗാർഹിക അടിമത്തത്തെയും തൊഴിലാളിയും സ്ത്രീയുമെന്ന നിലയിൽ സ്ത്രീയുടെ ഇരട്ടഭാരത്തെയും കൃത്യമായി വിമർശിക്കുന്നതിനുപുറമെ ചിലതരം കടമകളിൽ സ്ത്രീകൾക്ക് സ്വാഭാവികമായുള്ള പ്രവണതയെ കൊല്ലന്തായ് സ്വീകരിക്കുകയും ചെയ്തിരുന്നതായി കാണാം. ഈ പ്രവണത ശീലത്തിന്റെ ഒരുല്പന്നമാണെന്നും അതുകൊണ്ടുതന്നെ അത് ചരിത്രപരമായ നിർമ്മിതിയാണെന്നും തിരിച്ചറിയുമ്പോഴും ഈ പ്രവണതയെ പൊളിച്ചടുക്കുക എന്നതിന്റെ ഭാഗമായി അവർ അങ്ങനെ ചെയ്തിരുന്നില്ല; മറിച്ച് അതിനെ അവർ രാഷ്ട്രീയമായി അണിനിരത്തി. സ്ത്രീയുടെ 'സ്വാർത്ഥമായ' മാതൃത്വവുമായി ബന്ധപ്പെട്ട സഹജവാസന, ഭരണകൂട ഉടമസ്ഥതയിലുള്ള ചിൽഡ്രൻസ് ഹോമുകളിൽ തൊഴിലെടുക്കുന്നതിലൂടെ സമൂഹത്തിന്റെയാകെ സേവനത്തിന് ഉപയോഗപ്രദമാക്കുന്ന ജന്മവാസനയായി മാറുന്നു; അതുപോലെതന്നെ സ്ത്രീയുടെ അടുക്കള സംബന്ധമായ കഴിവുകൾ പൊതുക്യാന്റീനുകളിൽ ഉപയോഗപ്പെടുത്തുന്നു. അടിച്ചമർത്തൽ പ്രത്യുല്പാദിപ്പിക്കുന്നതിന്റെ നാഴികക്കല്ലായി ജൻഡറിന്റെ സാമൂഹികവും സാംസ്കാരികവുമായ നിർമ്മിതിയെ രണ്ടാം തരംഗ ഫെമിനിസ്റ്റുകൾ ഒട്ടേറെ ദശകങ്ങൾക്കുമുൻപെ ചൂണ്ടിക്കാണിക്കുകയുണ്ടായി. ഇന്ന്, ഈ വിമർശനത്തെ സമ്മതിച്ചുകൊടുക്കുവാൻ മാത്രമേ നമുക്ക് നിവൃത്തിയുള്ളൂ. ഒപ്പം തൊഴിലിന്റെ ലിംഗപരമായ വിഭജനത്തെയും പരിചരണത്തിന്റെ പ്രതിലോമപരമായ സദാചാരസംഹിതയെയും പ്രത്യുല്പാദിപ്പിക്കുന്ന സാമൂഹിക ബന്ധങ്ങളുടെ മാറ്റത്തോടൊപ്പം, സ്ത്രീകളുടെ ചരിത്രപരമായ അറിവിനെയും കഴിവിനെയും അംഗീകരിക്കുന്നതിന് എങ്ങനെ ഏകോപനം നടത്തണമെന്ന് നമ്മൾ നമ്മളോടുതന്നെ ചോദിക്കുകയും വേണം.

ഇന്ന് സാമ്പത്തിക സ്വാതന്ത്ര്യം, മാതൃസംബന്ധമായ അവകാശങ്ങൾ (മതിയായ പൊതുവിഭവങ്ങൾ വിനിയോഗിച്ചുകൊണ്ടും ഒപ്പം അമ്മയാകുവാനുള്ള തീരുമാനം സ്വതന്ത്രമായും സ്വേച്ഛയാലും ബോധപൂർവ്വവും ആണ് എടുക്കുന്നതെന്ന് ഉറപ്പാക്കിക്കൊണ്ടും), ഗാർഹിക വൃത്തിയിൽനിന്നുള്ള മോചനം എന്നിവ ലിംഗപരമായ അടിച്ചമർത്തലിൽനിന്നുള്ള മോചനവുമായി ബന്ധപ്പെട്ട ഏതൊരു പരിപാടിയുടെയും മൂന്ന് നെടുംതൂണുകളായി നിലകൊള്ളുന്നു. നാലാമത്തെ തൂണ്, ജീവിതരീതിയുടെയും വ്യക്തികൾ തമ്മിലുള്ള ബന്ധത്തിന്റെയും പരിവർത്തനമാണ്; ഒരുപക്ഷേ, അതുവരെയുള്ള കാലത്തുണ്ടായിട്ടുള്ളതിൽവെച്ചേറ്റവും വ്യവസ്ഥാനുസൃതവും തൃപ്തികരവുമായ രീതിയിൽ അതിനെ കൊല്ലന്തായ് സൈദ്ധാന്തികവല്ക്കരിച്ചിട്ടുണ്ട്. അതിനെക്കുറിച്ച് നമുക്ക് താഴെ ചർച്ച ചെയ്യാം. സ്ത്രീകളുടെ ജീവിതത്തെ ബാധിക്കുകയും അക്രമം, വിവേചനം, അനീതി (അതിർത്തികൾ, അദ്ധ്വാനത്തിന്റെ കടുത്ത

ചൂഷണം, വംശീയമായ വേർതിരിവ്, കുടിയേറ്റം സംബന്ധിച്ച നയങ്ങൾ, നിലവാരം കുറഞ്ഞ പാർപ്പിട സൗകര്യങ്ങൾ, ഊർജ്ജ ദാരിദ്ര്യം) തുടങ്ങിയ സാഹചര്യങ്ങളിലേക്ക് സ്ത്രീയെ തള്ളിവിടുകയും ചെയ്യുന്ന മറ്റെല്ലാ നിർണ്ണായക ഘടകങ്ങളോടുമുള്ള കൊല്ലന്തായിയുടെ മറുപടി വളരെ വ്യക്തമാണ്: അവയ്ക്കെല്ലാമുള്ള പരിഹാരം മൊത്തം വർഗ്ഗത്തിന്റെ രാഷ്ട്രീയ പ്രവർത്തനത്തെ ആശ്രയിച്ചുകിടക്കുന്നു.

കൊല്ലന്തായിയും ഫെമിനിസ്റ്റുകളും

പൊതുവായ സാമൂഹിക പ്രശ്നത്തിൽനിന്നും വേറിട്ടു നില്ക്കുന്ന പ്രത്യേകമായ ഒന്നായി 'സ്ത്രീ പ്രശ്ന'ത്തെ കാണുന്നതിനോടുള്ള എതിർപ്പ് കൊല്ലന്തായിയുടെ പ്രവർത്തനങ്ങളിലും എഴുത്തിലുമുടനീളം സ്ഥിരമായി കാണാൻ സാധിക്കുന്ന ഒന്നാണ്; സമകാലിക വായനയ്ക്കുതകുന്ന, അവരുടെ ഏറ്റവും സങ്കീർണ്ണമായ പ്രസ്താവനകളിലൊന്നുമാണത്. എങ്കിലും കൃത്യമായി പറഞ്ഞാൽ അത് വളരെ ശരിയായൊരു നിരീക്ഷണമാണ്. കുറച്ചുകാലമായി മുഖ്യധാരാ ഫെമിനിസ്റ്റ് മേഖലകൾ താക്കീതു ചെയ്യുന്നതുപോലെ വർഗ്ഗപ്രശ്നത്തിൽനിന്നോ കുടിയേറ്റ പ്രശ്നത്തിൽനിന്നോ വംശപരമായ പ്രശ്നത്തിൽനിന്നോ വേറിട്ടുനില്ക്കുന്ന 'സ്ത്രീപ്രശ്നം' എന്നൊന്ന് ഇല്ല. ഏതെങ്കിലും വിധത്തിൽ ഈ യാഥാർത്ഥ്യത്തെ നിഷേധിക്കുന്നത്, വ്യവസ്ഥാപിതമായ ബഹിഷ്കരണത്തിന്റെയും അടിച്ചമർത്തലിന്റെയും യുക്തിയെ ന്യായീകരിക്കുകയും പ്രത്യുല്പാദിപ്പിക്കുകയും ചെയ്യുന്നതിൽ മാത്രമേ കലാശിക്കൂ; അത് ചരിത്രത്തിലുടനീളം ഒട്ടേറെ തവണ സംഭവിച്ചിട്ടുള്ളതുമാണ്.

എങ്ങനെയാണ് ഫെമിനിസം (അല്ലെങ്കിൽ ഫെമിനിസത്തിന്റെ ഒരു സവിശേഷ മേഖല) വിവേചനത്തിന്റെയും അക്രമത്തിന്റെയും ബന്ധങ്ങളുടെ ശാശ്വതീകരണത്തിന് അവസരമൊരുക്കിയത് എന്നതിന്റെ ദൗർഭാഗ്യകരവും കുപ്രസിദ്ധവുമായ ഉദാഹരണങ്ങൾ ഇനി പറയുന്നവയാണ്: ബ്രിട്ടീഷ് സ്ത്രീവോട്ടവകാശ പ്രസ്ഥാനം സാമ്രാജ്യത്വത്തെ ന്യായീകരിച്ചത്, 1960 കളിൽ ലെസ്ബിയനുകളെ നിരസിച്ചത് (ഇന്ന് ട്രാൻസ് സ്ത്രീകളുടെ അവകാശങ്ങൾ അംഗീകരിക്കുന്നതിനെ തള്ളിപ്പറയുന്നതും) കറുത്ത വംശജരുടെയും കുടിയേറ്റ സമൂഹങ്ങളുടെയും ലൈംഗിക തൊഴിലാളികളുടെയും ജീവിതരീതികളെ നിയന്ത്രിക്കുകയും കുറ്റകരമാക്കുകയും ചെയ്ത നിയമങ്ങൾക്ക് പിന്തുണ നല്കിയത്, ഒരു നവകൊളോണിയൽ ആയുധമായ സ്ത്രൈണദേശീയതയെ പിന്തുണച്ചത്. ഇതിനോടുള്ള പ്രതികരണമായി, ഈ സംഭവവികാസങ്ങളിലോരോന്നും എങ്ങനെ പരസ്പരം ബന്ധിപ്പിക്കപ്പെട്ടിരിക്കുന്നു എന്നു കണക്കാക്കുന്ന വിവിധ നിലപാടുകളും വിശദീകരണാത്മക ചട്ടക്കൂടുകളും ഉയർന്നുവന്നു. ഈ നിർദ്ദേശങ്ങളിൽ ഏറ്റവും പ്രസിദ്ധമായത് വിഭജനത്തിന്റെ സിദ്ധാന്തമാകാനാണ് സാദ്ധ്യത, ഈ സിദ്ധാന്തത്തിന്റെ പ്രധാന വിടവുകളും

പരിമിതികളും സാമൂഹ്യ പ്രത്യുല്പാദനവാദികളായ ഫെമിനിസ്റ്റുകൾ വിശദീകരിച്ചിട്ടുണ്ട് എങ്കിലും അതുതന്നെയാണ് ഏറ്റവും പ്രസിദ്ധമായത്. എന്തുതന്നെയായാലും, നമ്മളെ ബാധിക്കുന്ന മിക്ക പ്രശ്നങ്ങളുടെയും ഉത്ഭവത്തെക്കുറിച്ച് പറയാതെ അഥവാ അതിനെ നിഷേധിച്ചുകൊണ്ട്, പൂർണ്ണമായും വിഭാഗീയമായ പരിപ്രേക്ഷ്യത്തിലൂടെ ഭൂരിപക്ഷം സ്ത്രീകളുടെ ജീവിതത്തെ മെച്ചപ്പെടുത്തുവാൻ കഴിയില്ല എന്നതാണ് യാഥാർത്ഥ്യം വ്യക്തമായി പറഞ്ഞുവെയ്ക്കുന്നത്.

'സ്ത്രീ പ്രസ്ഥാനം' എന്ന് തുടക്കത്തിൽ വിളിച്ചിരുന്ന പ്രസ്ഥാനം, ഇരുപതാം നൂറ്റാണ്ടിന്റെ തുടക്കത്തിൽ, യൂറോപ്പിലും അമേരിക്കൻ വൻകരകളിലും ഏഷ്യയുടെ ചില ഭാഗങ്ങളിലും ഉടനീളം ഉണ്ടായിരുന്നു; അത് പ്രധാനമായും ശ്രദ്ധ കേന്ദ്രീകരിച്ചത് വോട്ടവകാശം നേടുന്നതിലായിരുന്നു. ഒട്ടേറെ രാജ്യങ്ങളിൽ ഫെമിനിസ്റ്റുകൾ അവരുടേതായ സംഘടനകൾ രൂപീകരിക്കുകയും അന്താരാഷ്ട്ര തലത്തിൽ ഏകോപിപ്പിക്കുകയും ചെയ്തു; ഒപ്പം തന്നെ മാധ്യമ പിന്തുണയ്ക്കും അടവുപരമായ ചിന്തനത്തിനും രാഷ്ട്രീയ പ്രതിബദ്ധതയ്ക്കുംവേണ്ടി വലിയ തോതിലുള്ള ശേഷി പ്രകടിപ്പിക്കുകയും ചെയ്തു. അവരുടെ പ്രവർത്തനങ്ങൾ രാഷ്ട്രീയക്കാർക്കും ജനപ്രതിനിധികൾക്കും വ്യാപകമായി കത്തെഴുതുന്നതിൽ തുടങ്ങി വലിയ തോതിലുള്ള അപകടവും ത്യാഗവും നിറഞ്ഞ സമരതന്ത്രങ്ങളിലേക്കുവരെ നീണ്ടു; അതായത്, സാംസ്കാരിക പരിപാടികൾ ബഹിഷ്കരിക്കുക, കടകളും പൊതുസ്ഥാപനങ്ങളും ആക്രമിക്കുക, നിരാഹാര സത്യഗ്രഹങ്ങൾ നടത്തുക, ജയിലുകളിൽ മറ്റുപലതിനുമൊപ്പം സ്വയം പീഡനം നടത്തുക തുടങ്ങിയ അപകടകരവും ത്യാഗപരവുമായ സമരമുറകൾ. പ്രവർത്തനങ്ങളിലെ അക്രമങ്ങൾ ഈ പ്രസ്ഥാനത്തെ നിർവ്വചിക്കുന്ന സവിശേഷതയായിരുന്നു (പ്രത്യേകിച്ചും അതിന്റെ ബ്രിട്ടീഷ്-അമേരിക്കൻ പതിപ്പുകളിൽ); അത് സ്ത്രീവോട്ടവകാശ പ്രസ്ഥാനത്തിന് സമൂല പരിഷ്കരണവാദത്തിന്റെ മുഖം നല്കി.

കൊല്ലന്തായിയും അന്നത്തെ കാലത്തെ മറ്റ് ഫെമിനിസ്റ്റുകളും അക്കാലത്തുണ്ടായിരുന്ന ഈ ഫെമിനിസത്തോട് വല്ലാതെ തർക്കിച്ചിരുന്നു. ഇന്നത്തെ കാലത്തെ ഫെമിനിസത്തെ അധിക്ഷേപിക്കുന്നതിന് കൊല്ലന്തായിയെ ഉപയോഗിച്ച കമ്യൂണിസ്റ്റ് ചെറുസംഘങ്ങളിൽനിന്നു വ്യത്യസ്തമായി, സ്ത്രീ വോട്ടവകാശ പ്രസ്ഥാനത്തിന്റെ സ്വാധീനവും തങ്ങളുടെ മുൻഗാമികളായ സ്ത്രീകളുടെ പ്രാധാന്യവും ധീരതയും തിരിച്ചറിഞ്ഞുകൊണ്ടാണ് അവർ അത് ചെയ്തത്. കൊല്ലന്തായിയുടെ എഴുത്തുകളിലധികവും ഇതിനുവേണ്ടി സമർപ്പിക്കപ്പെട്ടതാണ്; അവർ ഈ വിഭാഗത്തെ രാഷ്ട്രീയ എതിരാളികളായി വിശേഷിപ്പിക്കുകയോ പ്രസ്ഥാനത്തിന്റെ മുന്നേറ്റമെന്ന നിലയിൽ വിശദീകരിക്കുകയോ ചെയ്യുന്നില്ല. 'ഫെമിനിസ്റ്റുകൾ' കമ്യൂണിസ്റ്റുകാരുമായി പരിപാടിപരമായി പൊരുത്തപ്പെടണമെന്ന കാര്യത്തെയും, ഓരോ സംഘങ്ങളുടെയും യഥാർത്ഥ പ്രേരകവും ലക്ഷ്യവും എന്താണെന്നതിനെയും കുറിച്ച് ഒരു വ്യവസ്ഥാനുസൃ

തമായ വിലയിരുത്തൽ നടത്തുകയാണവർ ചെയ്തത്, അതിൽ അവജ്ഞയോ പരിഹാസമോ ഇല്ല. 1908 ൽ അവർ ഇങ്ങനെ എഴുതി, 'ചില സാഹചര്യങ്ങളിൽ എല്ലാ വർഗ്ഗങ്ങളിലുംപെട്ട സ്ത്രീകളുടെ ഹ്രസ്വകാല കടമകൾ സമാനമായി കാണാമെങ്കിലും രണ്ട് ക്യാമ്പുകളുടെയും അന്തിമലക്ഷ്യങ്ങളും പ്രയോഗിക്കുന്ന സമരതന്ത്രങ്ങളും ശക്തമായി വ്യത്യസ്തപ്പെട്ടുകിടക്കുന്നു.'

'The Social Basis of the Woman Question' (സ്ത്രീ പ്രശ്നത്തിന്റെ സാമൂഹികാടിത്തറ), 'The Feminist Movement and the Importance of Working Women in the Class Struggle' (ഫെമിനിസ്റ്റ് പ്രസ്ഥാനവും വർഗ്ഗസമരത്തിൽ തൊഴിലാളി സ്ത്രീകളുടെ പ്രാധാന്യവും) എന്നിവപോലെയുള്ള പ്രധാന കൃതികളുടെ വിമർശനാത്മകമല്ലാത്ത വായന, നമ്മളെ പരസ്പരവിരുദ്ധമായ രണ്ട് പിശകുകളിലേക്ക് കൊണ്ടെത്തിക്കാൻ സാദ്ധ്യതയുണ്ട്: ഫെമിനിസത്തെ ബൂർഷാപ്രകടനങ്ങളായി താഴ്ത്തിക്കാണുന്ന കൊല്ലന്തായിയുടെ രീതിയിൽ അമ്പരന്നുപോകുന്നതുവഴി ആദ്യാവസാനമുള്ള അവരുടെ യുക്തിപരമായ ചിന്തകളെ തള്ളിപ്പറയാം; അതല്ലെങ്കിൽ ഈ താഴ്ത്തിക്കാണലാണ് ശരിയെന്ന് അനുമാനിക്കുകയും ഏതൊരു ഫെമിനിസ്റ്റാശയവും നിർബ്ബന്ധമായും ബൂർഷാ പ്രത്യയശാസ്ത്രത്തിന്റെ പ്രകടനമാണെന്ന മിഥ്യാബോധത്തെ ഉയർത്തിപ്പിടിക്കുകയും ചെയ്യാനും സാദ്ധ്യതയുണ്ട്. വ്യക്തിപരമായി പറയുകയാണെങ്കിൽ ലിബറൽ ഫെമിനിസത്തിന്റെയും സ്ഥാപനപരമായ ഫെമിനിസത്തിന്റെയും കാര്യമെടുത്താൽ, 'ഫെമിനിസ്റ്റുകളെ'ക്കുറിച്ച് കൊല്ലന്തായി മുന്നോട്ടുവെച്ചിട്ടുള്ള ഏതാണ്ട് ഒട്ടുമിക്ക വിമർശനങ്ങളും വർത്തമാനകാലത്ത് വളരെ ശരിയാണ് എന്ന് എനിക്ക് കൃത്യമായി ബോദ്ധ്യമുണ്ട്. വർഗ്ഗപരമായി നിഷ്പക്ഷമാണെന്ന് സ്വയം കരുതുകയും എല്ലാ സ്ത്രീകളുടെയും താല്പര്യങ്ങളെ പ്രതിനിധീകരിക്കുന്നു എന്ന് അവകാശപ്പെടുകയും ചെയ്യുന്ന, മാധ്യമപിന്തുണയും ശക്തമായ സാംസ്കാരിക സ്വാധീനവുമുള്ള അധീശാധിപത്യപരമായ ഫെമിനിസം (മറ്റുകാര്യങ്ങളോടൊപ്പം പ്രസ്ഥാനത്തിന്റെ വികാസത്തിന്റെ യഥാർത്ഥ നിലയനുസരിച്ച് കൂടുതലായോ കുറഞ്ഞതോതിലോ ഈ അധീശാധിപത്യം പ്രയോഗിക്കുന്ന) നിലനില്ക്കുന്നുണ്ട്. ഇതിനു സമാന്തരമായി (കൂടുതൽ സൂക്ഷ്മമായി പറഞ്ഞാൽ ഇതിനെതിരായി നില്ക്കുന്ന), ലിംഗപരമായ ആവശ്യകതകളെ മറ്റ് സാമൂഹിക സംഘർഷങ്ങളുമായി ചേർത്തുവായിക്കുകയും, സ്ത്രീകളുടെ സാഹചര്യവും അവരുടെ പ്രധാന ആവശ്യങ്ങളും ഉൽക്കണ്ഠകളും അവർ ബന്ധപ്പെട്ടുകിടക്കുന്ന വർഗ്ഗത്തിനനുസൃതമായി വ്യത്യസ്തപ്പെട്ടിരിക്കുന്നു എന്ന് തിരിച്ചറിയുകയും ചെയ്യുന്ന ഫെമിനിസവുമുണ്ട്.

ഏതൊരു ബഹുജനപ്രസ്ഥാനത്തെയുംപോലെ ഫെമിനിസവും ഒരു പോരാട്ടമേഖലയാണ്. ആ പോരാട്ടത്തെ കൈവെടിയുക എന്നത്, രാഷ്ട്രീയമായ കഴിവുകേടിനെ സ്വയം അംഗീകരിച്ചുകൊടുക്കലും, സ്വയം

തൃപ്തികരമായ പ്രവചനത്തെ മുന്നോട്ടുവെയ്ക്കലുമാണ്. സ്ത്രീ പ്രസ്ഥാനത്തിന്റെ രണ്ട് തരത്തിലുള്ള ഉല്പത്തി നിലവിലുണ്ട് എന്നത് കൊല്ലന്തായ് പലകുറി തിരിച്ചറിയുകയും തെളിയിക്കുകയും ചെയ്തിട്ടുണ്ട്; നമ്മുടെ കാലത്തോട് വളരെ അടുത്തു നില്ക്കുന്ന പദാവലികളാണവർ ഉപയോഗിച്ചിട്ടുള്ളത്: 'സ്ത്രീ പ്രസ്ഥാനവും' 'ബൂർഷ്വാ സ്ത്രീ പ്രസ്ഥാനവും.' ഈ രണ്ടു പ്രവണതകളും അവയുടെ അടിയന്തര കടമകളിൽ ദസ്വാജിപ്പ് കാണിക്കാറുണ്ടെങ്കിലും അന്തിമ ലക്ഷ്യത്തിന്റെ കാര്യത്തിൽ ഇവ തമ്മിൽ സമൂലമായിത്തന്നെ വ്യത്യസ്തപ്പെട്ടിരിക്കുന്നു. മുതലാളിത്തത്തിന്റെ വികാസത്തിന്റെയും വിപുലീകരണത്തിന്റെയും പരിണത ഫലമെന്ന നിലയ്ക്ക് സ്ത്രീകളുടെ വ്യതിരിക്തമായ രണ്ട് ഗ്രൂപ്പുകൾ ഉയർന്നുവന്നതിന്റെ ഭാഗമാണവ. ഈ കാഴ്ചപ്പാട് നമ്മൾ കൃത്യമായി മനസ്സിലാക്കുകയാണെങ്കിൽ, അത് പരിമിതികളിൽനിന്നും മുൻവിധികളിൽനിന്നും മുക്തമായിട്ടുള്ള കൊല്ലന്തായിയുടെ എഴുത്തുകളുടെ ആദ്യവായനയ്ക്ക് അവസരമൊരുക്കും; അവരുടെ വാദഗതികളെ കൂടുതൽ തുറന്ന മനസ്സോടെ സമീപിക്കാൻ നമുക്ക് സാധിക്കും.

സഖിത്വ പ്രണയം

മാർക്സിസ്റ്റ് ചിന്താധാരയ്ക്ക് കൊല്ലന്തായ് നല്കിയ ഏറ്റവും നൂതനവും അനിതരസാധാരണവും മൗലികവുമായ സംഭാവനകൾ, പ്രണയത്തെക്കുറിച്ചുള്ള അവരുടെ ആശയങ്ങളാണ്. മുതലാളിത്തത്തിനു കീഴിൽ വികസിച്ചിട്ടുള്ള സാമൂഹിക ബന്ധങ്ങൾ മനുഷ്യപ്രകൃതത്തിൽനിന്നും ഉത്ഭവിച്ചിട്ടുള്ളതല്ല, മറിച്ച് ഉല്പാദന പ്രക്രിയയെയും ജീവിതത്തെയും മുതലാളിത്തരീതിയിൽ സംഘടിപ്പിക്കുന്നതിനായി ഉണ്ടാക്കിയിട്ടുള്ള, ചരിത്രപരമായ നിർമ്മിതികളാണവ എന്ന മൗലികമായ വാദത്തെ മാർക്സും എംഗൽസുംതന്നെ *കമ്യൂണിസ്റ്റ് മാനിഫെസ്റ്റോ*യിലും, കൂടുതൽ ആഴത്തിൽ *മൂലധന*ത്തിന്റെ ഒന്നാം വോള്യത്തിലും അംഗീകരിച്ചിട്ടുണ്ട് (അതായത് മാർക്സിസം അതംഗീകരിച്ചിട്ടുണ്ട്). ഈ വാദത്തിന്റെ രാഷ്ട്രീയ പ്രത്യാഘാതങ്ങൾ അനേകമാണ്. അവ സ്വാഭാവികമായി ഉണ്ടായതല്ലെങ്കിൽ, അതായത്, നിർബ്ബന്ധമായും അവ മനുഷ്യപ്രകൃതത്തിൽനിന്നും ഉടലെടുത്തതല്ലായെങ്കിൽ, പരസ്പരം ബന്ധിപ്പിക്കുന്നതിനും നമ്മെത്തന്നെ സാമൂഹികമായി സംഘടിപ്പിക്കുന്നതിനും വ്യത്യസ്തധാരകളെക്കുറിച്ച് ചിന്തിക്കുക സാദ്ധ്യമാണ്; അവ (സാമൂഹിക ബന്ധങ്ങൾ) ചരിത്രപരമാണെങ്കിൽ (അവയ്ക്ക് തുടക്കത്തിന്റേതായ ഒരു ബിന്ദു ഉണ്ടെങ്കിൽ), അവയ്ക്ക് ഒരു അന്ത്യമുണ്ടാകാം; ഇനി ഈ സാമൂഹികബന്ധങ്ങൾ മൂർത്തമായ ഭൗതികബന്ധങ്ങളുടെ ഫലവും പുനരുല്പാദന ഏജന്റുമാണെങ്കിൽ, ആരോഗ്യകരവും പൂർണ്ണവുമായ സാമൂഹ്യ ബന്ധങ്ങൾക്ക് ഉദയം നല്കുന്ന വ്യത്യസ്തമായ ഭൗതികാടിത്തറകൾ കണ്ടെത്താൻ നമുക്ക് സാധിക്കും- അത് കണ്ടെത്തേണ്ടതുമുണ്ട്.

കുറച്ചുകൂടി വിശാലമായി പറഞ്ഞാൽ, അലക്സാൻഡ്രെ കൊല്ലന്തായിയുടെ കാലംവരെ ഈ യാഥാർത്ഥ്യത്തിൽനിന്നും കണ്ടെത്തിയ നിഗമനങ്ങൾ വർഗ്ഗങ്ങൾ തമ്മിലുള്ള ബന്ധങ്ങൾ കണക്കാക്കുന്നതിനു മാത്രമേ ഉപയോഗിച്ചിരുന്നുള്ളൂ. ഉല്പാദനത്തിന്റെ കാര്യത്തിൽ മാത്രമല്ല, ജീവിതത്തിന്റെ കാര്യത്തിലും സഹവസിപ്പിക്കുകയും സംഘടിപ്പിക്കുകയും ചെയ്യുന്നതിന് മറ്റ് വഴികൾ വിഭാവനം ചെയ്യുവാനുള്ള അനേകം ശ്രമങ്ങൾ പത്തൊമ്പതാം നൂറ്റാണ്ടിലുടനീളം കാണാനാകും എന്നത് സത്യമാണ്; ഈ ശ്രമങ്ങൾ സംഖ്യാപരമായി കുറഞ്ഞ ഒറ്റപ്പെട്ട വിഭാഗങ്ങളായി (വിവിധ ഉട്ടോപ്യൻ പരീക്ഷണങ്ങൾ, അതിൽ ഏറ്റവും പ്രശസ്തമായിട്ടുള്ളത് ചാൾസ് ഫൂറിയറിന്റെ ഫലാൻസ്റ്റെറികൾ ആണ്) സ്വാഭാവികമായും പരിമിതപ്പെട്ടിരിക്കുന്നു അഥവാ അവയെ ചിരസമ്മതമായ തൊഴിൽ ആവശ്യകതകളുടെ പൂരകമായി (ഫാക്ടറികൾക്കുള്ളിൽ നഴ്സറികളും കുട്ടികളുടെ ക്യാന്റീനുകളും തുറക്കുക പോലുള്ളവ) കണ്ടിരുന്നു. പത്തൊമ്പതാം നൂറ്റാണ്ടിന്റെ അവസാനകാലത്ത്, 'സ്വതന്ത്രമായ ലൈംഗികബന്ധം' എന്ന ആശയം, പ്രത്യേകിച്ചും അരാജകത്വ വിഭാഗങ്ങൾക്കിടയിൽ, സൈദ്ധാന്തികവല്ക്കരിക്കപ്പെടുവാൻ തുടങ്ങി. നിർബ്ബന്ധമായും, ഈ പദത്തോട് നമ്മൾ ഇന്നു ചേർത്തുവെക്കുന്ന അതേ വിവക്ഷകളല്ല അന്നുയർന്നുവന്നത്; പരസ്പര താല്പര്യത്താൽ തുടങ്ങിവെക്കുകയും അവസാനിപ്പിക്കുകയും ചെയ്യുന്ന, വിവാഹത്തിന് പുറത്തുള്ള ബന്ധങ്ങളെയാണ് സ്വതന്ത്രമായ ലൈംഗികബന്ധം എന്നതുകൊണ്ട് അർത്ഥമാക്കിയിരുന്നത്. അതിന്റെ പ്രധാന വക്താക്കളിലൊരാൾ എമ്മ ഗോൾഡ്മാൻ (Emma Goldman) ആയിരുന്നു.

സോഷ്യലിസ്റ്റ് ചേരിയിൽ സ്വതന്ത്രമായ ലൈംഗികബന്ധം എന്ന ആശയത്തോടുള്ള പ്രതികരണങ്ങൾ വിഭിന്നമായിരുന്നു എങ്കിലും അധികവും നിഷേധസമീപനത്തിലുള്ളതായിരുന്നു. ഒരുവശത്ത്, പാരമ്പര്യത്തിന്റെ നിര ഉറപ്പാക്കുന്നതിന് അനുപേക്ഷണീയമായതിനാൽ ബൂർഷ്വാസിക്കിടയിൽ വളരെ ശക്തമായി സംരക്ഷിച്ചുനിലനിർത്തിപ്പോന്നിരുന്ന വിവാഹം എന്ന സ്ഥാപനത്തിനു പുറത്തുള്ള ബന്ധങ്ങൾ തൊഴിലാളിവർഗ്ഗ സ്ത്രീകളും പുരുഷന്മാരും നേരത്തെതന്നെ സ്ഥാപിച്ചിരുന്നു എന്നൊരു വാദമുണ്ടായിരുന്നു. മറുവശത്ത്, 'സ്വതന്ത്രമായ' എന്ന വിശേഷണത്തെ അതിന്റെ ലിബറൽ അർത്ഥത്തിൽ വ്യാഖ്യാനിക്കുവാനുള്ള ഒരു പ്രവണതയും ഉണ്ടായിരുന്നു. ആയതിനാൽ, സ്വതന്ത്രമായ ലൈംഗികബന്ധം എന്നതുകൊണ്ട് ഉത്തരവാദിത്വങ്ങളിൽനിന്നും മുക്തമായ സ്വാർത്ഥമായ ലൈംഗികബന്ധം എന്നർത്ഥമാക്കുവാൻ തുടങ്ങി. ഈ വിഷയം സംബന്ധിച്ച് ലെനിനും ഇന്നെസ അർമന്ദും തമ്മിലുള്ള കത്തുകൾ വളരെ പ്രശസ്തവും സുപ്രധാനവുമാണ്; ഇന്നെസ എഴുതിയ ഒരു കൃതിയിൽനിന്നും ഈ പദപ്രയോഗം നീക്കംചെയ്യാൻ ലെനിൻ അവരെ നിർബ്ബന്ധിക്കുന്നതാണ് ഈ കത്തുകളിൽ കാണാനാകുന്നത്. ഈ പ്രയോഗത്തിന് ലെനിൻ പത്ത് അർത്ഥഭേദങ്ങൾ മുന്നോട്ടുവച്ചിരുന്നു; അതിൽ

ആദ്യത്തെ ഏഴെണ്ണം (അതായത് ലൈംഗിക ബന്ധം സംബന്ധിച്ച കാര്യങ്ങളിൽ ഭൗതികമായ അനുമാനങ്ങളിൽ നിന്നുള്ള സ്വാതന്ത്ര്യം, ഭൗതികമായ ക്ലേശങ്ങളിൽനിന്നുള്ള സ്വാതന്ത്ര്യം, മതപരമായ മുൻവിധികളിൽ നിന്നുള്ള സ്വാതന്ത്ര്യം, കുടുംബത്തിലെ കാരണവന്മാർ കല്പിക്കുന്ന വിലക്കുകളിൽനിന്നുള്ള സ്വാതന്ത്ര്യം, സമൂഹത്തിന്റെ മുൻവിധികളിൽ നിന്നുള്ള സ്വാതന്ത്ര്യം, ഒരാളുടെ ചുറ്റുപാടുകളുമായി ബന്ധപ്പെട്ട സാഹചര്യങ്ങളിൽ നിന്നുള്ള സ്വാതന്ത്ര്യം, നിയമത്തിന്റെ ചങ്ങലകളിൽ നിന്നുള്ള സ്വാതന്ത്ര്യം എന്നിവ) തീർച്ചയായും തൊഴിലാളിവർഗ്ഗ സ്ത്രീകളുടെ താല്പര്യങ്ങളുമായി യോജിക്കുന്നവയാണ്: അവസാനത്തെ മൂന്നെണ്ണം (ലൈംഗികബന്ധത്തിലെ ഗൗരവമായ ഘടകത്തിൽ നിന്നുള്ള സ്വാതന്ത്ര്യം, പ്രസവത്തിൽനിന്നുള്ള സ്വാതന്ത്ര്യം, വ്യഭിചാരത്തിനുള്ള സ്വാതന്ത്ര്യം എന്നിവ) ബൂർഷ്വാധിമാന്റുകളും ഈ പദപ്രയോഗത്തോട് കൂടുതൽ ബന്ധപ്പെട്ടുകിടക്കുന്നതുമാണ്. അമിത ലൈംഗികതയും 'ലൈംഗിക ജീവിതത്തോടുള്ള അമിതാസക്തി'യും 'യുവജനങ്ങളുടെ ആരോഗ്യവും കരുത്തും പാഴാക്കി' എന്ന ലെനിന്റെ കാഴ്ചപ്പാടിനുപുറമെ ആ കാലത്ത് ലൈംഗികാധഃപതനം, സാമൂഹിക ശുചിത്വം എന്നീ ആശയങ്ങളും പ്രചാരത്തിലുണ്ടായിരുന്നു, പ്രത്യേകിച്ചും വിപ്ലവകാരികൾക്കിടയിൽ എന്ന കാര്യം ഓർമ്മിക്കേണ്ടിയിരിക്കുന്നു. ലൈംഗികബന്ധം എന്ന പ്രശ്നത്തോടുള്ള കൊല്ലന്തായിയുടെ പ്രതികരണം സ്വതന്ത്രമായ ലൈംഗികബന്ധം എന്ന വിഷയത്തിന്മേലുള്ള ചർച്ചകളെ കൂടുതൽ വിശിഷ്ടമാക്കി. വിപ്ലവറഷ്യയിൽ 'ലൈംഗിക പ്രതിസന്ധി' നിലനില്ക്കുന്നു (അതായത്, ലൈംഗികവും ബന്ധുത്വപരവുമായ പെരുമാറ്റങ്ങളിൽ ആകപ്പാടെ താറുമാറായ അവസ്ഥ, പ്രത്യേകിച്ച് യുവാക്കൾക്കിടയിൽ) എന്ന് നിരീക്ഷിച്ചതിന്റെ അടിസ്ഥാനത്തിൽ ലൈംഗിക ബന്ധത്തെ അതിന്റെ ചരിത്രപരവും സാമൂഹികവും രാഷ്ട്രീയവുമായ തലങ്ങളിൽ കാണുന്നതിനുവേണ്ടി വ്യക്തിപരമായ മനോഭാവങ്ങൾക്കപ്പുറം പോയിക്കൊണ്ടുള്ള ശ്രമങ്ങൾ കൊല്ലന്തായ് നടത്തി. ഏറ്റവും കാർക്കശ്യ സ്വഭാവമുള്ള കമ്യൂണിസ്റ്റ് പ്രവണതകളുടെ അനേകം ധാരണകളെ പൊളിച്ചടുക്കുന്ന, അതേസമയം മാർക്സിസ്റ്റ് ചിന്താധാരയുടെ സംവിധാനത്തിന് കൃത്യമായി അനുയോജ്യമായ സമഗ്രമായൊരു നിർദ്ദേശമായിരുന്നു കൊല്ലന്തായിയുടെ ഇടപെടലിന്റെ ഫലം. ഒരു പ്രത്യയശാസ്ത്രത്തിന്റെ ഭാഗമായി ലൈംഗികബന്ധത്തെ കണ്ടതുവഴി (സോഷ്യലിസം അതിനെ ഒരു പോർക്കളമായി അംഗീകരിച്ചു) വിപ്ലവകരമായ ഏതൊരു രാഷ്ട്രീയ സമരതന്ത്രത്തിന്റെയും കേന്ദ്രമായി പ്രണയവികാരങ്ങളെ ചേർത്തുവയ്ക്കുന്നതിനുവേണ്ടി (അഥവാ നമ്മൾ വൈകാരികമായി ബന്ധപ്പെടുന്ന വികാരങ്ങളെയും വഴികളെയും ചേർത്തുവയ്ക്കുന്നതിന് കൂടുതൽ ആധുനികവും നിലവാരമുള്ളതുമായ വ്യവസ്ഥകൾ ഉപയോഗിക്കുന്നതിനുവേണ്ടി) അതൊരു ചെറിയ പ്രശ്നമാണ് എന്ന ധാരണയെ കൊല്ലന്തായ് ബഹിഷ്കരിച്ചു.

കൊല്ലന്തായിയുടെ ഏറ്റവും പ്രധാനപ്പെട്ട നവീകരണങ്ങളിലൊന്ന് കൃത്യമായി പറഞ്ഞാൽ ഇതാണ്: അവർ ലൈംഗികബന്ധത്തെ ഒരു സാമൂഹിക നിർമ്മിതിയായി കണ്ടു, അതും ജൻഡറിനെക്കുറിച്ച് ഫെമിനിസ്റ്റുകൾ അങ്ങനെ പറയുന്നതിനും അരനൂറ്റാണ്ട് മുൻപേതന്നെ. ഏറ്റവും അടുത്ത കാലത്തുള്ള, ഫെമിനിസ്റ്റ് പ്രസ്ഥാനത്തിന്റെ വിശദീകരണങ്ങളും 'കാല്പനിക പ്രണയ' മാതൃകയുടെ വിമർശനവും വന്നപ്പോൾ മാത്രമാണ് ഒരു നൂറുവർഷത്തിനുമുൻപ് കൊല്ലന്തായ് എന്താണോ പറഞ്ഞത് അതിനുസമാനമായിട്ടുള്ള എന്തെങ്കിലും കാണാൻ കഴിഞ്ഞത്. അങ്ങനെയാണെങ്കിൽപ്പോലും ഇപ്പോൾ ചെയ്യപ്പെടുന്നതുതന്നെ വളരെ ദുർബ്ബലമായ രാഷ്ട്രീയ സൂചനകളോടെ മാത്രമാണ്. നമ്മുടെ ഓരോരുത്തരുടെയും വെവ്വേറെയുള്ള ബന്ധങ്ങൾക്ക് അഭികാമ്യം എന്താണെന്നതിന്റെ (വ്യക്തിപരമായ ധാർമ്മിക മാനദണ്ഡം) അടിസ്ഥാനത്തിലല്ല, മറിച്ച് വർഗ്ഗരഹിതവും നീതിയുക്തവും സന്തുഷ്ടവും പൂർണ്ണതയുള്ളതുമായ സമൂഹം കെട്ടിപ്പടുക്കുന്നതിനനിവാര്യമായ വ്യക്തികൾ തമ്മിലുള്ള ബന്ധങ്ങളുടെയും കെട്ടുപാടുകളുടെയും മാതൃകയെ അടിസ്ഥാനപ്പെടുത്തിയുള്ളതായിരുന്നു അവരുടെ നിർദ്ദേശങ്ങൾ.

പ്രണയത്തിന്റെ സാമൂഹിക തലങ്ങളിലേക്ക് വെളിച്ചം വീശുന്നതിനുവേണ്ടി സ്വകാര്യവും അന്തർമ്മുഖവുമായ മണ്ഡലത്തിൽനിന്നും ശ്രദ്ധ തിരിക്കുന്നത്, ചിലതരം കൂട്ടായ്മകളെ രൂപപ്പെടുത്തുന്നതിന് പ്രണയം ഏതുതരത്തിൽ സംഭാവന ചെയ്യുന്നു എന്ന് തിരിച്ചറിയാൻ നമ്മെ സഹായിക്കുന്നു. ഇത് പ്രത്യക്ഷത്തിൽതന്നെ സ്പഷ്ടമായൊരു വസ്തുതയാണ് (എല്ലാത്തിലുമുപരി പ്രണയത്തെ അടിസ്ഥാനപ്പെടുത്തിയുള്ള ഈ കൂട്ടായ്മകളാണ് പരമ്പരാഗത ദമ്പതികൾ, കുടുംബങ്ങൾ, പെൺസുഹൃത്തുക്കളുടെ സംഘങ്ങൾ എന്നിവ); എന്നാൽ അതിനെ അദൃശ്യമാക്കി മാറ്റുന്നതിനുവേണ്ടി നാം സ്വാഭാവികവല്ക്കരിച്ചിട്ടുള്ള ഒന്നാണത്. ചരിത്രപരമായി പറഞ്ഞാൽ, സ്നേഹം എല്ലായ്പ്പോഴും ഉപയോഗപ്പെടുത്തിയിട്ടുള്ള ഒരു രാഷ്ട്രീയ ആയുധമാണ്: ദൈവത്തോടുള്ള സ്നേഹം, രാജ്യത്തോടുള്ള സ്നേഹം, നിങ്ങളുടെ ജനങ്ങളോടുള്ള സ്നേഹം (ഫെമിനിസത്തിന്റെ കാര്യത്തിലെന്നപോലെ, പ്രത്യേകിച്ചും ഇരുപതാം നൂറ്റാണ്ടിലെ പൗരാവകാശ മുന്നേറ്റങ്ങളുടെ കാര്യത്തിലെന്നപോലെ), എന്തിന്, സ്ത്രീയോടുള്ള സ്നേഹം പോലും (ഫ്യൂഡൽ സമൂഹങ്ങളുടെ പരാക്രമശൈലിയിലുള്ള ചിന്താഗതിയെക്കുറിച്ച് ചർച്ച ചെയ്യുമ്പോൾ കൊല്ലന്തായ് ഇതിനെക്കുറിച്ച് നല്ല രീതിയിൽ വിശദീകരിക്കുന്നുണ്ട്) ഉപയോഗപ്പെടുത്തുന്നു. ഒരു വികാരമെന്ന നിലയ്ക്ക് സ്നേഹം ഒരുമയുടെ ഘടകമാണ്, അതുകൊണ്ടുതന്നെ അത് സംഘാടനത്തിന്റെ ഘടകവുമാണ്. സ്നേഹവികാരങ്ങളുടെ പരിവർത്തനാത്മകമായ ശക്തിയെ തിരിച്ചറിയുകയും വിലമതിക്കുകയും ചെയ്യുക എന്നത് ഏതൊരു രാഷ്ട്രീയ പദ്ധതിക്കും അടിസ്ഥാനപരമായി വേണ്ട ഒന്നാണ്.

നമ്മുടെ സമൂഹങ്ങളിലെ ലൈംഗികവും വൈകാരികവുമായ ധാർമ്മി

കത അതിക്രമങ്ങൾ അനുവദിക്കുകയും നിലനിർത്തുകയും ചെയ്യുന്ന ധാർമ്മികതയായി മാറുന്നത് ഏത് തത്ത്വസംഹിതയുടെ അടിസ്ഥാനത്തിലാണ്? നമ്മളെ സ്വതന്ത്രമായും പരിപൂർണ്ണമായും ജീവിക്കാൻ സഹായിക്കുന്ന പുതിയൊരു ലൈംഗിക ധാർമ്മികത കെട്ടിപ്പടുക്കേണ്ടത് ഏത് തത്ത്വങ്ങളുടെ അടിസ്ഥാനത്തിലാണ്? പുതിയൊരു സമൂഹമാതൃകയ്ക്കുള്ള (സോഷ്യലിസത്തിലേക്കുള്ള പരിവർത്തനത്തിന്റേതായ) അടിത്തറയിടുകയും, ജനസംഖ്യയിലെ പ്രധാന വിഭാഗത്തിന്റെ- പ്രത്യേകിച്ചും നഗരമേഖലകളിലും ചെറുപ്പക്കാർക്കിടയിൽ ശക്തമായ സ്വാധീനത്തോടുംകൂടി - ധാർമ്മികാചാരങ്ങളെയും ശീലങ്ങളെയും വിപ്ലവം പൊളിച്ചടുക്കുകയും ചെയ്ത കാലത്താണ് കൊല്ലന്തായ് ഈ ചോദ്യങ്ങൾ ഉയർത്തിയത്. ഈ വിഷയത്തിലുള്ള കൊല്ലന്തായിയുടെ ഏറ്റവും രസകരമായ കൃതികൾ റഷ്യ വിടുന്നതിനു മുൻപുള്ള അവരുടെ രചനകളുടെ അവസാന ഘട്ടത്തിലുള്ളവയാണ്; അവയിൽ ഒട്ടനവധി കൃതികൾക്ക് ധാരാളം പൊതു പ്രതികരണങ്ങൾ വരികയും ചെയ്തു; ആ പ്രതികരണങ്ങൾ ഒട്ടേറെ പത്രങ്ങളിലും മാസികകളിലും പ്രത്യക്ഷപ്പെട്ടു; യുവപാർട്ടി അംഗങ്ങൾ കൊല്ലന്തായിക്കയച്ച കത്തുകളും ഇത്തരം പ്രതികരണങ്ങളായിരുന്നു. 'Make Way for Winged Eros!' നല്ലൊരു ഉദാഹരണമാണ്.

ലൈംഗിക ധാർമ്മികതയെ പ്രത്യയശാസ്ത്രത്തിന്റെ ഭാഗമായി കാണുന്നതിനുള്ള തന്റെ ശ്രമങ്ങളിൽ ആ കാലത്ത് പ്രബലമായ രണ്ട് നിലപാടുകളിൽനിന്നും കൊല്ലന്തായ് സ്വയം അകലം പാലിച്ചു: അതായത്, നഷ്ടപ്പെട്ടുപോയ ആചാരങ്ങളുടെ പ്രതിലോമകരമായ ഗൃഹാതുരത്വത്തിൽ നില്ക്കുന്ന നിലപാടിൽനിന്നും ഏതൊരു പെരുമാറ്റസംഹിതയെയും വ്യക്തിപരമായി നിഷേധിക്കുന്ന നിലപാടിൽനിന്നും അവർ വിട്ടുനിന്നു. ഇരുപത്തൊന്നാം നൂറ്റാണ്ടിന്റെ മദ്ധ്യകാലത്ത്, വെറിപിടിച്ച നവലിബറലിസത്തിന്റെ അനവധി ദശകങ്ങൾക്കിപ്പുറം, ഇന്ന് നമുക്കും ചുറ്റും നടക്കുന്ന സംവാദങ്ങളിൽ ഈ രണ്ട് നിലപാടുകളെയും വളരെ എളുപ്പത്തിൽ തിരിച്ചറിയാൻ സാധിക്കും. ആചാരങ്ങളുടെ ആപേക്ഷികമായ വഴക്കവല്ക്കരണവും, വൈവിദ്ധ്യമാർന്ന കുടുംബമാതൃകകളിൽനിന്ന് പുരോഗമനാത്മകമായവയെ സ്വീകരിക്കുന്നതും ലൈംഗികതയോടുള്ള ബഹിഷ്ക്കരണത്തെ പ്രകടവും അതേസമയം ഉപരിപ്ലവവുമായി നിഷേധിക്കുന്നതും ഒരു വശത്ത് മാറ്റത്തെ എതിർക്കുന്ന യാഥാസ്ഥിതിക പ്രവണതയുടെ ഉത്ഭവത്തിനെ അഥവാ ശക്തിപ്പെടലിനെ വേഗത്തിലാക്കി. ഇത് സാങ്കല്പികമായ പരമ്പരാഗത ആചാരങ്ങളെയും ജൻഡർ അച്ചടക്കത്തെയും ഒരു ധാർമ്മിക പെരുമാറ്റ സംഹിതയായി പ്രതിഷ്ഠിക്കുന്നതിനിടയാക്കി; അത് ഇടതുപക്ഷം എന്നവകാശപ്പെടുന്ന വിഭാഗങ്ങളിലും (ന്യൂനപക്ഷം) കാണാവുന്നതാണ്. ഈ നാണയത്തിന്റെ മറുവശം, ഒട്ടേറെ രീതികളിൽ നിർവ്വചിക്കപ്പെട്ടിട്ടുള്ള ഒരുതരം വൈകാരികമായ നിഷേധസിദ്ധാന്തമാണ്: ശരീരങ്ങളുടെ ഉപഭോഗം, വൈകാരികമായ സ്വാർത്ഥത, ലൈംഗിക നവലിബറലിസം എന്നിങ്ങനെ.

ബഹുലൈംഗികതയെയും കാല്പനികമായ പ്രണയത്തെയും ചുറ്റിപ്പറ്റി അടുത്തകാലത്തുയർന്നുവന്ന ചർച്ചകളും, വികാരങ്ങളോട് ഫെമിനിസ്റ്റുകൾക്കിടയിൽ വളർന്നുവരുന്ന താല്പര്യവും ഇതിനെല്ലാമുള്ള മറുപടിയാണ്. വ്യക്തിഗത സമീപനങ്ങൾക്ക് വിധികല്പിക്കാതെയും കുറ്റപ്പെടുത്താതെയും കൈവശപ്പെടുത്തലിന്റെയും നമ്മുടെ ലൈംഗികവും ബന്ധപരവുമായ പെരുമാറ്റങ്ങളിലെ വ്യവസ്ഥയ്ക്ക് സഹജമായ ഉപഭോഗത്തിന്റെയും ബലതന്ത്രത്തെ പുനരുല്പാദിപ്പിക്കുന്നതിലേക്ക് നമ്മെ നയിക്കുന്ന യുക്തി മനസ്സിലാക്കാൻ ശ്രമിക്കുകയാണവർ. 1921 ൽ കൊല്ലന്തായ് ഇങ്ങനെ എഴുതി "സ്വത്തധിഷ്ഠിത ബന്ധങ്ങളുടെ ലോകത്തു ജീവിക്കുന്ന മനുഷ്യരാണ് നമ്മൾ; രൂക്ഷമായ വർഗ്ഗവൈരുദ്ധ്യങ്ങളുടെയും വ്യക്തിഗതമായ ധാർമ്മികതയുടെയും ലോകമാണത്. നമ്മൾ ഇപ്പോഴും ജീവിക്കുന്നതും ചിന്തിക്കുന്നതും മനസ്സിന്റെ ഒഴിവാക്കാനാവാത്ത ഏകാന്തതയുടെ നീരാളിപ്പിടുത്തത്തിനുള്ളിൽ നിന്നുകൊണ്ടാണ്." കൊല്ലന്തായ് അന്നു പറഞ്ഞത് തികച്ചും ശരിയായിരുന്നു, ഇപ്പോഴും ശരിയാണ്. മുതലാളിത്ത ജീവിത സാഹചര്യങ്ങളോട് നിർജ്ജീവമായി ഇണങ്ങിച്ചേരുന്നതും, ആ യുക്തിയോട് സജീവമായി പ്രതികരിക്കുന്ന സർഗ്ഗാത്മകവും ഓജസ്സുള്ളതുമായ തത്ത്വത്തിന്റെ ആവിർഭാവവും തമ്മിൽ വേർതിരിക്കുവാൻ കൊല്ലന്തായ് ശ്രമിച്ചു. അതിനുശേഷം, വർഗ്ഗസമരമെന്ന പ്രക്രിയയുടെ ഭാഗമായും അതിനുവേണ്ടിയുള്ളൊരു ആയുധമായും തൊഴിലാളിവർഗ്ഗ ധാർമ്മികതയുടെ നിർമ്മാണത്തെ അവർ പ്രതിരോധിച്ചു; അത് അതിനുള്ളിൽ തന്നെയുള്ള എന്തിനെയെങ്കിലും നശിപ്പിക്കും എന്നുള്ളതുകൊണ്ടല്ല അങ്ങനെ ചെയ്തത് (ലൈംഗികതയുടെ വിപ്ലവാത്മകമായ കഴിവിനെക്കുറിച്ചുള്ള ആവേശകരമായ കാഴ്ചപ്പാടുമായി ബന്ധപ്പെട്ട് വളരെ രസകരമായൊരു ചർച്ചയ്ക്ക് ഇവിടെ സാദ്ധ്യതയുണ്ട്. അക്കാര്യത്തിൽ ഞാൻ വ്യക്തിപരമായി അണിനിരക്കുന്നത് ഹൊള്ളി ലെവിസിനെപോലെയുള്ള മാർക്സിസ്റ്റുകളുടെ പക്ഷത്താണ്), മറിച്ച് സഹവർത്തിത്വവും ബന്ധങ്ങളും കെട്ടുപാടുകളും സൃഷ്ടിക്കുവാനും മനുഷ്യ മനോഭാവത്തിന്റെ മാറ്റത്തെ സ്വാധീനിക്കുവാനും തൊഴിലാളിവർഗ്ഗ ധാർമ്മികതയ്ക്ക് കഴിയും എന്നുള്ളതുകൊണ്ടാണ്. അതുകൊണ്ടുതന്നെ, മനുഷ്യന്റെ 'സ്നേഹിക്കുവാനുള്ള കഴിവ്' എങ്ങനെ നമ്മൾ വർദ്ധിപ്പിക്കുമെന്നും (മുതലാളിത്ത ജീവിത സാഹചര്യങ്ങളിൽ ഈ കഴിവ് ഏറ്റവും കുറഞ്ഞ തോതിലാക്കപ്പെട്ടിരിക്കുന്നു) ലൈംഗികവും വൈകാരികവുമായ പുതിയ ധാർമ്മികതയെ എന്തടിസ്ഥാനത്തിൽ നമ്മൾ കെട്ടിപ്പടുക്കണമെന്നുമുള്ളതാണ് പ്രശ്നം: നമ്മൾ എങ്ങനെ വ്യക്തിപരമായ വ്യാഖ്യാനങ്ങളെ അതിജീവിക്കുകയും, ഏതു വിധത്തിൽ എല്ലാവർക്കുമായി വിമോചനപരവും നീതിയുക്തവുമായ ബന്ധത്തിന്റെ ചട്ടക്കൂടുകളെ കരുപ്പിടിപ്പിക്കുകയും ചെയ്യും? ഇവിടെ കൊല്ലന്തായ് രണ്ട് മറുപടികൾ മുന്നോട്ടുവയ്ക്കുകയും, ബന്ധപ്പെടലിന്റെ രണ്ട് അടിസ്ഥാന തത്ത്വങ്ങളായി പരസ്പരസ്നേഹത്തെയും സഹകരണത്തെയും തിരഞ്ഞെടുത്തു

കൊണ്ട് ആരംഭിക്കുകയും ചെയ്യുന്നു. അവർ മുന്നോട്ടുവെയ്ക്കുന്നത് യുക്തിപരമായൊരു നിരീക്ഷണമാണ്: 'സഹവർത്തിത്വത്തിന്റെയും പരസ്പരസ്നേഹത്തിന്റെയും അടിസ്ഥാനത്തിൽ ഒരു സാമൂഹിക വ്യവസ്ഥ കെട്ടിപ്പടുക്കണമെങ്കിൽ സ്നേഹിക്കുവാനും ഊഷ്മളമായ വികാരങ്ങൾ പ്രകടിപ്പിക്കുവാനും ജനങ്ങൾ പ്രാപ്തരായിരിക്കണം എന്നത് അനിവാര്യമാണ്.' ഇന്നത്തേതിൽനിന്നും വ്യത്യസ്തമായ മാനദണ്ഡത്തിനനുസരിച്ച് സംഘടിപ്പിക്കപ്പെട്ട ഒരു സമൂഹത്തിൽ മാത്രമേ, കമ്യൂണിസ്റ്റ് അടിത്തറയിൽ നമ്മുടെ സാമൂഹിക സാമ്പത്തിക ബന്ധങ്ങളുടെ മൗലികമായ പുനസംഘടനത്തിലൂടെ മാത്രമേ 'സ്നേഹിക്കുവാനുള്ള കഴിവ്' വിപുലീകരിക്കുവാൻ സാധിക്കുകയുള്ളൂ. പണ്ടേ പറഞ്ഞുവെച്ച ഈ സത്യമല്ലാതെ ഇതിനു മറ്റൊരു പരിഹാരമില്ല. ഒരു നൂറ്റാണ്ടുമുൻപ് മുന്നോട്ടുവെയ്ക്കപ്പെട്ട കൊല്ലന്തായിയുടെ ആശയങ്ങൾ, വർത്തമാനകാല ചർച്ചകളുമായി ബന്ധിപ്പിക്കപ്പെടുന്നു എന്നതും, അവർക്കുശേഷം എല്ലാ ഫെമിനിസ്റ്റ് പ്രസ്ഥാനങ്ങളും (തൊഴിലാളി പ്രസ്ഥാനത്തെ ഒഴിവാക്കുക) നല്കിയിട്ടുള്ളതിനേക്കാൾ കൂടുതൽ തൃപ്തികരവും രാഷ്ട്രീയമായി മികവുറ്റതുമായ ഉത്തരങ്ങൾ അവ നമുക്ക് നല്കുന്നു എന്നതുമാണ് അവരുടെ ചിന്തകളുടെ പ്രധാന ആകർഷണീയതകളിലൊന്ന്. അവരുടെ എഴുത്തുകളിൽ ദമ്പതികളെക്കുറിച്ച് അഥവാ നിഷ്കർഷമായും ലൈംഗിക ബന്ധത്തെക്കുറിച്ച് അതുവരെയും നിലനിന്നിരുന്ന കാഴ്ചപ്പാടുകളെ പിന്തള്ളുന്ന *പ്രണയത്തിന്റേതായ ഒരു തൊഴിലാളിവർഗ്ഗ ആശയ*ത്തിന് രൂപം കൊടുത്തിട്ടുള്ളതായി നമുക്ക് കാണാൻ സാധിക്കും; ഈ ആശയം പ്രണയിക്കുവാനുള്ള ശേഷിയെ ആ പദത്തിന്റെ വിശാലാർത്ഥത്തിൽ സിദ്ധാന്തവല്ക്കരിക്കുന്നു; നമ്മുടെ ബന്ധങ്ങളെ ഏറ്റവും മുഖ്യമായതിൽനിന്നും ഒന്നുമല്ലാതാക്കി മാറ്റുന്ന അധികാരശ്രേണിയെ ഈ ആശയം പൊളിച്ചടുക്കുകയും, വ്യത്യസ്ത തരത്തിലുള്ള വൈകാരികമായ കെട്ടുപാടുകൾ തമ്മിലുള്ള മത്സരത്തെ അഥവാ വൈരുദ്ധ്യത്തെ അത് തകർക്കുകയും ചെയ്യുന്നു. മറ്റ് വാക്കുകളിൽ പറഞ്ഞാൽ, വ്യക്തിപരമായ അഭിരുചിയെയൊ ഇഷ്ടത്തെയോ അടിസ്ഥാനപ്പെടുത്തിയുള്ളതല്ലാത്ത ഏകദാമ്പത്യത്തെ ഇല്ലാതാക്കുവാനുള്ള നിർദ്ദേശം നമുക്ക് കൊല്ലന്തായിയുടെ എഴുത്തുകളിൽ കാണാനാകും; എന്നാൽ അതേസമയം ഒരൊറ്റ വ്യക്തിയിലൂടെയുള്ള സമഗ്രമായ സ്നേഹമെന്ന ആശയവും അതിൽ തെളിഞ്ഞുകാണുന്നുണ്ട്; അപ്രാപ്യമാണെന്നതിനപ്പുറം അത് നമ്മുടെ വർഗ്ഗതാല്പര്യങ്ങളോട് പരസ്പരവൈരുദ്ധ്യത്തിൽ നില്ക്കുന്നതുമാണ്. ഇനി പറയുന്നതാണ് പ്രണയ-സഖിത്വത്തിന്റെ നിർവ്വചനം: പൂർണ്ണമായ സ്വാതന്ത്ര്യത്തെയും സമത്വത്തെയും സൗഹാർദ്ദപരമായ സഹവർത്തിത്വത്തെയും അടിസ്ഥാനപ്പെടുത്തിയുള്ള പ്രണയം; അവിടെ വൈകാരികമായ കെട്ടുപാടുകളുടെ കാര്യം രൂപത്തിലല്ലാ മറിച്ച് ഉള്ളടക്കത്തിലായിരിക്കണം ഉണ്ടാവേണ്ടത്. പരസ്പര സമത്വവും അവകാശങ്ങളെ അംഗീകരിക്കലും സഖിത്വത്തെ അടിസ്ഥാനപ്പെടുത്തിയുള്ള കെട്ടു

റപ്പും അതിലുണ്ടാവണം; രാഷ്ട്രീയ പോരാട്ടത്തിലൂടെ കൂട്ടായി മാത്രം നേടിയെടുക്കാൻ സാധിക്കുന്ന ഘടകങ്ങളാണിവ; പരസ്പരബന്ധത്തിന്റെ കൂടുതൽ പരിപൂർണ്ണവും നീതിയുക്തവുമായ രീതി കെട്ടിപ്പടുക്കുന്നതിന്, ബഹുലൈംഗികതയും സ്വതന്ത്രലൈംഗികബന്ധവും സംബന്ധിച്ച ചർച്ചകളെയാകെ അതിജീവിക്കുന്ന ഘടകങ്ങളാണിവ. കൊല്ലന്തായ് എഴുതുന്നതുപോലെ "ഭാവിയുടെ കോട്ടകൊത്തളത്തെ" വളഞ്ഞിട്ടാക്രമിക്കുന്നതിന് തൊഴിലാളിവർഗ്ഗത്തിന്റെ മുന്നിലുള്ള കടമകളിലൊന്ന് തീർച്ചയായും ലിംഗഭേദങ്ങൾ തമ്മിൽ കൂടുതൽ ആരോഗ്യകരവും കൂടുതൽ സന്തോഷകരവുമായ ബന്ധങ്ങൾ സ്ഥാപിക്കുക എന്നതാണ്" എന്നത് വളരെ വ്യക്തമാണ്.

വർഗ്ഗസമരത്തിൽ ഫെമിനിസത്തിനുള്ള കേന്ദ്രസ്ഥാനം

ജീവിതത്തെ നിലനിർത്തുന്ന ഭൗതികാടിത്തറകളുടെ പുനരുല്പാദനം കൂടുതൽ കൂടുതൽ അനിശ്ചിതത്വത്തിലായിക്കൊണ്ടിരിക്കുന്ന നിരന്തര പ്രതിസന്ധികളുടേതായ ഈ വർത്തമാനകാലത്ത് ഭൂതകാലത്തിന്റെ പിടിയിൽനിന്നും കൊല്ലന്തായിയെ വീണ്ടെടുക്കുക എന്നത് പ്രത്യേക പ്രാധാന്യമർഹിക്കുന്നു, ഈ കാലത്ത് പോരാട്ടങ്ങളിൽ സ്ത്രീകൾ മുൻനിരയിലെത്തിക്കൊണ്ടിരിക്കുന്നു (മുൻപ് അവർ സ്ത്രീകളെ ഉൾപ്പെടുത്താതിരുന്നതുകൊണ്ടല്ല, മറിച്ച് ഇന്ന് സ്ത്രീകൾ നയിക്കുന്ന പോരാട്ടങ്ങളാണ് മുൻനിരയിൽ നില്ക്കുന്നത് എന്നതുകൊണ്ടാണ്); ഈ കാലത്ത് വ്യവസ്ഥിതിയുടെ വലിയൊരു ഭാഗം വൈരുദ്ധ്യങ്ങളെ ചുരുക്കിയവതരിപ്പിക്കാൻ പ്രാപ്തമായ, ബഹുജന രാഷ്ട്രീയവല്ക്കരണത്തിന്റെ വാഹകരായി ഫെമിനിസ്റ്റ് പ്രസ്ഥാനം മാറിയിരിക്കുന്നു. ബെർലിൻ മതിൽ തകരുകയും തെറ്റായി നാമകരണം ചെയ്യപ്പെട്ട 'യഥാർത്ഥ സോഷ്യലിസം' ഇല്ലാതാകുകയും ചെയ്തതിനുശേഷം ലോകത്ത് മുതലാളിത്തത്തിന് ബദലില്ലാതായി. 'ചരിത്രത്തിന്റെ അന്ത്യം' എന്ന തരത്തിലുള്ള സംവാദം സന്നിവേശിപ്പിക്കപ്പെട്ടു: ഇനിമേൽ വർഗ്ഗസമരം ഉണ്ടാവുകയില്ല; സംഘർഷം ഇനിമേൽ ചരിത്രത്തിന്റെ പ്രേരകശക്തിയാവുകയുമില്ല; 'മഹത്തായ ആഖ്യാന'ങ്ങൾക്കൊണ്ട് സാമൂഹിക സംഭവവികാസങ്ങളെ വിശദീകരിക്കുവാനുള്ള ശ്രമങ്ങൾ ഇനി ഉണ്ടാവുകയില്ല. ഇപ്പോൾ ആർക്കും സ്വത്തുടമസ്ഥനാകാം; സമൂഹം നിലനില്ക്കുന്നില്ല; അതായത്, അവിടെ വ്യക്തിപരമായ തിരഞ്ഞെടുക്കലുകൾ നടത്തുകയും അതിന്റെ അനന്തരഫലങ്ങളുടെ മൊത്തം ഉത്തരവാദിത്വമുള്ളവരുമായ പുരുഷന്മാരും സ്ത്രീകളും മാത്രമേ ഉണ്ടാവുകയുള്ളൂ. തീർച്ചയായും ഈ ആഖ്യാനം, ഈ കെട്ടുകഥ പച്ച നുണയാണ്.

കഴിഞ്ഞ ദശകത്തിൽ, സർവ്വകലാശാലകൾക്കുള്ളിലും സാമൂഹിക പ്രസ്ഥാനങ്ങളിലും മാർക്സിസ്റ്റ് ചിന്താധാരയോട് വീണ്ടുമൊരു പുതിയ താല്പര്യം ഉണ്ടായിവന്നത് നമ്മൾ കാണുകയുണ്ടായി. കമ്പോളത്തിലൂടെ

ക്ഷേമവും പുരോഗതിയും നേടാമെന്ന പുറംചട്ട 2008 ലെ സാമ്പത്തിക പ്രതിസന്ധിയാൽ തകർക്കപ്പെട്ടതോടുകൂടി വ്യക്തിപരമായ മോചനം എന്ന മിഥ്യാധാരണ ഛിന്നഭിന്നമാക്കപ്പെടുകയും ശക്തികളുടെ നിലവിലെ ശാക്തികബലാബലത്തെ വെല്ലുവിളിക്കാൻ പ്രാപ്തമായ കൂട്ടായൊരു എതിർ ആഖ്യാനത്തിന്റെ നിർമ്മിതി സംബന്ധിച്ച ചർച്ചയിൽ വീണ്ടും ശ്രദ്ധ കേന്ദ്രീകരിക്കപ്പെടുകയും ചെയ്തു. ഈ പ്രതിഭാസം വ്യത്യസ്ത മേഖലകൾക്കിടയിൽ വൈവിദ്ധ്യമാർന്ന രീതികളിൽ ഉണ്ടായി. ഒരു നിശ്ചിത സാമൂഹികശാസ്ത്ര സംവർഗ്ഗമെന്ന നിലയിൽ അഥവാ തിരിച്ചറിയാനാകുന്ന ഒരു ആവർത്തനമെന്ന നിലയിൽ വർഗ്ഗം വീണ്ടെടുക്കപ്പെടുന്നു എന്നു കണ്ടപ്പോൾ ഏത് പോരാട്ടങ്ങളും സാമൂഹിക പ്രക്രിയകളുമാണ് വാസ്തവത്തിൽ ഈ പുതിയ വർഗ്ഗ ആഖ്യാനത്തിന്റെ രൂപീകരണത്തിന് സംഭാവനചെയ്യുന്നത് എന്നും, ഏത് സംവിധാനത്തിലൂടെയാണ് കൂട്ടായ്മയുടേതായ പ്രജ്ഞ ഉയരുന്നതെന്നും കണ്ടെത്താൻ മാർക്സിസ്റ്റ് ചിന്താധാരയുടെ കരുത്തുറ്റ ശാഖകൾ ശ്രമിച്ചു. മുതലാളിത്ത ചൂഷണത്തിന്റെയും പിടിച്ചുപറിയുടെയും ചലനാത്മകതക്കെതിരായി പോരാട്ടങ്ങൾ സംഘടിപ്പിച്ച രീതി ഈ പ്രക്രിയകളുടെ ഹൃദയത്തിൽ ഫെമിനിസ്റ്റ് പ്രസ്ഥാനത്തെ പ്രതിഷ്ഠിച്ചു.

ദശകങ്ങൾ നീണ്ട ശിഥിലീകരണത്തിനുശേഷം, രാഷ്ട്രീയമായി സ്വയം നിർമ്മിതവും സാർവ്വദേശീയമായി ഏകോപിതവുമായ കൂട്ടായ ആഖ്യാനമെന്ന ആശയം പ്രയോഗത്തിൽ വീണ്ടെടുത്തത് ഫെമിനിസമാണെന്ന വസ്തുത, അയാഥാർത്ഥവും സാങ്കല്പികവുമായ വർഗ്ഗ ആഖ്യാനത്തിന്റെ വക്താക്കൾക്കിടയിൽ ഭീമമായ പ്രതികരണം ഉയർന്നുവരുന്നതിനിടയാക്കി. തൊഴിലാളിവർഗ്ഗത്തിന്റെ ശക്തിയെ നിശ്ചേതനവും ഒറ്റപ്പെട്ടതുമായ പ്രതിച്ഛായയിലേക്ക് തരംതാഴ്ത്തിയവർ, ആഖ്യാനങ്ങൾ സ്വയം പ്രഖ്യാപിക്കപ്പെടുന്നതല്ലായെന്നും വർഗ്ഗങ്ങളെ നിർമ്മിക്കുകയും നിർവ്വചിക്കുകയും ചെയ്യുന്നത് വർഗ്ഗ സമരമാണെന്നുമുള്ള കാര്യം മറന്നു. ആഖ്യാനങ്ങൾക്ക് പ്രയോഗം അനിവാര്യമാണ്. അവ രൂപവല്ക്കരിക്കപ്പെടുന്നത് സംയുക്ത പോരാട്ടത്തിലും മൂർത്തമായ പരസ്പരാനുഭവങ്ങളുടെ അടിത്തറയിലുമായാണ്. പ്രയോഗത്തിന്റെ ഭൗതിക സ്വഭാവമില്ലാതെ അടിസ്ഥാന വ്യക്തിത്വം അവകാശപ്പെടാനാവില്ല.

ഫെമിനിസ്റ്റ് ബോധവും വർഗ്ഗബോധവും പരസ്പരബന്ധിതമാണ്. ചൂഷണത്തിന്റേതായ ബന്ധങ്ങളെ മായ്ച്ചുകളയുകയും സ്ത്രീകൾക്കിടയിലുള്ള വ്യത്യസ്തതകളെ നിഷേധിക്കുകയും ചെയ്യുന്ന സാർവ്വദേശീയ സഹോദരീത്വത്തിന്റെ പ്രചാരകരെ അതെത്രമാത്രം വെറിപിടിപ്പിക്കുന്നു എന്നത് വിഷയമല്ല; സ്ത്രീകളുടെ വിമോചനം മുതലാളിത്തത്തിനുകീഴിൽ സാദ്ധ്യമല്ല, കാരണം ലിംഗപരമായ അടിച്ചമർത്തൽ, അതിന്റെ നിലവിലെ രൂപത്തിൽ മൂലധനവും അദ്ധ്വാനവും തമ്മിലുള്ള സംഘർഷത്തിന്റെ പ്രത്യക്ഷ ഫലമാണ്. അടിച്ചമർത്തലിന്റെയും ഒരിക്കലും നിലനിന്നിട്ടില്ലാത്ത സാങ്കല്പിക തൊഴിലാളിവർഗ്ഗത്തിന്റെയും കാര്യത്തിൽ

ഗൃഹാതുരതയിൽ കഴിയുന്നതുവരെ അതെത്രത്തോളം ഭ്രാന്തുപിടിപ്പിക്കുമെന്നത് കാര്യമാക്കേണ്ടതില്ല; ജൻഡറിനെയും വംശത്തെയും തൊടാതെ മുതലാളിത്ത വ്യവസ്ഥിതിയെ ചോദ്യംചെയ്യാൻ സാദ്ധ്യമല്ല, കാരണം ഇവ രണ്ടും സ്ഥിതി ചെയ്യുന്നത് ചൂഷണത്തിന്റെയും പിടിച്ചുപറിയുടേതുമായ മുതലാളിത്ത ചലനാത്മകതയുടെ ഹൃദയത്തിലാണ്. ഈ പരസ്പരബന്ധം സ്ത്രീകൾ തിരിച്ചറിഞ്ഞത് അനുഭവത്തിലൂടെയും മൂർത്തമായ പോരാട്ടങ്ങളിലൂടെയുമാണ്, കാരണം, ഭൗതിക യാഥാർത്ഥ്യത്തിൽ ഈ രണ്ടു പ്രശ്നങ്ങളെയും വേർതിരിക്കുക സാദ്ധ്യമല്ല. ഈ അർത്ഥത്തിൽ മൂലധന പുനരുല്പാദനത്തിന്റെ നിരവധി സംവിധാനങ്ങളെ ചോദ്യം ചെയ്യുന്നതിനും അതിനെ നേരിട്ടുചെറുക്കുന്നതിനും മുന്നോട്ടു വരാൻ ഫെമിനിസത്തിന് സാധിക്കുന്നിടത്തോളം, വർഗ്ഗ ആഖ്യാനവല്ക്കരണത്തിന്റെ, അതായത്, ആഖ്യാനത്തിന്റെ നിർമ്മിതിയുടെ പ്രക്രിയയാകാനുള്ള ശേഷി അത് വികസിപ്പിക്കുന്നിടത്തോളം അത് *ഫെമിനിസ്റ്റ് വർഗ്ഗ സമരമായി* മാറുന്നു.

ഈയൊരു ബോധം ഉയർന്നുവരുന്നതെങ്ങനെയെന്നും വർഗ്ഗബോധവും 'ഫെമിനിസ്റ്റ്' ബോധവും തമ്മിലൊരു പരസ്പര സ്വാധീനം ഉണ്ടാകുന്നത് ഏതു രീതിയിലാണെന്നും വിവിധ ഉദാഹരണങ്ങൾ നിരത്തിക്കൊണ്ട് കൊല്ലന്തായ് വിവരിച്ചിട്ടുണ്ട്. സ്ത്രീകൾക്കുമാത്രം പ്രത്യേകമായി ഒരു പ്രശ്നം നിലനില്ക്കുന്നു എന്നതിനെതിരെയും ബൂർഷ്വാ ഫെമിനിസ്റ്റുകൾക്കെതിരെയുമുള്ള തന്റെ വാദഗതികൾക്കു പുറമെ, സ്ത്രീകളുടേതായ സ്വയം-സംഘടനയെ (പ്രത്യേകിച്ചും പാർട്ടി അംഗങ്ങളല്ലാത്ത സ്ത്രീകളുൾപ്പെടെയുള്ള സംഘടനയെ) പ്രോത്സാഹിപ്പിക്കുന്നതിനു വേണ്ടി കൊല്ലന്തായ് തന്റെ ജീവിതത്തിന്റെ അധികഭാഗവും ഉഴിഞ്ഞു വെച്ചു; അവരുടെ കൃതികൾ ആ കാലത്തെ ഫെമിനിസ്റ്റ് ഡിമാന്റുകളെ പാടെ തള്ളിക്കളഞ്ഞിരുന്നില്ല - സ്ത്രീ വോട്ടവകാശപ്രവർത്തകരുടെ കാര്യത്തിൽപോലും അവർ അങ്ങനെ ചെയ്തിരുന്നില്ല. കാരണം ഒട്ടേറെയിടങ്ങളിൽ ഈ പ്രസ്ഥാനത്തിൽ പ്രവർത്തിക്കുന്നവരിൽ ഭൂരിപക്ഷം തൊഴിലാളിസ്ത്രീകളാണ് എന്നവർ മനസ്സിലാക്കിയിരുന്നു. മാർച്ച് 8 ആചരിക്കുന്നതിനുവേണ്ടി പ്രത്യേകമായ ആവശ്യങ്ങളെ പ്രതിരോധിക്കുകവഴി വർഗ്ഗത്തെ വിഭജിക്കുകയാണെന്ന ആരോപണത്തിന് 'വനിതാദിന'ത്തിൽ അവർ മറുപടി പറയുന്നുണ്ട്. അവകാശങ്ങളെ ഔപചാരികമായി അംഗീകരിച്ചതുകൊണ്ടുമാത്രം വിവേചനത്തിന് അന്ത്യം കുറിക്കാനാവില്ല എന്ന് കൊല്ലന്തായിക്ക് വളരെ വ്യക്തമായി അറിയാമായിരുന്നു; വ്യവസ്ഥിതിയെ ഭാഗികമായി മെച്ചപ്പെടുത്തുകയെന്നത് സാദ്ധ്യമല്ലായെന്ന് ഇതുകൊണ്ടർത്ഥമാക്കുന്നില്ലായെന്ന് അവർ തന്റെ ഒട്ടേറെ കൃതികളിൽ ചൂണ്ടിക്കാണിക്കുകയും, ഈ പ്രക്രിയകളിലും രാഷ്ട്രീയ അവകാശങ്ങൾക്കു വേണ്ടിയുള്ള പോരാട്ടങ്ങളിലും കമ്യൂണിസ്റ്റുകാരുടെ പങ്കാളിത്തം ഉണ്ടാവണമെന്ന് വാദിക്കുകയും ചെയ്തു.

പൊതു താല്പര്യത്തെ അടിസ്ഥാനപ്പെടുത്തിയുള്ള ഐക്യദാർഢ്യ

ത്തിനുവേണ്ടിയുള്ളൊരു നിർദ്ദേശം കൊല്ലന്തായിയുടെ പ്രവർത്തനങ്ങളിൽ നമുക്ക് കാണാൻ കഴിയും. അത് കരുണയുടേയോ സഹാനുഭൂതിയുടേയോ പുറത്തല്ല, മറിച്ച് വർഗ്ഗത്തിലെ ഏതെങ്കിലുമൊരു ദുർബ്ബല വിഭാഗത്തിന്റെ സാഹചര്യങ്ങൾ മെച്ചപ്പെട്ടാൽ അനിവാര്യമായും അത് വർഗ്ഗത്തെ മൊത്തത്തിൽ മെച്ചപ്പെടുത്തും എന്ന യാഥാർത്ഥ്യബോധത്തിന്റെ അടിസ്ഥാനത്തിലാണ്. ഇന്നത്തെ നമ്മുടെ രാഷ്ട്രീയ പ്രവർത്തനത്തിൽ ഈ ആശയത്തെ ഒരു ആരംഭബിന്ദുവായിട്ടെടുക്കുന്നത് അവകാശങ്ങളുടെ വ്യാപനം, താല്പര്യങ്ങളുടെ അനിശ്ചിതമായ വൈരുദ്ധ്യം, അടിച്ചമർത്തപ്പെട്ട വിഭാഗങ്ങൾ തമ്മിലുള്ള സഖ്യം എന്നീ വിഷയങ്ങളുമായി ബന്ധപ്പെട്ട സംവാദങ്ങളിൽ കൂടുതൽ മെച്ചപ്പെട്ട നിലപാടിലെത്തുവാൻ സഹായിക്കും. വർത്തമാനകാല മുതലാളിത്തത്തിന്റെ പ്രവർത്തനങ്ങളിൽ ജൻഡറിനുള്ള പങ്കുസംബന്ധിച്ച് തുടർന്നുണ്ടായ വികാസങ്ങളോടൊപ്പം സ്ത്രീ പ്രസ്ഥാനങ്ങളുടെ പരിവർത്തനാത്മകമായ ശേഷി ഏതെങ്കിലും അനുപേക്ഷണീയമോ ചരിത്രപരമോ ആയ സവിശേഷത മൂലമുണ്ടായതല്ല, മറിച്ച് തന്ത്രപ്രധാനമായൊരു വർഗ്ഗവിഭാഗം എന്ന നമ്മുടെ സ്ഥാനംമൂലം കൈവന്നതാണത് എന്നും മനസ്സിലാക്കാൻ ഈ ആശയം നമ്മെ പ്രാപ്തമാക്കുന്നു.

തൊഴിലാളി പ്രസ്ഥാനത്തിന്റെ നൈസർഗ്ഗികമായ ഭാഗം തന്നെയാണ് തൊഴിലാളിവർഗ്ഗ സ്ത്രീ പ്രസ്ഥാനം എന്ന് കൊല്ലന്തായ് എഴുതി. 2022 ൽ നമ്മൾ ഇപ്പോഴും ശരിയാണെന്നു മാത്രം പറഞ്ഞാൽ പോരാ, മറിച്ച് വർഗ്ഗ പുനഃസംഘടനാപ്രക്രിയകളുടെ നെടുംതൂണുകളിലൊന്നാണ് ഫെമിനിസ്റ്റ് പ്രസ്ഥാനം എന്നുകൂടി പറയേണ്ടതുണ്ട്. മറ്റേതൊരു വ്യാഖ്യാനവും, മുതലാളിത്ത ചലനാത്മകതയും സാമൂഹിക ബന്ധങ്ങളും സംബന്ധിച്ച ശക്തമായ വിലയിരുത്തലിനോട് യോജിക്കുകയില്ല. മുൻവിധികളില്ലാത്തതും വിമർശനാത്മകവുമായ രീതിയിൽ കൊല്ലന്തായിയെ സമീപിച്ചാൽ ഏറ്റവും അനിവാര്യമായ വർഗ്ഗ ആഖ്യാനങ്ങളുടെ പുനഃസംഘാടനത്തിനുവേണ്ടി എങ്ങനെ പ്രവർത്തിക്കണമെന്നും, ജീവിതത്തെ ക്രമപ്പെടുത്തുന്നതിനുള്ള വ്യത്യസ്ത വഴികളെക്കുറിച്ച് എങ്ങനെ ചിന്തിക്കണമെന്നും തിരിച്ചറിയാനുള്ള ആയുധങ്ങൾ അത് നമുക്ക് നല്കും. മുതലാളിത്ത നശീകരണത്തിന്റെ ഘട്ടത്തിൽ ജീവിതത്തിന്റെ പ്രതിരോധവും, കൂടുതൽ നല്ലതും മനോഹരവുമായൊരു ജീവിതം അനിവാര്യമായും സാദ്ധ്യമാണെന്നുള്ള ദൃഢപ്രത്യയവും മാർക്സിന്റെയും എംഗൽസിന്റെയും കാലം മുതലിങ്ങോട്ടുള്ള എല്ലാ വിമോചന പ്രത്യയശാസ്ത്രത്തിലൂടെയും പരന്നിട്ടുണ്ട്; അത് കമ്യൂണിസ്റ്റ് ശക്തിയുടെ അനുപേക്ഷണീയമായ ഘടകവുമാണ്. പരിപൂർണ്ണമായ സാമൂഹിക പുനഃസംഘാടനത്തിന്റെ ധാർമ്മികവും ഭൗതികവുമായ അടിത്തറയ്ക്കുവേണ്ടിയുള്ള നിർദ്ദേശവും കൊല്ലന്തായിയുടെ എഴുത്തുകളിൽ നമുക്ക് കാണാൻ സാധിക്കും.

പുതിയ കാലത്തെ വിവാഹത്തിലെ സമത്വത്തിന്റെയും സ്വാതന്ത്ര്യ

ത്തിന്റെയും പ്രണയസഖിത്വത്തിന്റെയും പേരിൽ, കൂടുതൽ സമഗ്രമായും കൂടുതൽ നീതിയുക്തമായും വ്യക്തിക്ക് അവനോ അവളോ അർഹിക്കുന്ന സന്തോഷം ഉറപ്പാക്കുന്നതിന് പ്രാപ്തമായ രീതിയിലുള്ള മനുഷ്യസമൂഹത്തിന്റെ പുനർനിർമ്മാണ പ്രവർത്തനത്തിൽ വിശ്വസിച്ചുകൊണ്ടും ധീരമായും സ്വയം അത് നടപ്പാക്കാൻ തൊഴിലാളി കർഷക വർഗ്ഗങ്ങളിൽപ്പെട്ട സ്ത്രീ പുരുഷന്മാരോട് ഞങ്ങൾ ആഹ്വാനം ചെയ്യുന്നു. ഇനി നിങ്ങൾ തന്നെ വായിച്ച് നേരിട്ട് വിലയിരുത്തുക.

ചിറകുവിരിച്ച് മുന്നോട്ട്: അദ്ധ്വാനിക്കുന്ന യുവാക്കൾക്കൊരു കത്ത് (1923)

എന്റെ പ്രിയപ്പെട്ട യുവസുഹൃത്തേ, പ്രണയത്തിന് തൊഴിലാളിവർഗ്ഗ പ്രത്യയശാസ്ത്രം എന്തു സ്ഥാനമാണ് നല്കുന്നത് എന്നല്ലേ നിങ്ങൾ എന്നോട് ചോദിച്ചത്? ഇന്നത്തെ കാലത്ത് ചെറുപ്പക്കാരായ തൊഴിലാളികൾ, തൊഴിലാളികളുടെ റിപ്പബ്ലിക് അഭിമുഖീകരിക്കുന്ന രാഷ്ട്രനിർമ്മാണത്തിന്റേതായ മഹത്തായ കടമകളേക്കാൾ കൂടുതൽ മുഴുകിയിരിക്കുന്നത് പ്രണയത്തിലും അതുമായി ബന്ധപ്പെട്ട വിഷയങ്ങളിലുമാണ് എന്ന കാര്യമാണ് നിങ്ങൾ ഗൗരവമായി കണക്കിലെടുക്കുന്നത്. അകലെ നിന്നുകൊണ്ട് സംഭവങ്ങളെക്കുറിച്ച് വിധികല്പിക്കാൻ എനിക്ക് ബുദ്ധിമുട്ടാണ്; എന്നാലും ഈ സാഹചര്യങ്ങളെ സംബന്ധിച്ച് ഒരു വിശദീകരണം കണ്ടെത്താൻ നമുക്ക് ശ്രമിക്കാം; അപ്പോൾ തൊഴിലാളിവർഗ്ഗ പ്രത്യയശാസ്ത്രത്തിൽ പ്രണയത്തിന്റെ സ്ഥാനം സംബന്ധിച്ച ആദ്യത്തെ ചോദ്യത്തിന് അനായാസം നമുക്ക് മറുപടി കണ്ടെത്താൻ സാധിക്കും.

പ്രണയം ഒരു സാമൂഹിക- മനഃശാസ്ത്ര ഘടകമെന്ന നിലയിൽ

സോവിയറ്റ് റഷ്യ ആഭ്യന്തര യുദ്ധത്തിന്റെ പുതിയൊരു ഘട്ടത്തിലേക്ക് കടന്നിരിക്കുകയാണെന്നതിൽ യാതൊരു സംശയവുമില്ല. പോരാട്ടത്തിന്റെ പുതിയ അരങ്ങ് ഇപ്പോൾ യുദ്ധമുന്നണിയാണ്; അവിടെ രണ്ട് പ്രത്യയശാസ്ത്രങ്ങൾ, രണ്ട് സംസ്കാരങ്ങൾ (ബൂർഷ്വാകളുടെയും തൊഴിലാളിവർഗ്ഗത്തിന്റെയും) ഏറ്റുമുട്ടുകയാണ്. ഈ രണ്ട് പ്രത്യയശാസ്ത്രങ്ങളും തമ്മിലുള്ള പൊരുത്തക്കേട് വർദ്ധിച്ച തോതിൽ വ്യക്തമായി വരികയാണ്; അതേപോലെതന്നെ മൗലികമായി വ്യത്യസ്തമായ ഈ രണ്ട് സംസ്കാരങ്ങളും തമ്മിലുള്ള വൈരുദ്ധ്യം കൂടുതൽ തീവ്രമായി ഉയർന്നുവരികയാണ്.

രാഷ്ട്രീയത്തിന്റെയും സാമ്പത്തികശാസ്ത്രത്തിന്റെയും മണ്ഡലങ്ങളിൽ കമ്യൂണിസ്റ്റ് തത്ത്വങ്ങളുടെയും ആശയങ്ങളുടെയും വിജയത്തിനൊപ്പം, അദ്ധ്വാനിക്കുന്ന ജനങ്ങളുടെ കാഴ്ചപ്പാടിലും വികാരങ്ങളിലും ആന്തരികലോകത്തിലും അനുപേക്ഷണീയമായൊരു വിപ്ലവം നടന്നുകൊണ്ടിരിക്കുകയാണ്. ജീവിതത്തോടും സമൂഹത്തോടും ജോലിയോടും കലയോടും ജീവിതചട്ടങ്ങളോടുമുള്ള (അതായത് ധാർമ്മികതയോടും) പുതിയൊരു സമീപനം ഇതിനകം തന്നെ കാണാനാവുന്നുണ്ട്. ലൈംഗിക ബന്ധങ്ങളുടെ ക്രമപ്പെടുത്തൽ (arrangement) ഈ ജീവിതചട്ടങ്ങളുടെ ഒരുവശമാണ്. നമ്മുടെ ഈ തൊഴിലാളിവർഗ്ഗ റിപ്പബ്ലിക് നിലവിൽവന്ന് അഞ്ച് വർഷത്തിനിടയിൽ, സ്ത്രീപുരുഷന്മാരുടെ ചിന്താഗതിയിൽ ഈ സൈനികേതര മുന്നണിയിലെ വിപ്ലവം, വലിയൊരു ചുവടുമാറ്റം കൈവരിച്ചിരിക്കുന്നു.

രണ്ട് പ്രത്യയശാസ്ത്രങ്ങൾ തമ്മിലുള്ള പോരാട്ടം എത്രമാത്രം രൂക്ഷമാകുന്നുവോ, അതിന് അത്രയേറെ പ്രാധാന്യവും കൈവരും; തൊഴിലാളിവർഗ്ഗ പ്രത്യയശാസ്ത്രത്തിനു മാത്രം തൃപ്തികരമായ ഉത്തരം നല്കാൻ സാധിക്കുന്ന പുത്തൻ പ്രശ്നങ്ങളും 'ജീവിതത്തിന്റെ പുത്തൻ പ്രഹേളികകളും' അത് കൂടുതൽ അനുപേക്ഷണീയമായി ഉയർത്തുകയും ചെയ്യുന്നു.

ഇവിടെ നമുക്ക് താല്പര്യമുളവാക്കുന്ന 'പ്രണയം എന്ന പ്രഹേളിക അത്തരത്തിലുള്ളൊരു പ്രശ്നമാണ്. ലൈംഗിക വിഭാഗങ്ങൾ തമ്മിലുള്ള ബന്ധങ്ങളുടെ പ്രശ്നം മാനവസമൂഹത്തിന്റെ അത്രതന്നെ പഴക്കമുള്ളൊരു നിഗൂഢതയാണ്. ചരിത്രവികാസത്തിന്റെ വ്യത്യസ്ത വഴികളിൽ മാനവരാശി ഈ നിഗൂഢതയെ അനാവരണം ചെയ്തിട്ടുണ്ട്. എന്നാൽ പ്രശ്നം ഇപ്പോഴും അതേ നിലയിൽതന്നെ നില്ക്കുകയാണ്. അത് പരിഹരിക്കുന്നതിനുള്ള ഉത്തരങ്ങൾ മാറുകയും ചെയ്യുന്നു. ഈ ഉത്തരങ്ങൾ വ്യത്യസ്ത കാലഘട്ടങ്ങളാൽ രൂപപ്പെടുത്തപ്പെട്ടവയാണ്; അവ അധികാരത്തിലുള്ള വർഗ്ഗങ്ങളാലും സവിശേഷമായൊരു യുഗത്തിന്റെ സത്തയാലും (മറ്റു വാക്കുകളിൽ പറഞ്ഞാൽ അതിന്റെ സംസ്കാരം) കരുപ്പിടിപ്പിക്കപ്പെടുന്നവയാണ്.

റഷ്യയിൽ അടുത്തകാലത്തുണ്ടായ രൂക്ഷമായ ആഭ്യന്തര യുദ്ധവും തന്മൂലം പൊതുവായി അവിടെയുണ്ടായ മാറിമറിയലുകളും ഈ പ്രഹേളികയുടെ സ്വഭാവത്തിൽ കാര്യമായ സ്വാധീനമൊന്നും ഉണ്ടാക്കിയില്ല. അദ്ധ്വാനിക്കുന്ന ജനവിഭാഗങ്ങളിലെ സ്ത്രീ-പുരുഷന്മാർ മറ്റു വികാരങ്ങളുടെയും അഭിനിവേശങ്ങളുടെയും അനുഭവങ്ങളുടെയും പിടിയിലായിരുന്നു. ആ കാലത്ത് എല്ലാവരും മരണത്തിന്റെ നിഴലിലായിരുന്നു നടന്നിരുന്നത്; വിജയം വിപ്ലവത്തിനും പുരോഗതിക്കുമായിരിക്കണമോ അതോ പ്രതിവിപ്ലവത്തിനും പിന്തിരിപ്പത്വത്തിനുമായിരിക്കണമോ എന്ന് തീരുമാനിക്കപ്പെടേണ്ടതുണ്ടായിരുന്നു. വിപ്ലവ വെല്ലുവിളിയുടെ പശ്ചാത്തലത്തിൽ ഇളംചിറകുള്ള കാമദേവന്മാർ ജീവിതത്തിന്റെ മുകൾപ്പര

പ്പിൽനിന്നും പാഞ്ഞു. പ്രണയത്തിന്റെ 'ഹർഷോന്മാദങ്ങൾക്കും നൊമ്പരങ്ങൾ'ക്കും വേണ്ട അധികമായ ആന്തരിക ബലമോ അവശ്യമായ സമയമോ ഒന്നും ഉണ്ടായിരുന്നില്ല. മാനവരാശിയുടെ സാമൂഹ്യവും മനഃശാസ്ത്രപരവുമായ ഊർജ്ജപരിപാലന നിയമം അത്തരത്തിലൊന്നാണ്. മൊത്തത്തിൽ ഈ ഊർജ്ജം എപ്പോഴും ചരിത്രപരമായ സന്ദർഭത്തിന്റെ ഏറ്റവും അടിയന്തരമായ ലക്ഷ്യങ്ങളിലേക്കായിരിക്കും തിരിക്കപ്പെട്ടിരിക്കുന്നത്. ഒപ്പം റഷ്യയിൽ കുറച്ചുകാലത്തേക്ക്, പ്രത്യുല്പാദനത്തിന്റെ ജീവശാസ്ത്രപരമായ സഹജവാസന, അതായത് പ്രകൃതിയുടെ സ്വാഭാവികശബ്ദമാണ് ആധിപത്യം പുലർത്തിയത്. മുൻപത്തേക്കാളേറെ അനായാസമായും ഏറെ ലളിതമായും സ്ത്രീ-പുരുഷന്മാർ ഒരുമിക്കുകയും അതുപോലെതന്നെ അവർ പിരിയുകയും ചെയ്തു. വളരെ വലിയ ബാദ്ധ്യതയൊന്നുമില്ലാതെ അവർ ഒരുമിക്കുകയും, കണ്ണീരൊഴുക്കലോ സന്താപപ്രകടനമോ ഒന്നുംതന്നെയില്ലാതെ പിരിയുകയും ചെയ്തു.

വേശ്യാവൃത്തി അപ്രത്യക്ഷമായി, പരസ്പരം ബാദ്ധ്യതകളൊന്നും ഏറ്റെടുക്കാതെ പങ്കാളികൾ ഒന്നിക്കുകയും, പ്രണയത്തിന്റെ ഏതെങ്കിലും വികാരങ്ങളാൽ അലങ്കൃതമല്ലാത്ത, പ്രത്യുല്പാദനത്തിന്റെ സഹജവാസനകളെ ആധാരമാക്കിയുള്ള ലൈംഗിക ബന്ധങ്ങളുടെ എണ്ണം വർദ്ധിച്ചു. ഒന്നുകിൽ നേരത്തേമുതൽ നിലനില്ക്കുന്ന ബന്ധങ്ങൾ തുടർന്നും നിലനില്ക്കുകയും, സഖിത്വത്തിലൂടെയും നീണ്ടുനില്ക്കുന്ന സൗഹൃദത്തിലൂടെയും ആണും പെണ്ണും ഒരുമിക്കുകയും ചെയ്യുക. ഇതാകട്ടെ സന്ദർഭത്തിന്റെ ഗൗരവസ്വഭാവം കണക്കിലെടുത്താൽ കൂടുതൽ വിലപ്പെട്ടതായി പരിഗണിക്കപ്പെടുന്നതുമാണ്; അതല്ലെങ്കിൽ പൂർണ്ണമായും ശാരീരികമായ ആവശ്യകതകളെ തൃപ്തിപ്പെടുത്തുന്നതിനുവേണ്ടി പുതിയ ബന്ധത്തിൽ ഏർപ്പെടുന്നു. പങ്കാളികൾ രണ്ടുപേരും ഈ ബന്ധത്തെ യാദൃച്ഛികമായി കാണുകയും, തങ്ങളുടെ വിപ്ലവ പ്രവർത്തനങ്ങളെ തടസ്സപ്പെടുത്തുന്ന ഏതെങ്കിലും വിധത്തിലുള്ള പ്രതിബദ്ധത ഒഴിവാക്കുകയും ചെയ്യുന്നു.

പൊടിപ്പും തൊങ്ങലുമില്ലാത്ത ലൈംഗികമായ ഉൾപ്രേരണ അനായാസം ഉത്തേജിപ്പിക്കപ്പെടുകയും എന്നാൽ അതിവേഗം അതിന്റെ ശക്തിയില്ലാതാവുകയും ചെയ്യുന്നു. അങ്ങനെ സർവ്വവിധങ്ങളിലുമുള്ള വികാരത്തിന്റെ ലോലതന്തുക്കൾകൊണ്ട് നെയ്തെടുത്ത പ്രണയത്തിനുടമയായ 'ചിറകുള്ള കാമദേവന്മാരെ'ക്കാൾ കുറച്ച് ആന്തരികശക്തി മാത്രം പ്രയോഗിക്കുകയാണ് 'ചിറകില്ലാ കാമദേവന്മാർ.' 'ചിറകില്ലാ കാമദേവന്മാർ' ആർക്കും 'നിദ്രാരഹിത രാവുകൾ' പ്രദാനം ചെയ്യുന്നില്ല. ഒരാളുടെയും ഇച്ഛാശക്തി ഇല്ലാതാക്കുന്നില്ല. ഒരാളുടെയും മനസ്സിന്റെ താളം തെറ്റിക്കുന്നില്ല. വിപ്ലവത്തിന്റെ കാഹളധ്വനി മുഴങ്ങുന്ന ഘട്ടത്തിൽ പൊരുതുന്ന വർഗ്ഗം ഒരിക്കലും ചിറകുള്ള കാമദേവന്മാരുടെ പിടിയിൽ അകപ്പെടാൻ പാടില്ല. വിപ്ലവത്തിന് നേരിട്ട് സഹായകരമല്ലാത്ത അനുഭവങ്ങളിന്മേൽ വിപ്ലവക്കൂട്ടായ്മയിലെ അംഗങ്ങളുടെ ആന്തരിക ശക്തി പാഴായിപ്പോകുന്നത് ഇത്തരമൊരു കാലത്ത് ഉചിതമായിരിക്കില്ല. വിവാഹിതരാകുന്ന

ഇണകളുടെ ഹൃദയത്തിൽ കുടികൊള്ളുന്ന വ്യക്തിഗത ലൈംഗിക പ്രണയത്തിന് വലിയ അളവിൽ ആന്തരികോർജ്ജം ചെലവഴിക്കേണ്ടതായി വരുന്നു. ഭൗതികസ്വത്തിന്റെ അടിസ്ഥാനത്തിൽ മിതവ്യയം ശീലിക്കുന്നതിൽ മാത്രമല്ല തൊഴിലാളിവർഗ്ഗം താല്പര്യപ്പെട്ടിരിക്കുന്നത്, മറിച്ച് ഓരോ വ്യക്തിയുടെയും ധൈഷണികവും വൈകാരികവുമായ ഊർജ്ജം സംരക്ഷിക്കുന്നതിനും തൊഴിലാളിവർഗ്ഗം താല്പര്യപ്പെടുന്നു. ഇക്കാരണത്താൽ വിപ്ലവപോരാട്ടം അതിശക്തമായിരിക്കുന്ന ഒരു ഘട്ടത്തിൽ സർവ്വതിനെയും സ്വീകരിക്കുന്ന 'ചിറകുള്ള കാമദേവന്മാരു'ടെ സ്ഥാനത്ത് പ്രത്യുല്പാദനത്തിന്റെ നിർബ്ബന്ധിതമല്ലാത്ത സഹജവാസന സ്വമേധയാ തന്നെ പ്രതിഷ്ഠിക്കപ്പെട്ടു.

എന്നാൽ ഇപ്പോൾ ചിത്രം മാറുകയാണ്. സോവിയറ്റ് റിപ്പബ്ലിക്കും അദ്ധ്വാനിക്കുന്ന മാനവരാശിയൊന്നാകെയും താല്ക്കാലികവും ആപേക്ഷികവുമായ ഒരു ശാന്തതയുടെ ഘട്ടത്തിലേക്ക് കടക്കുകയാണ്. കൈവരിച്ചുകഴിഞ്ഞ നേട്ടങ്ങളെയും വിജയങ്ങളെയും മനസ്സിലാക്കുകയും ഉൾച്ചേർക്കുകയുമെന്ന സങ്കീർണ്ണമായ കടമയുടെ നിർവ്വഹണം ആരംഭിച്ചിരിക്കുകയാണ്. പുതിയ ജീവിതരൂപങ്ങളുടെ സ്രഷ്ടാവായ തൊഴിലാളിവർഗ്ഗം, സാമൂഹികവും മനഃശാസ്ത്രപരവുമായ എല്ലാ പ്രതിഭാസങ്ങളിൽനിന്നും പഠിക്കാനും ഈ പ്രതിഭാസങ്ങളുടെയെല്ലാം പ്രാധാന്യം ഉൾക്കൊള്ളാനും അദ്ധ്വാനിക്കുന്ന വർഗ്ഗത്തിന്റെ സ്വയം പ്രതിരോധത്തിനുവേണ്ടിയുള്ള ആയുധങ്ങൾക്ക് അവയിൽനിന്നും രൂപംനല്കാനും പ്രാപ്തമായിരിക്കണം. ഭൗതിക സമ്പത്ത് സൃഷ്ടിക്കുന്നതിനുള്ള നിയമങ്ങൾ മാത്രമല്ല, മറിച്ച് ആന്തരികവും മനഃശാസ്ത്രപരവുമായ ജീവിത നിയമങ്ങൾക്കൂടി തൊഴിലാളിവർഗ്ഗം സ്വായത്തമാക്കുമ്പോൾ മാത്രമേ ജീർണ്ണിച്ചുകൊണ്ടിരിക്കുന്ന ബൂർഷ്വാ ലോകത്തോട് പൊരുതുന്നതിന് ആയുധമണിഞ്ഞ് മുന്നേറാൻ കഴിയൂ. സൈനിക മുന്നണിയിലും തൊഴിലാളി മുന്നണിയിലും മാത്രമല്ലാതെ മനഃശാസ്ത്രപരവും സാംസ്കാരികവുമായ മുന്നണിയിൽക്കൂടി അദ്ധ്വാനിക്കുന്ന മാനവരാശി വിജയിക്കുമെന്ന് അപ്പോൾ മാത്രമേ തെളിയിക്കാൻ കഴിയൂ.

ഇപ്പോൾ വിപ്ലവം വിജയകരമാണെന്ന് തെളിയിക്കപ്പെട്ടിരിക്കുകയാണ്; ശക്തമായ നിലയിലാണതിപ്പോഴുള്ളത്; വിപ്ലവാവേശത്തിന്റേതായ അന്തരീക്ഷത്തിൽ ആണ്ടുപോകുന്നത് സ്ത്രീ-പുരുഷന്മാർ പൂർണ്ണമായും അവസാനിപ്പിച്ചിരിക്കുന്നു; ഇളംചിറകുള്ള കാമദേവന്മാർ ഇരുളിന്റെ മറവിൽനിന്നും പുറത്തുവരികയും ശരിയായ സ്ഥാനം ആവശ്യപ്പെടാനാരംഭിക്കുകയും ചെയ്തിരിക്കുന്നു. 'ചിറകില്ലാ കാമദേവന്മാർ' മനഃശാസ്ത്രപരമായ ആവശ്യകതകളെ തൃപ്തിപ്പെടുത്തുന്നത് അവസാനിപ്പിച്ചിരിക്കുകയാണ്. വൈകാരികോർജ്ജം സഞ്ചയിക്കപ്പെട്ടിരിക്കുകയാണ്; തൊഴിലാളിവർഗ്ഗത്തിലുള്ളവരടക്കമുള്ള സ്ത്രീകളും പുരുഷന്മാരും കൂട്ടായ്മയുടെ ആന്തരിക ജീവിതത്തിനുവേണ്ടി അതുപയോഗിക്കുവാൻ ഇനിയും പഠിച്ചിട്ടില്ല. ഈ അധികഊർജ്ജം പ്രണയാനുഭവങ്ങളിൽ പുറന്തള്ളാൻ

ശ്രമിക്കുകയാണ്. 'ചിറകില്ലാ കാമദേവന്മാ'രുടെ വിരസവും ഏകതാനവുമായ ശബ്ദത്തെ പ്രണയദേവതയുടെ അനവധി തന്ത്രികളുള്ള വീണ മുക്കിക്കൊല്ലുകയാണ്. ഇപ്പോൾ സ്ത്രീ-പുരുഷന്മാർ ലൈംഗികമായ വാസനയുടെ നൈമിഷിക സംതൃപ്തിക്കുവേണ്ടി ഒരുമിക്കുക മാത്രമല്ല, മറിച്ച് അവർ വീണ്ടും 'പ്രണയബന്ധങ്ങൾ' അനുഭവിക്കാൻ തുടങ്ങിയിരിക്കുന്നു, പ്രണയാഹ്ലാദത്തിന്റെ എല്ലാ ഉയർച്ചതാഴ്ചകളും അവർ അറിയുവാനും തുടങ്ങിയിരിക്കുന്നു.

സോവിയറ്റ് റിപ്പബ്ലിക്കിന്റെ കാലഘട്ടത്തിൽ ധൈഷണികവും വൈകാരികവുമായ ആവശ്യങ്ങളിലെ സംശയാതീതമായ വളർച്ച, അറിയാനുള്ള ആഗ്രഹം, ശാസ്ത്രീയ കാര്യങ്ങളിലും കലയിലും നാടകത്തിലുമുള്ള താല്പര്യം എന്നിവയെല്ലാം നമുക്ക് കാണാൻ സാധിക്കും. പരിവർത്തനത്തിലേക്കുള്ള ഈ മുന്നേറ്റം അനിവാര്യമായും പ്രണയാനുഭവങ്ങളുടെ മണ്ഡലത്തെയും ആശ്ലേഷിക്കുന്നു. ലൈംഗികതയുടെ മനഃശാസ്ത്രത്തെ സംബന്ധിച്ച, പ്രണയത്തിന്റെ നിഗൂഢതയെ സംബന്ധിച്ച പ്രശ്നങ്ങളിലും താല്പര്യം ജനിക്കുന്നു. ഓരോരുത്തർക്കും ഒരുപരിധിവരെ വ്യക്തിഗത ജീവിതത്തിന്റെ പ്രശ്നങ്ങളെ നേരിടേണ്ടതായി വരുന്നു. മുൻകാലങ്ങളിൽ *പ്രവ്ദ*യുടെ മുഖപ്രസംഗങ്ങളും പാർട്ടി കമ്മിറ്റികളുടെ മിനിറ്റ്സുകളും റിപ്പോർട്ടുകളും മാത്രം വായിക്കാൻ സമയം കണ്ടെത്തിയിരുന്ന പാർട്ടി പ്രവർത്തകർ ഇപ്പോൾ ചിറകുള്ള കാമദേവന്മാരെ വാഴ്ത്തുന്ന കഥാപുസ്തകങ്ങളും വായിക്കാൻ തുടങ്ങിയിരിക്കുന്നു എന്ന് ചിലർ അത്ഭുതത്തോടുകൂടി രേഖപ്പെടുത്തുകയുണ്ടായി.

എന്താണിതിന്റെ അർത്ഥം? ഇതൊരു പ്രതിലോമകരമായ കാൽവെയ്പാണോ? വിപ്ലവാത്മകമായ സൃഷ്ടിപരതയുടെ തകർച്ചയുടെ ആരംഭത്തെയാണോ ഇത് സൂചിപ്പിക്കുന്നത്? അത്തരത്തിലുള്ള ഒന്നുമല്ലിത്! ബൂർഷ്വാ ചിന്തയുടെ കാപട്യത്തിൽനിന്നും നമ്മൾ സ്വയം വേർപെടുന്ന സമയമാണിത്. പ്രണയമെന്നത് ശക്തമായൊരു സ്വാഭാവിക ഘടകം, ജീവശാസ്ത്രപരമായ ഒരു ശക്തി മാത്രമല്ല, മറിച്ച് അതൊരു സാമൂഹിക ഘടകം കൂടിയാണെന്ന് നാം തുറന്നു സമ്മതിക്കേണ്ട സമയംകൂടിയാണിത്. അടിസ്ഥാനപരമായും പ്രണയമെന്നത് അഗാധമായൊരു സാമൂഹിക വികാരമാണ്. മനുഷ്യവികാസത്തിന്റെ എല്ലാ ദശകളിലും പ്രണയം വ്യത്യസ്ത രൂപങ്ങളിൽ സംസ്കാരത്തിന്റെ അവിഭാജ്യ ഭാഗമായി എന്നത് സത്യമാണ്. പ്രണയത്തെ ഒരു സ്വകാര്യ വിഷയമായിക്കണ്ട ബൂർഷ്വാസിക്കുപോലും തങ്ങളുടെ വർഗ്ഗതാല്പര്യങ്ങൾക്കനുസരിച്ച് പ്രണയപ്രകടനത്തെ തിരിച്ചുവിടാൻ കഴിഞ്ഞിരുന്നു.

മനഃശാസ്ത്രപരമോ സാമൂഹികമോ ആയ മറ്റേതൊരു പ്രതിഭാസത്തെയുംപോലെ, കൂട്ടായ്മയുടെ നേട്ടത്തിനായി തിരിച്ചുവിടാൻ കഴിയുന്ന ഒരു ഘടകമെന്ന നിലയിൽ പ്രണയത്തിന്റെ പ്രാധാന്യത്തിന് തൊഴിലാളിവർഗ്ഗ പ്രത്യയശാസ്ത്രം ഇനിയും കൂടുതൽ ഊന്നൽ നല്കേണ്ടതുണ്ട്. ഏറ്റവും ചുരുങ്ങിയത്, പ്രണയമെന്നാൽ പ്രണയിക്കുന്ന രണ്ട് വ്യക്തി

കളെ മാത്രം ബാധിക്കുന്ന ഒരു സ്വകാര്യ വിഷയമല്ല; കൂട്ടായ്മയ്ക്കു ഗുണകരമായ സംയോജിത മൂലകത്തെ (uniting element) പ്രണയം മുന്നോട്ടുവെയ്ക്കുന്നുണ്ട്. ചരിത്രപരമായ വികാസത്തിന്റെ എല്ലാ ഘട്ട ങ്ങളിലും എപ്പോഴെല്ലാമാണ്, ഏതു സാഹചര്യങ്ങളിലെല്ലാമാണ് പ്രണയം നിയമാധിഷ്ഠിതമാകുന്നതെന്നും (അതായത് ഇപ്പറയുന്ന സാമൂഹിക കൂട്ടായ്മയുടെ താല്പര്യങ്ങൾക്ക് യോജിക്കുന്നത്) എപ്പോഴെല്ലാമാണ് ഏതൊക്കെ സാഹചര്യങ്ങളിലാണ് പ്രണയം പാപകരവും കുറ്റകരവും ആകുന്നതെന്നും (അതായത് ഇപ്പറയുന്ന സമൂഹത്തിന്റെ കടമകൾക്കു വിരുദ്ധമായത്) നിർവ്വചിക്കുന്ന മാനദണ്ഡങ്ങൾക്ക് സമൂഹം രൂപംകൊടു ത്തിട്ടുണ്ട് എന്ന വസ്തുതയിൽനിന്നും ഇത് വളരെ വ്യക്തമാണ്.

ചരിത്രപരമായ കുറിപ്പുകൾ

സാമൂഹികാസ്തിത്വത്തിന്റെ ആരംഭകാലം മുതൽതന്നെ മനുഷ്യ വംശം ലൈംഗികബന്ധങ്ങളെ മാത്രമല്ല, പ്രണയത്തെത്തന്നെയും നിയ ന്ത്രിക്കുവാൻ ശ്രമിച്ചിട്ടുണ്ട്.

കുടുംബബന്ധത്തെ അടിസ്ഥാനപ്പെടുത്തിയ സമൂഹത്തിൽ രക്ത ബന്ധമുള്ളവർ തമ്മിലുള്ള പ്രണയത്തെ ഏറ്റവുമധികം ശ്രേഷ്ഠമായ ഒന്നായി പരിഗണിച്ചിരുന്നു. പ്രിയപ്പെട്ട ഭർത്താവിനുവേണ്ടി സ്വയം ത്യജി ക്കുന്ന ഒരു സ്ത്രീയെ ബന്ധുത്വ ഗ്രൂപ്പ് ഒരിക്കലും അംഗീകരിക്കില്ല; സഹോദരനോടോ സഹോദരിയോടോ ഉള്ള ബന്ധത്തെയാണ് ഏറ്റവുമ ധികം പരിഗണിക്കപ്പെടേണ്ട വികാരമായി അവർ കരുതിയിരുന്നത്. ഗ്രീക്ക് പുരാണപ്രകാരം തന്റെ സഹോദരന്റെ ശരീരം സംസ്കരിക്കുന്നതിന് സ്വന്തം ജീവിതം ബലിയർപ്പിച്ച ആന്റിഗണി അവരുടെ സമകാലികരുടെ കണ്ണുകളിൽ ധീരനായികയായിരുന്നു. ആധുനിക ബൂർഷ്വാ സമൂഹം, സഹോദരിയുടെ ഭാഗത്തുനിന്നുമുള്ള ഇത്തരമൊരു നടപടിയെ കാണു ന്നത് കൗതുകപൂർവ്വമായിരിക്കും.

ഭരണകൂടം ഭ്രൂണാവസ്ഥയിലായിരുന്ന ഗോത്രവാഴ്ചയുടെ കാലത്ത് ഏറ്റവുമധികം ആദരിക്കപ്പെട്ടിരുന്ന പ്രണയം, ഒരേ ഗോത്രത്തിലെ രണ്ടം ഗങ്ങൾ തമ്മിലുള്ള പ്രണയമായിരുന്നു. ബന്ധുത്വ സമൂഹത്തിന്റെ (kin-ship community) ദശയിൽനിന്നും സാമൂഹിക കൂട്ടായ്മയിലേക്ക് പരി ണമിച്ചെത്തി ഏറെ കഴിയുംമുൻപുള്ള കാലത്ത്, പുതിയ സാമൂഹിക രൂപം ദൃഢമായി സ്ഥാപിക്കപ്പെടും മുൻപ്, ആ സമൂഹത്തിലെ അംഗ ങ്ങൾ മാനസികവും വൈകാരികവുമായ കെട്ടുപാടുകളാൽ ബന്ധിക്ക പ്പെട്ടിരുന്നുവെന്നത് പരമപ്രധാനമായ കാര്യമാണ്. പ്രണയം-സൗഹൃദം എന്നതായിരുന്നു ഏറ്റവും അനുയോജ്യമായ തരത്തിലുള്ള കെട്ടുപാട്, കാരണം ആ കാലത്തെ കൂട്ടായ്മയുടെ താല്പര്യങ്ങൾക്കാവശ്യം വിവാ ഹജോടികൾ തമ്മിലുള്ള ബന്ധങ്ങളുടെ വളർച്ചയും കുന്നുകൂടലുമായി രുന്നില്ല. മറിച്ച് ഗോത്രത്തിലെ അംഗങ്ങൾ തമ്മിലുള്ള ബന്ധങ്ങളുടെ

വളർച്ചയും കുന്നുകൂടലുമായിരുന്നു. അതായത് സംഘാടകരും ഗോത്രത്തിന്റെയും ഭരണകൂടത്തിന്റെയും സംരക്ഷകരും തമ്മിൽ, എന്നുവെച്ചാൽ ഗോത്രത്തിലെ പുരുഷന്മാർ തമ്മിലുള്ള ബന്ധങ്ങൾ. നിശ്ചയമായും ആ കാലത്ത് സ്ത്രീകൾക്ക് സാമൂഹിക ജീവിതത്തിൽ യാതൊരു പങ്കും വഹിക്കാനുണ്ടായിരുന്നില്ല; സ്ത്രീകൾ തമ്മിലുള്ള സുഹൃദ്ബന്ധത്തെക്കുറിച്ചുള്ള സംസാരംതന്നെ അവിടെയുണ്ടായിരുന്നില്ല. ഭാര്യയും ഭർത്താവും തമ്മിലുള്ള പ്രണയത്തേക്കാൾ വളരെയധികം പ്രാധാന്യമുള്ളതായി വാഴ്ത്തിയിരുന്നതും പരിഗണിച്ചിരുന്നതും സൗഹൃദത്തെയാണ്. ഇളക്കാനാവാത്ത തങ്ങളുടെ സൗഹൃദത്തിന്റെയും പരസ്പരമുള്ള വിശ്വസ്തതയുടെയും ആത്മാർത്ഥതയുടെയും പേരിലാണ് കാസ്റ്ററും പോളക്സും പ്രസിദ്ധിയാർജിച്ചത്; അല്ലാതെ സ്വന്തം രാജ്യത്തിനുവേണ്ടി അവർ പ്രകടിപ്പിച്ച പരാക്രമങ്ങളുടെ പേരിലായിരുന്നില്ല. സുഹൃദ്ബന്ധത്തിനായോ അത് പ്രകടിപ്പിക്കുന്നതിനായോ ഭർത്താവ് തന്റെ ഭാര്യയെ അതിഥികൾക്കോ പരിചയക്കാരനോ കാഴ്ചവെച്ചേക്കാം.

സൗഹൃദത്തെയും 'കുഴിമാടത്തിൽ വരെയുള്ള വിശ്വസ്തത'യെയുമാണ് പൗരാണികലോകം മികവാർന്ന പൗരബോധമായി പരിഗണിച്ചിരുന്നത്. ലോകത്ത് ഇന്നു കാണുന്ന ആധുനിക അർത്ഥത്തിലുള്ള പ്രണയത്തിന് അന്ന് യാതൊരു സ്ഥാനവുമുണ്ടായിരുന്നില്ല; പ്രണയം കവികളുടെയോ എഴുത്തുകാരുടെയോ ശ്രദ്ധയാകർഷിക്കുന്നതുപോലും അപൂർവ്വമായിട്ടായിരുന്നു. ആ കാലഘട്ടത്തിൽ ആധിപത്യം പുലർത്തിയിരുന്ന പ്രത്യയ ശാസ്ത്രം, പ്രണയത്തെ സങ്കുചിതവും വ്യക്തിഗതവുമായ അനുഭവങ്ങളുടെ മണ്ഡലത്തിലേക്ക് ഒതുക്കിനിർത്തിയിരുന്നു. അതിന് സമൂഹത്തിൽ ഒരു പ്രാധാന്യവുമുണ്ടായിരുന്നില്ല; വിവാഹം സൗകര്യത്തെ അടിസ്ഥാനമാക്കിയാണ്, പ്രണയത്തെ ആധാരമാക്കിയല്ല നടത്തിയിരുന്നത്. പ്രണയം മറ്റു പല നേരംപോക്കുകളിലൊന്നുമാത്രമായിരുന്നു. ഭരണകൂടത്തോടുള്ള മറ്റെല്ലാ ബാദ്ധ്യതകളും നിറവേറ്റിക്കഴിഞ്ഞ പൗരർക്കു മാത്രമുള്ള ഒരാഡംബരമായിരുന്നു പ്രണയം. ബൂർഷ്വാ പ്രത്യയശാസ്ത്രം പ്രണയിക്കാനുള്ള ശേഷിക്കു നല്കുന്ന മൂല്യം, ബൂർഷ്വാ സദാചാരം മുന്നോട്ടുവെയ്ക്കുന്ന പരിധികൾക്കുള്ളിൽ പരിമിതപ്പെട്ടിരിക്കുമ്പോൾ, പൗരാണിക ലോകം ഇത്തരം വികാരങ്ങളെ അതിന്റെ ധാർമ്മികചിന്തയെ സംബന്ധിച്ച സംവർഗ്ഗത്തിൽ ഉൾപ്പെടുത്തുന്നില്ലെന്നു മാത്രമല്ല, നല്ല മാനുഷിക ഗുണമായി പരിഗണിച്ചിരുന്നുമില്ല. മഹത്തായ പല കാര്യങ്ങളും കൈവരിക്കുകയും തന്റെ സുഹൃത്തിനുവേണ്ടി ജീവൻതന്നെ ബലിയർപ്പിക്കുകയും ചെയ്യുന്ന വ്യക്തിയെ ധീരനായും അയാളുടെ നടപടിയെ ഏറ്റവും മികച്ച ധാർമ്മികതയായും പരിഗണിക്കുമ്പോൾതന്നെ, താൻ പ്രണയിക്കുന്ന സ്ത്രീക്കുവേണ്ടി സ്വയം ത്യജിക്കുന്നതിനു തയ്യാറാകുന്ന പുരുഷനെ നിന്ദിക്കുകയും ഒറ്റപ്പെടുത്തുകയും ചെയ്യുന്നു.

അപ്പോൾ പൗരാണികലോകത്തിന്റെ ധാർമ്മികത, ധീരവും മഹത്തരവുമായ പ്രവൃത്തികൾ ചെയ്യാൻ പുരുഷന് പ്രചോദനമാകുന്ന പ്രണയ

ത്തെപ്പോലും (ഫ്യൂഡൽ കാലത്ത് വളരെ ഉന്നതമായി പരിഗണിച്ചിരുന്ന പ്രണയം) പരിഗണിക്കത്തക്ക മൂല്യമുള്ളതായി കണക്കാക്കിയിരുന്നില്ല. തങ്ങളുടെ ഗോത്രത്തിലെ അംഗങ്ങളെ അടുപ്പിച്ചുനിർത്തുന്നതും, ഉരുവംകൊള്ളുന്ന സാമൂഹ്യ സംവിധാനത്തെ കൂടുതൽ സുസ്ഥിരമായി ആവിഷ്കരിക്കുന്നതുമായ വികാരങ്ങളെ മാത്രമേ പൗരാണിക ലോകം പരിഗണിച്ചിരുന്നുള്ളൂ. എന്നാൽ സാംസ്കാരിക വികാസത്തിന്റെ തുടർന്നുണ്ടായ ദശകങ്ങളിൽ സൗഹൃദത്തെ ഒരു ധാർമ്മിക നന്മയായി പരിഗണിക്കുന്നത് ഇല്ലാതായി. ബൂർഷ്വാ സമൂഹം കെട്ടിപ്പടുക്കപ്പെട്ടത് വ്യക്തികേന്ദ്രീകൃത വാദത്തിന്റെയും മത്സരത്തിന്റെയും അടിസ്ഥാനത്തിലാണ്; അവിടെ ധാർമ്മിക ഘടകമെന്ന നിലയിൽ സൗഹൃദത്തിന് ഇടമില്ല. സൗഹൃദം ഒരുവിധത്തിലും സഹായിക്കില്ല; വർഗ്ഗപരമായ ലക്ഷ്യങ്ങൾ കൈവരിക്കുന്നതിനെ അത് തടസ്സപ്പെടുത്താനും ഇടയുണ്ട്, 'വൈകാരികത'യുടെയും ദൗർബല്യത്തിന്റെയും അനാവശ്യമായ പ്രകടനമായിട്ടാണ് സൗഹൃദത്തെ ബൂർഷ്വാ സമൂഹം കണ്ടിരുന്നത്.

സൗഹൃദം ഒരു പരിഹാസ വിഷയമായി മാറി. ഇന്നത്തെ ന്യൂയോർക്കിലെയോ അഥവാ ലണ്ടനിലെയോ, കാസ്റ്ററും പോളക്സും പുഞ്ചിരിക്ഷണിച്ചു വരുത്തുക മാത്രമേ ചെയ്യുന്നുള്ളൂ. ഫ്യൂഡൽ സമൂഹത്തിൽ ഇതിങ്ങനെയായിരുന്നില്ല; അവിടെ പ്രണയം - സൗഹൃദം എന്നതിനെ പഠിപ്പിക്കപ്പെടേണ്ടതും പ്രോത്സാഹിപ്പിക്കപ്പെടേണ്ടതുമായ ഒരു ഗുണമായാണ് കണ്ടിരുന്നത്.

പ്രഭുകുടുംബങ്ങളുടെ താല്പര്യങ്ങളെയാണ് ഫ്യൂഡൽ വ്യവസ്ഥ സംരക്ഷിച്ചത്. ആ സമൂഹത്തിലെ അംഗങ്ങൾ തമ്മിലുള്ള ബന്ധങ്ങളെ ആസ്പദമാക്കി എന്നതിലുപരി ഓരോ വ്യക്തിക്കും അയാളുടെ അഥവാ അവളുടെ കുടുംബത്തോടും അതിന്റെ പാരമ്പര്യങ്ങളോടും പുലർത്തേണ്ട കൂറിനെ അടിസ്ഥാനമാക്കിയാണ് നന്മകൾ നിർവ്വചിക്കപ്പെട്ടിരുന്നത്. കുടുംബത്തിന്റെ താല്പര്യങ്ങൾക്കനുസരിച്ചാണ് വിവാഹങ്ങൾ കരാർ ചെയ്യപ്പെട്ടിരുന്നത്; ഇനി, ഈ താല്പര്യങ്ങൾക്കെതിരായി ഭാര്യയെ സ്വയം കണ്ടെത്തുന്ന ഏതൊരു ചെറുപ്പക്കാരനും (എന്തുതന്നെയായാലും പെൺകുട്ടിക്ക് യാതൊരുവിധ അവകാശവുമുണ്ടായിരുന്നില്ല) രൂക്ഷമായി വിമർശിക്കപ്പെട്ടു. ഫ്യൂഡൽ കാലഘട്ടത്തിൽ, വ്യക്തികൾക്ക് കുടുംബതാല്പര്യങ്ങൾക്കപ്പുറം വ്യക്തിപരമായ എന്തെങ്കിലും വികാരമോ താല്പര്യമോ പ്രകടിപ്പിക്കാൻ അനുവദിക്കപ്പെട്ടിരുന്നില്ല; അങ്ങനെ ചെയ്യുന്നവൻ 'പാപം' ചെയ്തവനാണ്; പ്രണയവും വിവാഹവും ഒന്നിച്ചുപോകുന്നത് സദാചാരത്തിനെതിരാണ്.

എന്നിരുന്നാലും സ്ത്രീപുരുഷ പ്രണയം പാടെ അവഗണിക്കപ്പെട്ടിരുന്നില്ല; വാസ്തവത്തിൽ മാനവചരിത്രത്തിൽ ആദ്യമായി ഈ കാലഘട്ടത്തിലാണ് അതിന് കുറച്ചെങ്കിലും അംഗീകാരം ലഭിച്ചത്. കർക്കശമായ വിരക്തിയുടേതായ, ഉഗ്രതപസിന്റേതായ ഒരു കാലത്ത്, അപക്വവും അപരിഷ്കൃതവുമായ ആചാരമര്യാദകളുടേതായ ഒരു കാലത്ത്, അക്രമത്തി

ന്റേയും അക്രമവാഴ്ചയുടേതുമായ ആ ഒരു കാലത്താണ് ചരിത്രത്തിലാദ്യമായി പ്രണയത്തിന് അംഗീകാരം ലഭിച്ചത് എന്ന കാര്യം വിചിത്രമായി തോന്നാം; എന്നാൽ കൂടുതൽ സൂക്ഷ്മമായി നോക്കിയാൽ പ്രണയം സ്വീകരിക്കപ്പെട്ടതിന്റെ കാരണങ്ങളെന്തെന്ന് നമുക്ക് വ്യക്തമാകും.

ചില സാഹചര്യങ്ങളിൽ, ചില സന്ദർഭങ്ങളിൽ മനുഷ്യന് ചില പ്രവൃത്തികൾ ചെയ്യുവാനുള്ള ഉത്തോലകമാകുവാൻ പ്രണയത്തിന് സാധിക്കും; അല്ലാത്തപക്ഷം അവനെക്കൊണ്ട് അതിന് കഴിയുകയുമില്ല. പ്രഭുസ്ഥാനം സമൂഹത്തിലെ ഓരോ അംഗത്തോടും ആവശ്യപ്പെട്ടത് യുദ്ധരംഗത്ത് വ്യക്തിപരമായ പരാക്രമത്തിന്റെയും ധീരതയുടെയും പ്രകടനമാണ്; ഭയരാഹിത്യവും ശൗര്യവും സഹനശക്തിയുമാണ്. ആ കാലത്ത് യുദ്ധത്തിലെ വിജയം സൈനിക സംഘടനയുടെ മികവുകൊണ്ടുമാത്രമല്ല നിർണ്ണയിക്കപ്പെട്ടിരുന്നത്, മറിച്ച് അത്രയോ അതിലുമേറെയോ പ്രാധാന്യം അതിൽ പങ്കാളികളാകുന്നവരുടെ വ്യക്തിഗതമായ മികവുകൾക്കുണ്ടായിരുന്നു. തനിക്ക് അപ്രാപ്യമായ തന്റെ 'ഇഷ്ടപ്രാണേശ്വരി' യുമായുള്ള പ്രണയസാക്ഷാൽക്കാരത്തിനുവേണ്ടി ഒരു യോദ്ധാവിന് ധീരതയുടെ ഇന്ദ്രജാലങ്ങൾ അനായാസം പ്രകടിപ്പിക്കാനാകും. കായികാഭ്യാസ പ്രകടനങ്ങളിൽ ആ യോദ്ധാവിന് അനായാസം വിജയിക്കാനാവും; പ്രണയസാക്ഷാൽക്കാരത്തിനായി തന്റെ ജീവൻ ബലിയർപ്പിക്കുവാൻപോലും ആ യോദ്ധാവിന് കഴിയും. പ്രണയത്തിലായ യോദ്ധാവ് തന്റെ പ്രിയപ്പെട്ടവളുടെ ശ്രദ്ധയാകർഷിക്കുന്നതിനായി മിന്നിത്തിളങ്ങാനുള്ള ആഗ്രഹത്താൽ പ്രചോദിതനായിരിക്കും.

ക്ഷത്രിയ പ്രത്യയശാസ്ത്രം (ideology of chivalry) പ്രണയത്തെ ഫ്യൂഡൽ വർഗ്ഗത്തിന്റെ നേട്ടത്തിനായി ഉപയോഗിക്കാനാവുന്ന മനഃശാസ്ത്രപരമായ ഒരവസ്ഥയായി അംഗീകരിച്ചിരുന്നു; പക്ഷേ, അതൊരിക്കലും നിശ്ചിതമായൊരു ചട്ടക്കൂടിൽ വികാരങ്ങളെ തുന്നിക്കെട്ടാൻ തുനിഞ്ഞില്ല. ഭാര്യയും ഭർത്താവും തമ്മിലുള്ള പ്രണയത്തിന് അതൊരിക്കലും വിലകല്പിച്ചില്ല. ഫ്യൂഡൽ പ്രഭുക്കളുടെ കൊട്ടാരങ്ങളിലും റഷ്യൻ ബോയാറുകളുടെ ടെറേമിലും പാർത്തിരുന്ന കുടുംബങ്ങളെ സംബന്ധിച്ചിടത്തോളം അവരൊന്നുംതന്നെ വൈകാരികമായ കെട്ടുപാടുകളാൽ ഒരുമിക്കപ്പെട്ട് കഴിഞ്ഞവരായിരുന്നില്ല. ക്ഷത്രിയ പ്രണയത്തിന്റെ സാമൂഹിക ഘടകം കുടുംബത്തിനുപുറത്തുള്ള ഒരു സ്ത്രീയെ യോദ്ധാവ് പ്രണയിക്കുമ്പോഴാണ്, സൈനികവും മറ്റുമായ സാഹസിക കൃത്യങ്ങൾ പ്രാവർത്തിമാകുന്നത് ഈ വികാരം പ്രചോദനമാകുമ്പോഴാണ്. സ്ത്രീ എത്രത്തോളം അപ്രാപ്യ ആയിരിക്കുന്നോ, അത്രയേറെ വലുതായിരിക്കും ആ യോദ്ധാവിന് അവളുടെ മനം കവരാനുള്ള നിശ്ചയദാർഢ്യം, തന്റെ സാമൂഹിക വർഗ്ഗം വില കല്പിക്കുന്ന ഗുണങ്ങളും നന്മകളും സ്വയം വികസിപ്പിക്കേണ്ടതും അയാൾക്ക് അത്രത്തോളം ആവശ്യമാണ്.

യോദ്ധാവ് അപൂർവ്വമായി മാത്രമേ അവിവാഹിതയായ സ്ത്രീയെ

തന്റെ പ്രണയഭാജനമായി തെരഞ്ഞെടുക്കുകയുള്ളൂ, ആ സ്ത്രീ അയാളെക്കാൾ എത്ര ഉന്നത സ്ഥാനത്തുള്ളവളാണെന്നതൊന്നും അയാൾക്ക് പ്രശ്നമേയല്ല; ആ പെൺകുട്ടി പ്രത്യക്ഷത്തിൽതന്നെ ദുഷ്പ്രാപ്യയാണെങ്കിലും വിവാഹത്തിനുള്ള സാദ്ധ്യതയും തുടർന്ന് മനഃശാസ്ത്രപരമായ സ്വാധീനം ഇല്ലാതാക്കലുമൊന്നും തള്ളിക്കളയാനാവാത്ത സംഗതികളാണ്. ആയതിനാൽ ഫ്യൂഡൽ സദാചാരത്തിനൊപ്പം താപസവൃത്തി സംബന്ധിച്ച ആദർശം (ലൈംഗികബന്ധം നിഷിദ്ധമെന്ന ആദർശം) കൂടി അംഗീകരിക്കുന്നതും ധാർമ്മിക യോഗ്യതയായി പ്രണയത്തെ അംഗീകരിക്കുന്നതുമെല്ലാം കൂട്ടിക്കുഴയ്ക്കുകയാണ്. പ്രണയത്തെ വിഷയാസക്തവും പാപപൂർണ്ണവുമായ എല്ലാത്തിൽനിന്നും മുക്തമാക്കുവാൻ അയാൾ അഭിലഷിക്കുന്നു; ഒപ്പം പ്രണയത്തിന്റെ ജീവശാസ്ത്രപരമായ അടിത്തറയിൽനിന്നും പൂർണ്ണമായും വേറിട്ട അമൂർത്ത വികാരമായി അതിനെ മാറ്റാനും അയാൾ അത്യധികം ആഗ്രഹിക്കുന്നു; ആ യോദ്ധാവ് അതിനായി ഏതറ്റംവരെ പോകാനും താൻ ഒരിക്കലും കണ്ടിട്ടില്ലാത്ത സ്ത്രീയെയോ കന്യാമറിയത്തെ പ്രണയിക്കുന്നവരുടെ കൂട്ടത്തിൽ ചേരുന്ന സ്ത്രീയെയോ തന്റെ ജീവിതസഖിയായി തെരഞ്ഞെടുക്കാനും സന്നദ്ധനാകുന്നു. അതിനപ്പുറം പോകാൻ അയാൾക്കാവില്ല.

ഫ്യൂഡൽ പ്രത്യയശാസ്ത്രം പ്രണയത്തെ കണ്ടത് ഒരു ഉത്തേജനമായാണ്, സാമൂഹ്യമായ സംയോജനത്തെ സഹായിക്കുന്ന ഒരു മേന്മയെന്ന നിലയ്ക്കാണ്; ആത്മീയ പ്രണയവും തന്റെ പ്രേമഭാജനത്തോടുള്ള യോദ്ധാവിന്റെ ആരാധനയും കുലീനവർഗ്ഗത്തിന്റെ താല്പര്യങ്ങൾക്കിണങ്ങുന്നതായിരുന്നു. ഏതെങ്കിലുമൊരു ആശ്രമത്തിലേക്ക് തന്റെ ഭാര്യയെ അയക്കുന്നതിനെയോ പാതിവ്രത്യമില്ലാത്തതിന്റെ പേരിൽ അവളെ കൊലപ്പെടുത്തുന്നതിനെയോകുറിച്ച് യോദ്ധാവ് ചിന്തിക്കാതിരിക്കണമെങ്കിൽ, മറ്റൊരു യോദ്ധാവ് അവളെ തന്റെ പ്രണയിനിയോ കുടുംബിനിയോ ആയി തെരഞ്ഞെടുക്കേണ്ടതുണ്ട്; അങ്ങനെയാണെങ്കിൽ അവളുടെ വിശുദ്ധ സൗഹൃദങ്ങളോട് അയാൾക്ക് എതിർപ്പുണ്ടാകുകയില്ല.

എന്നാൽ ആത്മീയ പ്രണയത്തിന് ഇത്രയേറെ ഊന്നൽ നല്കുമ്പോൾതന്നെ പ്രണയം നിയമപരമായ വിവാഹബന്ധത്തെ നിർണ്ണയിക്കണമെന്ന് ഫ്യൂഡൽ സദാചാരം ഒരുവിധത്തിലും ആവശ്യപ്പെടുന്നില്ല. ഫ്യൂഡൽ പ്രത്യയശാസ്ത്രം പ്രണയത്തെയും വിവാഹത്തെയും വെവ്വേറെയാക്കി നിർത്തി; പതിനാലാം നൂറ്റാണ്ടിലും പതിനഞ്ചാം നൂറ്റാണ്ടിലുമായി ഉയർന്നുവന്ന ബൂർഷ്വാ വർഗ്ഗമാണ് പ്രണയത്തെയും വിവാഹത്തെയും ഒന്നിപ്പിച്ചത്. അതിനാൽ ആൺ-പെൺബന്ധങ്ങളുടെ അപക്വവും അപരിഷ്കൃതവുമായ മാനദണ്ഡങ്ങൾക്കൊപ്പം ഫ്യൂഡൽ പ്രണയത്തിന്റെ വാഴ്ത്തപ്പെട്ട സഭ്യതയും നിലനിന്നു. വിവാഹബന്ധത്തിനകത്തും പുറത്തുമുള്ള ലൈംഗിക വേഴ്ചയ്ക്ക് പ്രണയത്തിന്റെ ആർദ്രതയുടെയും പ്രേരകഘടകത്തിന്റെയും അഭാവമുണ്ടായിരുന്നു; യാതൊരു മറയുമില്ലാത്ത ശാരീരിക പ്രവർത്തനമായി അത് നിലനിന്നു.

സദാചാര ലംഘനത്തിനും ധാർമ്മികാധഃപതനത്തിനുമെതിരെ യുദ്ധം നടത്തുന്നതായി പള്ളി ഭാവിച്ചു; എന്നാൽ 'ആത്മീയ പ്രണയ'ത്തെ പ്രോത്സാഹിപ്പിച്ചുകൊണ്ട് സഭ പ്രാകൃതമായ സ്ത്രീപുരുഷലൈംഗിക ബന്ധങ്ങളെ പ്രോത്സാഹിപ്പിക്കുകയായിരുന്നു. തന്റെ പ്രാണന്റെ പ്രാണനായ പ്രണയിനിയെ ഹൃദയത്തിൽനിന്നും പറിച്ചുമാറ്റാനാവാത്ത യോദ്ധാവ്, അവളെ ആദരിച്ചുകൊണ്ട് കവിത രചിക്കുന്ന യോദ്ധാവ്, അവളിൽനിന്നൊരു പുഞ്ചിരി സമ്മാനമായി ലഭിക്കാൻ സ്വന്തം ജീവൻതന്നെ ബലിയർപ്പിക്കാൻ തയ്യാറുള്ള യോദ്ധാവ്, രണ്ടാമതൊന്നു ചിന്തിക്കുക പോലും ചെയ്യാതെ നഗരപ്രദേശത്തെ ഒരു പെൺകുട്ടിയെ ബലാത്സംഗം ചെയ്യുവാനോ തന്റെ സുഖാനുഭൂതിക്കായി കാര്യസ്ഥനോട് സുന്ദരിയായ ഒരു കർഷകസ്ത്രീയെ കൊണ്ടുവരാൻ പറയുവാനോ മടിച്ചിരുന്നില്ല. അതേസമയം ഈ യോദ്ധാക്കളുടെ ഭാര്യമാർ ട്രൗബാദാർമാരുമായും (11-ാം നൂറ്റാണ്ടിനും 13-ാം നൂറ്റാണ്ടിനുമിടയ്ക്ക് ഫ്രാൻസിലും മറ്റും സജീവമായിരുന്ന കവിസംഘങ്ങൾ) ഫ്യൂഡൽ കുടുംബങ്ങളിലെ ഭൃത്യന്മാരുമായും രമിച്ച് ശാരീരികാനന്ദം അനുഭവിക്കാൻ കിട്ടുന്ന ഒരവസരവും പാഴാക്കിയിരുന്നുമില്ല.

ഫ്യൂഡലിസം ദുർബ്ബലപ്പെടുകയും ഉയർന്നുവന്നു കൊണ്ടിരുന്ന ബൂർഷ്വാസിയുടെ താല്പര്യങ്ങൾ അനുശാസിക്കുന്ന പുത്തൻ ജീവിതാവസ്ഥ വളർന്നുവരികയും ചെയ്തതോടെ ആൺ-പെൺ ബന്ധങ്ങൾ സംബന്ധിച്ച പുതിയ സദാചാരസംഹിത വികസിച്ചുവന്നു. ദിവ്യപ്രണയത്തെ നിരസിച്ച ബൂർഷ്വാസി ശരീരത്തിന്റെ അവകാശങ്ങൾ ലംഘിക്കുന്നതിനെ ചെറുക്കുകയും, പ്രണയം സംബന്ധിച്ച അതേ സങ്കല്പത്തിലേക്ക് ശാരീരികവും മാനസികവുമായ പ്രണയാനുഭവങ്ങളുടെ കൂട്ടായ്മയെ സന്നിവേശിപ്പിക്കുകയും ചെയ്തു. ബൂർഷ്വാ സദാചാരം പ്രണയത്തെയും വിവാഹത്തെയും വെവ്വേറെ കാണുന്നില്ല, ഇണകളുടെ പരസ്പരാകർഷണത്തിന്റെ പ്രകടനമായിരുന്നു വിവാഹം. തീർച്ചയായും, പ്രായോഗികാനുഭവത്തിൽ സൗകര്യത്തിന്റെ പേരിൽ ഈ സദാചാരപാഠത്തെ ബൂർഷ്വാസിതന്നെ നിരന്തരം ലംഘിച്ചുകൊണ്ടേയിരുന്നു; എന്നാൽ വിവാഹത്തിന്റെ ആധാരശിലയെന്ന നിലയിൽ പ്രണയത്തെ അംഗീകരിക്കുന്നതിന് ശക്തമായൊരു വർഗ്ഗാടിത്തറതന്നെ ഉണ്ടായിരുന്നു.

ഫ്യൂഡൽ സമ്പ്രദായത്തിൽ കുടുംബത്തെ ഒന്നിച്ചുറപ്പിച്ചു നിർത്തിയിരുന്നത് ആഭിജാത്യവും വംശമഹിമ (ജനനം വഴിയുള്ളത്)യുമാണ്. വിവാഹിതരായ ദമ്പതികൾ അങ്ങനെതന്നെ തുടർന്നിരുന്നതിന്റെ കാരണം പള്ളിയുടെ കരുത്താണ്; കുടുംബനാഥന്റെ അനിയന്ത്രിതമായ അധികാരമാണ്; കുടുംബപാരമ്പര്യത്തിന്റെ കരുത്തും നാടുവാഴിയുടെ ഇച്ഛാശക്തിയുമായിരുന്നു അത്; വിവാഹം വേർപെടുത്തപ്പെടാനാവാത്തതായിരുന്നു.

ബൂർഷ്വാ കുടുംബം വ്യത്യസ്ത സാഹചര്യങ്ങളിൽനിന്ന് ഉരുത്തിരിഞ്ഞു വന്നതാണ്, കുടുംബ സ്വത്തിന്റെ സഹ ഉടമസ്ഥത ആയിരുന്നി

ല്ല, മറിച്ച് മൂലധനത്തിന്റെ സഞ്ചയിക്കലായിരുന്നു അതിന്റെ അടിത്തറ. ഈ മൂലധനത്തിന്റെ രക്ഷാകർതൃസ്ഥാനത്ത് കുടുംബമായിരുന്നു; സാദ്ധ്യമാകുന്നിടത്തോളം വേഗതയിൽ സഞ്ചയിക്കൽ നടക്കണം എന്നുള്ളതുകൊണ്ടുതന്നെ പുരുഷന്റെ സമ്പാദ്യം കരുതലോടെയും വൈദഗ്ദ്ധ്യത്തോടെയും കൈകാര്യം ചെയ്യേണ്ടത് പ്രധാനമായിരുന്നു: മറ്റു വാക്കുകളിൽ പറഞ്ഞാൽ സ്ത്രീ നല്ലൊരു വീട്ടമ്മ മാത്രമായിരുന്നാൽ പോര, മറിച്ച് തന്റെ ഭർത്താവിന്റെ സഹായിയും സുഹൃത്തും കൂടിയായിരിക്കണം.

മുതലാളിത്ത ബന്ധങ്ങളും ബൂർഷ്വാ സാമൂഹിക വ്യവസ്ഥയും സ്ഥാപിക്കപ്പെട്ടതോടെ കുടുംബത്തിന് സ്ഥിരതയോടെ നിലനില്ക്കുവാൻ സാമ്പത്തിക പരിഗണനകളെമാത്രം ആധാരമാക്കിയാൽ പോരാ, മറിച്ച് സ്വത്തിന്റെ സഞ്ചയിക്കലിൽ കൂട്ടായ താല്പര്യമുള്ള കുടുംബാംഗങ്ങളുടെയാകെ സഹകരണം അതിനാവശ്യമാണ്. ഭർത്താവും ഭാര്യയും രക്ഷിതാക്കളും കുട്ടികളുമെല്ലാം തമ്മിൽ വൈകാരികവും മനഃശാസ്ത്രപരവുമായി ശക്തമായ കെട്ടുപാടുകളാൽ ഒന്നിച്ചു നില്ക്കുമ്പോൾ അവിടെ സഹകരണത്തിന് കൂടുതൽ കരുത്തുറ്റ ഘടകമാകാൻ കഴിയും.

പതിനാലാം നൂറ്റാണ്ടിന്റെ അവസാനവും പതിനഞ്ചാം നൂറ്റാണ്ടിന്റെ ആരംഭവുമായപ്പോൾ, പുതിയ സാമ്പത്തിക ജീവിതരീതി പുതിയൊരു പ്രത്യയശാസ്ത്രത്തിന് ഉദയം നല്കി. പ്രണയവും വിവാഹവും സംബന്ധിച്ച് നിലനിന്നിരുന്ന സങ്കല്പനങ്ങൾ ക്രമേണ മാറി. പ്രണയത്തിന്റെ സാമൂഹിക ശക്തിയെക്കുറിച്ച് മതപരിഷ്കർത്താവായ ലൂഥറും, നവോത്ഥാന പരിഷ്കരണ നായകരും കൃത്യമായി മനസ്സിലാക്കിയിരുന്നു. കുടുംബത്തിന്റെ (ബൂർഷ്വാ വ്യവസ്ഥിതിയുടെ അടിസ്ഥാന സാമ്പത്തിക യൂണിറ്റ്) സ്ഥിരതയ്ക്ക് അതിലെ അംഗങ്ങൾ തമ്മിൽ സാമ്പത്തികമായ കെട്ടുപാടുകൾ മാത്രം പോര എന്ന് തിരിച്ചറിഞ്ഞ ഉയർന്നുവന്നുകൊണ്ടിരുന്ന ബൂർഷ്വാസിയിലെ വിപ്ലവകാരികളായ പ്രത്യയശാസ്ത്രജ്ഞർ, ശരീരത്തെയും ആത്മാവിനെയും ഒരുമിച്ചു പുല്കുന്ന പ്രണയം സംബന്ധിച്ച പുതിയ ധാർമ്മിക മൂല്യങ്ങൾ പ്രചരിപ്പിച്ചു. ആ കാലഘട്ടത്തിലെ പരിഷ്കർത്താക്കൾ പുരോഹിതരുടെ ബ്രഹ്മചര്യത്തെ വെല്ലുവിളിക്കുകയും യോദ്ധാവിനെ ഉല്ക്കടമായ ആഗ്രഹാഭിലാഷത്തിന്റെ അവസ്ഥയിൽ നിർത്തുകയും അതേസമയം ലൈംഗികാവശ്യങ്ങളെ തൃപ്തിപ്പെടുത്താനുള്ള അവന്റെ ആഗ്രഹംതന്നെ നിഷേധിക്കുകയും ചെയ്യുന്ന മാടമ്പി വർഗ്ഗത്തിന്റെ 'ആത്മീയ പ്രണയ'ത്തെ നിർദ്ദയമായി കളിയാക്കുകയും ചെയ്തു. ബൂർഷ്വാ പ്രത്യയശാസ്ത്രജ്ഞന്മാരും പരിഷ്കർത്താക്കളും ശരീരത്തിന്റേതായ ആവശ്യകതകളുടെ സാധുതയെ തിരിച്ചറിഞ്ഞു. ആയതിനാൽ, ഫ്യൂഡൽ ലോകം പ്രണയത്തെ ഒരുവശത്ത് ലൈംഗിക പ്രവൃത്തിയായും (വൈവാഹിക ബന്ധങ്ങളോ, വെപ്പാട്ടിയുമായുള്ള ബന്ധങ്ങളോ) മറുവശത്ത് ആത്മീയ പ്രണയം അഥവാ ദിവ്യ പ്രണയം (യോദ്ധാവും അയാളുടെ ഹൃദയേശ്വരിയും തമ്മിലുള്ള ബന്ധം) ആയും വേർതിരിച്ചപ്പോൾ ബൂർഷ്വാവർഗ്ഗം പ്രണയമെന്ന ആശയത്തിനു

ള്ളിൽ സ്ത്രീപുരുഷന്മാർ തമ്മിലുള്ള ശാരീരികമായ ആകർഷണത്തെയും വൈകാരികമായ അടുപ്പത്തെയും ഒരുപോലെ ഉൾച്ചേർത്തു. ഫ്യൂഡൽ ആദർശം പ്രണയത്തെ വിവാഹത്തിൽനിന്നും വേർപെടുത്തിയപ്പോൾ ബൂർഷ്വാസി ഇതിനെ രണ്ടിനെയും ബന്ധിപ്പിച്ചു. പ്രണയത്തെയും വിവാഹത്തെയും ബൂർഷ്വാസി വേർപെടുത്താനാവാത്തതാക്കി മാറ്റി. പ്രയോഗത്തിൽ, ഈ വർഗ്ഗം തീർച്ചയായും എക്കാലത്തും അതിന്റെ ആദർശങ്ങളിൽനിന്നും പിൻവാങ്ങിനിട്ടുള്ളതായാണ് കാണുന്നത്; ഫ്യൂഡലിസത്തിൻ കീഴിൽ പരസ്പര താല്പര്യത്തിന്റെ പ്രശ്നം ഒരിക്കലും ഉന്നയിക്കപ്പെട്ടിരുന്നില്ല. എന്നാൽ ബൂർഷ്വാ സദാചാരപ്രകാരം വ്യവസ്ഥാപിത രീതിയിൽ നടത്തപ്പെടുന്ന വിവാഹങ്ങളിൽപോലും പങ്കാളികൾ ഇരട്ടത്താപ്പ് പ്രകടിപ്പിക്കുകയും പരസ്പരം സ്നേഹം ഭാവിക്കുകയും ചെയ്യേണ്ടിയിരിക്കുന്നു.

വിവാഹത്തിന്റെയും പ്രണയത്തിന്റെയും കാര്യത്തിൽ ഫ്യൂഡൽ പാരമ്പര്യത്തിന്റെ അവശിഷ്ടങ്ങളും ഫ്യൂഡൽ സമീപനങ്ങളും നമ്മളിലേക്ക് പകർന്നിരിക്കുകയാണ്; നൂറ്റാണ്ടുകളെ അതിജീവിച്ച് അവ ബൂർഷ്വാ വർഗ്ഗത്തിന്റെ സദാചാരവുമായി സ്വയം പൊരുത്തപ്പെട്ടിരിക്കുന്നു. രാജകുടുംബങ്ങളും പ്രഭുവർഗ്ഗത്തിലെ ഉന്നതരും ഇപ്പോഴും ഈ പഴയ രീതികൾക്കനുസരിച്ചാണ് ജീവിക്കുന്നത്. ഇക്കൂട്ടർ പ്രണയത്തെ അടിസ്ഥാനമാക്കിയുള്ള വിവാഹത്തെ 'കൗതുകകര'മെന്നതിനപ്പുറം 'വിലക്ഷണ'വും 'കുഴപ്പം പിടിച്ചതു'മായാണ് കണക്കാക്കുന്നത്. ഈ ലോകത്തിലെ രാജകുമാരന്മാരും രാജകുമാരിമാരും തങ്ങളുടെ വംശത്തിന്റെയും രാഷ്ട്രീയത്തിന്റെയും ആവശ്യങ്ങൾക്ക് വണങ്ങിയാണ് ജീവിക്കുന്നത്; അവർക്ക് യാതൊരു താല്പര്യവുമില്ലാത്ത ആളുകളുടെ ജീവിതത്തിനായി അവർ സ്വയം അണിചേരുകയാണ്.

കർഷക കുടുംബങ്ങളിൽ കുടുംബപരവും സാമ്പത്തികവുമായ പരിഗണനകൾ വിവാഹത്തിൽ വലിയ പങ്കുവഹിക്കുന്നു എന്നതും കാണാനാകും. കർഷക കുടുംബം നഗരങ്ങളിലെ വ്യാവസായിക ബൂർഷ്വാ കുടുംബങ്ങളിൽനിന്നും വ്യത്യസ്തപ്പെട്ടിരിക്കുന്നത്, മുഖ്യമായും അതൊരു സാമ്പത്തിക തൊഴിൽ യൂണിറ്റാണ് എന്ന കാര്യത്തിലാണ്; ആന്തരിക കെട്ടുപാടുകൾക്ക് രണ്ടാംകിട പ്രാധാന്യം മാത്രമുള്ള സാമ്പത്തിക ചുറ്റുപാടുകൾകൊണ്ടാണ് അതിലെ അംഗങ്ങളെ ദൃഢമായി ചേർത്തു നിർത്തിയിരിക്കുന്നത്. അതുപോലെ മദ്ധ്യകാലഘട്ടത്തിലെ കൈത്തൊഴിലുകാരെ സംബന്ധിച്ചിടത്തോളം വിവാഹത്തിൽ പ്രണയത്തിന് യാതൊരു പങ്കുമില്ല. കാരണം ഗിൽഡ് സമ്പ്രദായത്തിന്റെ പശ്ചാത്തലത്തിൽ കുടുംബം ഒരു ഉല്പാദന യൂണിറ്റാണെന്ന സാമ്പത്തിക യുക്തി സുസ്ഥിരത പ്രദാനം ചെയ്തു എന്നതുമാണ്. ബൂർഷ്വാസിയുടെ ആവിർഭാവത്തോടെ കുടുംബത്തിന് അതിന്റെ ഉല്പാദനപരമായ ദൗത്യങ്ങൾ നഷ്ടപ്പെടുകയും, സഞ്ചയിക്കപ്പെട്ട മൂലധനത്തിന്റെ സംരക്ഷണത്തിനായുള്ള വാഹനമെന്ന നിലയിൽക്കൂടി പ്രവർത്തിക്കുന്ന ഒരു ഉപഭോക്തൃ ഘടകമായി അത് നില

നില്ക്കുകയും ചെയ്തപ്പോഴാണ് വിവാഹത്തിൽ പ്രണയമെന്ന ആശയം പ്രത്യക്ഷമാകാൻ തുടങ്ങിയത്.

എന്നാൽ ബൂർഷ്വാ സദാചാരം, പാരമ്പര്യത്തെ വെല്ലുവിളിച്ചുകൊണ്ടാണെങ്കിൽപ്പോലും പ്രണയിക്കുന്ന രണ്ട് ഹൃദയങ്ങൾക്ക് ഒരുമിച്ചുചേരാനുള്ള അവകാശത്തെ സംരക്ഷിക്കുന്നുണ്ടെങ്കിലും, പ്രണയത്തെ വിവാഹത്തിന്റെ അടിസ്ഥാനമായി പ്രഖ്യാപിച്ചുകൊണ്ട് ആത്മീയ പ്രണയത്തെയും താപസവൃത്തിയെയും അത് വിമർശിക്കുന്നുണ്ടെങ്കിലും, വളരെ പരിമിതമായ രീതിയിലാണ് അത് പ്രണയത്തെ നിർവ്വചിച്ചിട്ടുള്ളത്. വിവാഹത്തിനുള്ള പ്രണയം മാത്രമേ അതുപ്രകാരം അനുവദനീയമാകുന്നുള്ളൂ. നിയമപരമായ വിവാഹത്തിനു പുറത്തുള്ള പ്രണയം സദാചാര വിരുദ്ധമായി കാണുന്നു. തീർച്ചയായും ആശയങ്ങൾ അടിച്ചേല്പിക്കപ്പെടുന്നത്, സാമ്പത്തികമായ പരിഗണനകൾ കണക്കിലെടുത്താണ്. നിയമാനുസൃതമല്ലാത്ത ബന്ധത്തിലുണ്ടാകുന്ന കുട്ടികൾക്ക് മൂലധനം വീതം വെച്ചു നല്കുന്നത് തടയുകയെന്ന ലക്ഷ്യത്തോടെയാണത്. ബൂർഷ്വാസിയുടെ ധാർമ്മികതയാകെ മൂലധനത്തിന്റെ സാന്ദ്രീകരണം ലക്ഷ്യം വെച്ചുള്ളതാണ്. സമൂഹത്തിൽനിന്നും വേറിട്ടുനിന്ന്, സ്വന്തം ക്ഷേമത്തിനുവേണ്ടിയും തങ്ങളുടെ കുടുംബത്തിന്റെ സ്വത്ത് വർദ്ധിപ്പിക്കുന്നതിനുവേണ്ടിയും ഒന്നിച്ചു പണിയെടുക്കുന്ന വിവാഹിതരായ ദമ്പതികളായിരുന്നു മികച്ച മാതൃക. കുടുംബത്തിന്റെയും സമൂഹത്തിന്റെയും താല്പര്യങ്ങൾ ഏറ്റുമുട്ടുന്നിടത്ത് ബൂർഷ്വാ ധാർമ്മികത കുടുംബത്തിന്റെ താല്പര്യത്തിനനുസരിച്ച് തീരുമാനമെടുത്തു (നിയമം അങ്ങനെയല്ലെങ്കിൽ പോലും, ഇടയ്ക്കുവെച്ച് വിട്ടുപോകുന്നവരോടും സ്വന്തം കുടുംബത്തിന്റെ നല്ലതിനുവേണ്ടി സുഹൃത്തുക്കളായ ഓഹരിയുടമസ്ഥരെ കുത്തുപാളയെടുപ്പിക്കുന്നവരോടും ബൂർഷ്വാ ധാർമ്മികത കാണിക്കുന്ന അനുഭാവപൂർണ്ണമായ സമീപനത്തെ ഇവിടെ താരതമ്യപ്പെടുത്താവുന്നതാണ്). ബൂർഷ്വാസിയുടെ സവിശേഷതയായ പ്രയോജനവാദത്തോടുകൂടിയുള്ള ഈ ധാർമ്മികത, പ്രണയത്തെ അതിന്റെ നേട്ടത്തിനുവേണ്ടി ഉപയോഗിക്കാൻ ശ്രമിച്ചു; അതിന് പ്രണയത്തെ വിവാഹത്തിന്റെ മുഖ്യഘടകമാക്കി മാറ്റുകയും അങ്ങനെ കുടുംബത്തെ ശാക്തീകരിക്കുകയും ചെയ്യുന്നു.

നിശ്ചയമായും ബൂർഷ്വാ പ്രത്യയശാസ്ത്രജ്ഞർ രൂപപ്പെടുത്തിയിട്ടുള്ള പരിമിതികൾക്കുള്ളിൽ പ്രണയത്തെ ഒതുക്കി നിർത്താനാവില്ല. വൈകാരിക സംഘർഷങ്ങൾ വളരുകയും പലമടങ്ങാകുകയും ചെയ്യുന്നു; ബൂർഷ്വാ വർഗ്ഗം വികസിപ്പിച്ചെടുത്ത പുതിയ സാഹിത്യരൂപമായ നോവലിൽ അവ ആവിഷ്കരിക്കപ്പെട്ടു. പ്രണയം, അതിനുവേണ്ടി ചിട്ടപ്പെടുത്തിയിട്ടുള്ള നിയമപരമായ വിവാഹ ബന്ധങ്ങളുടെ ഇടുങ്ങിയ ചട്ടക്കൂടിൽനിന്നും നിരന്തരമായി പുറത്തുചാടുകയും സ്വതന്ത്ര ബന്ധങ്ങളിലേക്കും വ്യഭിചാരത്തിലേക്കും നീങ്ങുകയും ചെയ്തു; ഇവ രണ്ടും കുറ്റകരമായാണ് കണ്ടിരുന്നതെങ്കിലും അത് ഒരു സാമൂഹികയാഥാർത്ഥ്യമായിരുന്നു. പ്രണയത്തെ സംബന്ധിച്ച ബൂർഷ്വാ ആശയം, ജനസംഖ്യ

യിലെ വലിയൊരു വിഭാഗത്തിന്റെ- അതായത് തൊഴിലാളി വർഗ്ഗത്തിന്റെ- ആവശ്യങ്ങളോട് യോജിക്കുന്നതല്ല. അദ്ധ്വാനിക്കുന്ന ബുദ്ധിജീവി വിഭാഗത്തിന്റെ ജീവിതരീതിയോട് പൊരുത്തപ്പെടുന്നതല്ല അത്. അതുകൊണ്ടാണ് അതിവികസിത മുതലാളിത്ത രാജ്യങ്ങളിൽ ലൈംഗികതയുടെയും പ്രണയത്തിന്റെയും പ്രശ്നങ്ങളിലും, അതിന്റെ നിഗൂഢതകളുടെ താക്കോലിനായുള്ള അന്വേഷണത്തിലും ഇത്തരമൊരു താത്പര്യം കാണാൻ കഴിയുന്നത്. വ്യക്തിഗത ആഹ്ലാദത്തിന്റെയും സാമൂഹിക ആഹ്ലാദത്തിന്റെയും ആകത്തുക വർദ്ധിപ്പിക്കുന്നതിനുവേണ്ടി സ്ത്രീപുരുഷന്മാർ തമ്മിലുള്ള ബന്ധത്തെ എങ്ങനെ വികസിപ്പിക്കാൻ കഴിയും എന്ന ചോദ്യമാണുയരുന്നത്.

സോവിയറ്റ് റഷ്യയിലെ അദ്ധ്വാനിക്കുന്ന യുവത ഈ അവസരത്തിൽ ഈ ചോദ്യം നേരിടുകയാണ്. പ്രണയ വിവാഹ ബന്ധങ്ങൾ എന്ന ആശയത്തിന്റെ ആവിർഭാവത്തെക്കുറിച്ചുള്ള ഹ്രസ്വമായ ഈ സർവ്വേ, ഒറ്റ നോട്ടത്തിൽ കാണുന്നതുപോലെ പ്രണയം സ്വകാര്യമായ വിഷയമല്ലെന്ന് തിരിച്ചറിയാനും മനസ്സിലാക്കാനും, പ്രിയപ്പെട്ട യുവസുഹൃത്തെ, നിങ്ങൾക്ക് സഹായകമാകും. പ്രണയം മനഃശാസ്ത്രപരവും സാമൂഹികവുമായ സുപ്രധാന ഘടകമാണ്. സമൂഹം സദാ സഹജമായിത്തന്നെ അതിലുള്ള താല്പര്യം പ്രകടമാക്കാറുമുണ്ട്. മാർക്സിസം എന്ന ശാസ്ത്രത്താൽ ആയുധധാരികളായവരും ഭൂതകാലാനുഭവങ്ങൾ പ്രയോഗിക്കുന്നവരുമായ അദ്ധ്വാനിക്കുന്ന സ്ത്രീകളും പുരുഷന്മാരും പുതിയ സാമൂഹികക്രമത്തിൽ പ്രണയം സ്വായത്തമാക്കേണ്ട ഇടം കണ്ടെത്തുകയും തങ്ങളുടെ വർഗ്ഗതാല്പര്യങ്ങളോട് പൊരുത്തപ്പെടുന്ന തരത്തിൽ പ്രണയമെന്ന ആശയത്തെ നിർണ്ണയിക്കുകയും ചെയ്യണം.

പ്രണയ സഖിത്വം

സഖിത്വത്തിന്റെയും പരസ്പരസ്നേഹത്തിന്റെയും തത്ത്വത്തെ ആധാരമാക്കിയാണ് പുതിയ, കമ്യൂണിസ്റ്റ് സമൂഹം കെട്ടിപ്പടുത്തുകൊണ്ടിരിക്കുന്നത്. പരസ്പരസ്നേഹമെന്നാൽ പൊതുതാല്പര്യങ്ങളെക്കുറിച്ചുള്ള ബോദ്ധ്യം മാത്രമല്ല; കൂട്ടായ്മയിലെ അംഗങ്ങളെ തമ്മിൽ ബന്ധിപ്പിക്കുന്ന ധൈഷണികവും വൈകാരികവുമായ കെട്ടുപാടുകളെയും അതാശ്രയിച്ചിരിക്കുന്നു. പരസ്പരസ്നേഹത്തെയും സഹകരണത്തെയും അടിസ്ഥാനമാക്കി ഒരു സാമൂഹിക വ്യവസ്ഥ കെട്ടിപ്പടുക്കുന്നതിന് അതിലെ അംഗങ്ങൾ സ്നേഹിക്കാൻ കഴിയുന്നവരും ഊഷ്മളവികാരങ്ങൾ പ്രകടിപ്പിക്കാൻ കഴിയുന്നവരുമായിരിക്കണം എന്നത് അനുപേക്ഷണീയമാണ്. അതുകൊണ്ടുതന്നെ തൊഴിലാളിവർഗ്ഗ പ്രത്യയശാസ്ത്രം, ആ വർഗ്ഗത്തിലെ മറ്റ് അംഗങ്ങളുടെ ബുദ്ധിമുട്ടുകളോടും ആവശ്യങ്ങളോടും പ്രതികരിക്കുവാനും, മറ്റുള്ളവരെ സൂക്ഷ്മമായി മനസ്സിലാക്കുവാനും, കൂട്ടായ്മയോട് വ്യക്തിക്കുള്ള ബന്ധത്തെക്കുറിച്ച് ആഴത്തിൽ

അവബോധമുള്ളവരായിരിക്കുവാനും തൊഴിലാളി വർഗ്ഗത്തിലെ ഓരോ അംഗത്തെയും പഠിപ്പിക്കുകയും പ്രോത്സാഹിപ്പിക്കുകയും ചെയ്യുന്നു. ഈ ഊഷ്മളവികാരങ്ങളെല്ലാം (സംവേദനക്ഷമത, അലിവ്, സഹതാപം, പ്രതികരണശേഷി) മറ്റൊരു സ്രോതസ്സിൽനിന്നും ഉരുവംകൊള്ളുന്നതാണ്; അവയെല്ലാംതന്നെ പ്രണയത്തിന്റെ നാനാവശങ്ങളാണ്; സങ്കുചിതമായ ലൈംഗികാർത്ഥത്തിലല്ല, മറിച്ച് ആ വാക്കിന്റെ വിശാലമായ അർത്ഥത്തിലാണത്.

പ്രണയം എല്ലാവരെയും ഒരുമിപ്പിക്കുന്ന ഒരു വികാരമാണ്; ക്രമേണ അതൊരു സംഘാടകസ്വഭാവം കൈവരിക്കുന്നു. ബൂർഷ്വാസിക്ക് അതിനെക്കുറിച്ച് നന്നായി അറിയാം. സുസ്ഥിരമായൊരു കുടുംബം സൃഷ്ടിക്കുന്നതിനുള്ള പരിശ്രമത്തിൽ ബൂർഷ്വാ പ്രത്യയശാസ്ത്രം സദാചാര നന്മയായി 'വൈവാഹിക പ്രണയ'ത്തെ ഉയർത്തിക്കാണിച്ചു; ബൂർഷ്വാസിയുടെ കണ്ണിൽ 'നല്ലൊരു കുടുംബനാഥൻ' ആകുകയെന്നത് പ്രധാനപ്പെട്ടതും മൂല്യവത്തായതുമായൊരു ഗുണമാണ്.

വൈവാഹിക കുടുംബബന്ധങ്ങൾ ശക്തിപ്പെടുത്തുന്നതിലല്ല, മറിച്ച്, കൂട്ടായ്മയിലധിഷ്ഠിതമായ പരസ്പരസ്നേഹത്തിന്റെ വികാസത്തിൽ പ്രണയത്തിന് വിശാലമായ അർത്ഥത്തിലും സ്ത്രീപുരുഷബന്ധം എന്ന അർത്ഥത്തിലും, മനഃശാസ്ത്രപരവും സാമൂഹികവുമായ പങ്കുവഹിക്കാൻ കഴിയുമെന്നും അതിന് കഴിയണമെന്നും തൊഴിലാളി വർഗ്ഗം കണക്കിലെടുക്കണം.

തൊഴിലാളിവർഗ്ഗത്തെ സംബന്ധിച്ച് എന്താണ് പ്രണയമെന്ന ആദർശം?

ഓരോ കാലഘട്ടത്തിനും അതിന്റേതായ ആദർശമുണ്ടെന്ന് നാം ഇതിനകംതന്നെ കണ്ടുകഴിഞ്ഞു. ഓരോ വർഗ്ഗവും അതിന്റേതായ താല്പര്യത്തിനനുയോജ്യമായ വിധം സദാചാരപരമായ ഉള്ളടക്കത്തോടുകൂടിയ പ്രണയമെന്ന സങ്കല്പനത്തെ വികസിപ്പിക്കാൻ ശ്രമിക്കുന്നു. സാംസ്കാരിക വികാസത്തിന്റെ ഓരോ ഘട്ടത്തിലും സമ്പന്നമായ ധൈഷണിക വൈകാരികാനുഭവങ്ങളോടുകൂടി, ലൈംഗികപ്രേമത്തെ പുനർനിർവ്വചിക്കുന്നു. സമ്പദ്ഘടനയുടെയും സാമൂഹിക ജീവിതത്തിന്റെയും വികാസത്തിന്റെ ഓരോ ഘട്ടത്തിലും പ്രണയം സംബന്ധിച്ച ആശയങ്ങൾ മാറിമറിഞ്ഞിട്ടുണ്ട്; വികാരത്തിന്റെ നിറഭേദങ്ങൾ കൂടുതൽ വലിയ പ്രാധാന്യം കൈവരിച്ചിട്ടുണ്ട് അഥവാ മറുവശത്ത് അതിന്റെ നിലനില്പുതന്നെ അസ്തമിച്ചിട്ടുണ്ട്.

മാനവ സമൂഹത്തിന്റെ ആയിരം വർഷത്തെ ചരിത്രത്തിനിടയിൽ പ്രണയം, ലളിതമായുള്ള ജീവശാസ്ത്രപരമായ സഹജവാസന (ഏറ്റവും താഴെയറ്റം മുതൽ മുകളറ്റം വരെയുള്ള സർവ്വജീവികളിലും സഹജമായ പ്രത്യുല്പാദനത്തിനുള്ള വ്യഗ്രത) എന്നതിൽനിന്നും നിരന്തരം ധൈഷണികവും വൈകാരികവുമായ പുതിയ ഭാവങ്ങൾ കൈവരിക്കുന്ന അതിസങ്കീർണ്ണമായ ഒരു വികാരമായി പരിണമിച്ചിരുന്നു. പ്രണയം മനഃശാ

സ്ത്രപരവും സാമൂഹികവുമായ ഒരു ഘടകമായി മാറിയിരിക്കുന്നു.

സാമ്പത്തികവും സാമൂഹികവുമായ ശക്തികളുടെ സ്വാധീനത്തിനുകീഴിൽ, പ്രത്യുത്പാദനത്തിനുള്ള ജീവശാസ്ത്രപരമായ സഹജവാസന പൂർണ്ണമായും വിരുദ്ധമായ രണ്ട് ദിശകളിലേക്ക് മാറി. ഒരുവശത്ത്, ആരോഗ്യകരമായ ലൈംഗിക തൃഷ്ണ രാക്ഷസീയമായ സാമൂഹിക സാമ്പത്തിക ബന്ധങ്ങൾമൂലം, പ്രത്യേകിച്ചും മുതലാളിത്ത ബന്ധങ്ങൾമൂലം അനാരോഗ്യകരമായ കാമാസക്തിയായി മാറിയിരിക്കുകയാണ്. ലൈംഗിക ക്രിയ തന്നെ ഒരു ലക്ഷ്യമായി മാറിയിരിക്കുന്നു; സുഖിക്കുന്നതിനുള്ള മറ്റൊരു മാർഗ്ഗം മാത്രമായി അതു മാറി. അമിതമായ കാമാസക്തിയുടെ ഉത്തേജനത്തിലൂടെയും മാംസത്തിന്റെയും വിനാശകരവും ദുഷിച്ചതുമായ ഒരുതരം ഇക്കിളിപ്പെടുത്തലിലൂടെയുള്ള സുഖിക്കൽ. ഒരു പ്രത്യേക സ്ത്രീയുമായി തന്നെ അടുപ്പിക്കുന്ന ആരോഗ്യകരമായ സഹജവാസനയോടുള്ള പ്രതികരണമെന്ന നിലയിൽ പുരുഷൻ ലൈംഗിക ബന്ധത്തിലേർപ്പെടുന്നില്ല. തന്റെ ലൈംഗികമായ സംതൃപ്തിക്കുവേണ്ടി ഒരു പുരുഷൻ ഏതു സ്ത്രീയേയും, ആ സ്ത്രീക്ക് പ്രത്യേകിച്ച് ലൈംഗികാവശ്യങ്ങളുണ്ടെന്ന് അയാൾക്ക് തോന്നുന്നില്ലെങ്കിലും, അവളിലൂടെ തന്റെ ലൈംഗിക സംതൃപ്തിക്കും ആനന്ദത്തിനുംവേണ്ടി സമീപിച്ചേക്കാം. ഈ ലൈംഗിക വൈകൃതത്തിന്റെ സംഘടിത പ്രകടനമാണ് വ്യഭിചാരം. ഒരു സ്ത്രീയുമായുള്ള ലൈംഗികമായ ബന്ധപ്പെടലിൽ താൻ പ്രതീക്ഷിച്ചതുപോലുള്ള കാമോദ്ദീപനം കൃത്യമായി നടന്നില്ലെങ്കിൽ പുരുഷൻ എല്ലാവിധത്തിലുമുള്ള ലൈംഗികവൈകൃതങ്ങൾക്കും തയ്യാറാകും.

അനാരോഗ്യകരമായ കാമാസക്തിയിലേക്കുള്ള ഈ അപഥസഞ്ചാരം ബന്ധങ്ങളെ ജൈവശാസ്ത്രപരമായ സഹജവാസനയിലെ ഉറവിടത്തിൽ നിന്നും അകറ്റുന്നു.

മറുവശത്ത്, നൂറ്റാണ്ടുകൾ പിന്നിടുകയും മനുഷ്യന്റെ സാമൂഹിക ജീവിതത്തിലും സംസ്കാരത്തിലും മാറ്റങ്ങൾ വരുകയും ചെയ്തതോടെ ലൈംഗിക വിഭാഗങ്ങളുടെ ശാരീരികാകർഷണങ്ങളെ വൈകാരികവും ധൈഷണികവുമായ അനുഭവങ്ങളുടെ ഒരു ശൃംഖല വലയം ചെയ്തു. പ്രണയം അതിന്റെ ഇന്നത്തെ രൂപത്തിൽ സങ്കീർണ്ണമായൊരു ശാരീരിക മാനസികാവസ്ഥയാണ്. പ്രണയം അതിന്റെ പ്രാഥമിക ഹേതുവിൽനിന്നും, അതായത് പ്രത്യുല്പാദനത്തിനുള്ള ജൈവികമായ സഹജവാസനയിൽനിന്നും, വളരെ മുൻപേതന്നെ വേർപെടുത്തപ്പെട്ടിരിക്കുന്നു; വാസ്തവത്തിൽ പ്രണയം അതിനോട് അടിക്കടി എതിരിട്ടുകൊണ്ടിരിക്കുകയാണ്. സൗഹൃദം, കാമവികാരം, മാതൃസഹജമായ ആർദ്രത, ആസക്തി, പരസ്പരമുള്ള ഒരുമ, സഹാനുഭൂതി, ആദരവ്, മറ്റനവധി വൈകാരികഭാവങ്ങൾ എന്നിവയാൽ സങ്കീർണ്ണമായി തുന്നിച്ചേർക്കപ്പെട്ടതാണ് പ്രണയം. ഇങ്ങനെ വികാരങ്ങളുടെ ഒരുനിരതന്നെ ഉൾപ്പെട്ടിരിക്കുന്നതുകൊണ്ട് 'ചിറകറ്റ കാമദേവന്മാരു'ടെയും 'ചിറകുള്ള കാമദേവന്മാരു'ടെയും, സ്വാഭാവികമായ ഉൾപ്രേരണകൾ തമ്മിലുള്ള പ്രത്യക്ഷ ബന്ധത്തെ

വേർതിരിച്ചറിയുകയെന്നത് പ്രയാസമേറിയ ഒന്നായി മാറിയിരിക്കുന്നു; ശാരീരികമായ ആകർഷണവും വൈകാരികമായ ഊഷ്മളതയും ഇവിടെ അലിഞ്ഞുചേർന്നിരിക്കുന്നു. ശാരീരികാകർഷണമെന്ന ഘടകമില്ലാത്ത പ്രണയ-സൗഹൃദത്തിന്റെ അസ്തിത്വം, ഒരാളുടെ പ്രവൃത്തിയോടൊ ഉദ്ദേശ്യത്തോടൊ ഉള്ള പ്രണയത്തിന്റെ അസ്തിത്വം, കൂട്ടായ്മയോടുള്ള പ്രണയത്തിന്റെ അസ്തിത്വം പ്രണയം എത്രത്തോളം 'ആത്മീയവല്ക്കരിക്ക'പ്പെടുകയും ജൈവശാസ്ത്രപരമായ അടിത്തറയിൽനിന്നും വേർപെടുത്തപ്പെടുകയും ചെയ്തിരിക്കുന്നുവെന്ന് സാക്ഷ്യപ്പെടുത്തുന്നു.

ആധുനിക സമൂഹത്തിൽ അടിക്കടി രൂക്ഷമായ വൈരുദ്ധ്യങ്ങൾ ഉയർന്നുവരുന്നു; വികാരത്തിന്റെ ഒട്ടനവധി പ്രകടരൂപങ്ങൾ തമ്മിൽ ഏറ്റുമുട്ടലുകൾ നടക്കുന്നു. ഒരാളുടെ പ്രവൃത്തിയിൽ കാണുന്ന ആഴത്തിലുള്ള ധൈഷണികവും വൈകാരികവുമായ സാന്നിദ്ധ്യം, ഏതെങ്കിലുമൊരു പുരുഷനോടോ സ്ത്രീയോടൊ ഉള്ള പ്രണയവുമായി പൊരുത്തപ്പെടുന്നതായിരിക്കണമെന്നില്ല; കൂട്ടായ്മയോടുള്ള പ്രണയം ഭർത്താവിനോടൊ ഭാര്യയോടൊ കുട്ടികളോടൊ ഉള്ള പ്രണയവുമായി ഏറ്റുമുട്ടുന്നു. ഒരാളുടെ പ്രണയ സൗഹൃദം മറ്റൊരാളിലുള്ള ആസക്തിയുമായി സഹവർത്തിക്കുകയെന്നത് പ്രയാസമാണ്. ഒരുവശത്ത്, പ്രണയം പ്രധാനമായും ധൈഷണികമായ പൊരുത്തത്തെ ആധാരമാക്കിയിരിക്കുന്നു; മറുവശത്ത്, അത് ശാരീരികമായ ചേർച്ചയെ അടിസ്ഥാനമാക്കിയിരിക്കുന്നു.

പ്രണയത്തിന് അനവധി മുഖങ്ങളും വശങ്ങളുമുണ്ട്. യുഗങ്ങളായി വികസിപ്പിക്കപ്പെട്ടതും, സമകാലികരായ സ്ത്രീപുരുഷന്മാർ അനുഭവിക്കുന്നതുമായ വികാരത്തിന്റെ നാനാനിറഭേദങ്ങളെ ഇത്തരത്തിലുള്ള പൊതുവായതും കൃത്യതയില്ലാത്തതുമായ ഒരു പദംകൊണ്ട് ഒതുക്കിനിർത്താനാവില്ല.

ബൂർഷ്വാ പ്രത്യയശാസ്ത്രത്തിന്റെയും മുതലാളിത്ത ജീവിതരീതിയുടെയും വാഴ്ചയ്ക്കുകീഴിൽ പ്രണയത്തിന്റെ സങ്കീർണ്ണത, അപരിഹാര്യവും സങ്കീർണ്ണവുമായ പ്രശ്നങ്ങളുടെ ഒരു പരമ്പരതന്നെ സൃഷ്ടിക്കുന്നു. പത്തൊമ്പതാം നൂറ്റാണ്ടിന്റെ അവസാനത്തോടുകൂടി പ്രണയത്തിന്റെ നാനാതലങ്ങൾ, മനഃശാസ്ത്രപരമായ അഭിരുചിയുള്ള എഴുത്തുകാരെ സംബന്ധിച്ചിടത്തോളം ഇഷ്ടവിഷയമായി മാറി. രണ്ടോ ചിലപ്പോൾ മൂന്നോ പേരോടുള്ള പ്രണയം ബൂർഷ്വാ സംസ്കാരത്തിന്റെ കൂടുതൽ ചിന്താശീലരായ പ്രതിനിധികളിൽ പലരുടെയും മനസ്സിളക്കുകയും അതിനോട് അഭിരുചിയുണ്ടാക്കുകയും ചെയ്തു. കഴിഞ്ഞ നൂറ്റാണ്ടിന്റെ അറുപതുകളിൽ (1860 കളിൽ) റഷ്യൻ ചിന്തകനും എഴുത്തുകാരനുമായ അലക്സാണ്ടർ ഹെർസൻ *Who is to be Blame?* (ആരെയാണ് കുറ്റപ്പെടുത്തേണ്ടത്?) എന്ന തന്റെ നോവലിൽ ആന്തരികലോകത്തിന്റെ സങ്കീർണ്ണതയെയും വികാരത്തിന്റെ ഇരട്ടമുഖത്തെയും തുറന്നുകാണിക്കാൻ ശ്രമിച്ചു; അതുപോലെതന്നെ ചെർണിഷേവ്സ്കിയും തന്റെ *What is to be Done?* (എന്താണ് ചെയ്യേണ്ടത്?) എന്ന നോവലിൽ ഇതേ പ്രശ്ന

ങ്ങൾ കൈകാര്യം ചെയ്തു. ഗൊയ്ഥെയെയും ബൈറണെയും പോലെയുള്ള പ്രതിഭാശാലികളായ കവികളും, ജോർജ് സാൻഡിനെപോലെ ലൈംഗികവിഭാഗങ്ങൾ തമ്മിലുള്ള ബന്ധങ്ങളുടെ മണ്ഡലത്തെക്കുറിച്ച് അഭിസംബോധന ചെയ്ത ധീരരായ ആദ്യപഥികരും തങ്ങളുടേതായ ജീവിതത്തിൽ ഈ വിഷയങ്ങളുമായി ഇടപെടാൻ ശ്രമിച്ചിട്ടുണ്ട്. *Who is to be Blame?* എന്ന കൃതിയുടെ കർത്താവിനും തന്റെ സ്വന്തം ജീവിതാനുഭവത്തിൽ നിന്നുതന്നെ ഈ പ്രശ്നങ്ങളെക്കുറിച്ച് അറിയാമായിരുന്നു. ഇതേപോലെതന്നെ ഈ കാര്യങ്ങളെക്കുറിച്ച് മനസ്സിലാക്കിയിരുന്ന മറ്റു നിരവധി മഹാചിന്തകരും കവികളും പൊതു വ്യക്തിത്വങ്ങളുമുണ്ടായിരുന്നു. ഈ സന്ദർഭത്തിൽ ഒട്ടേറെ 'ചെറിയ' മനുഷ്യരും പ്രണയവുമായി ബന്ധപ്പെട്ട പ്രയാസങ്ങൾമൂലം ക്ലേശമനുഭവിക്കുന്നുണ്ട്; അവരെല്ലാം ബൂർഷ്വാ ചട്ടക്കൂടിനുള്ളിൽ നിന്നുകൊണ്ട് അവയ്ക്ക് പരിഹാരം കാണാനുള്ള വ്യഥാശ്രമം നടത്തുന്നുമുണ്ട്. എന്നാൽ പ്രശ്നപരിഹാരത്തിനുള്ള താക്കോൽ തൊഴിലാളിവർഗ്ഗത്തിന്റെ കൈകളിലാണ്. പുതിയ, തൊഴിലെടുക്കുന്ന മനുഷ്യരുടെ പ്രത്യയശാസ്ത്രത്തിനും ജീവിതരീതിക്കും മാത്രമേ മാനസിക വികാരത്തിന്റേതായ ഈ സങ്കീർണ്ണ പ്രശ്നങ്ങൾക്ക് പരിഹാരം കാണാൻ കഴിയുകയുള്ളൂ.

ഇവിടെ നമ്മൾ ചർച്ച ചെയ്യുന്നത് പ്രണയത്തിന്റെ ദ്വന്ദ്വഭാവത്തെക്കുറിച്ചാണ്; 'ചിറകുള്ള കാമദേവന്മാരു'ടെ സങ്കീർണ്ണതകളെക്കുറിച്ചാണ്; ഇതിനെ ഒരു പുരുഷൻ അനേകം സ്ത്രീകൾക്കൊപ്പമോ ഒരു സ്ത്രീ അനേകം പുരുഷന്മാർക്കൊപ്പമോ പോകുന്ന, പ്രണയദേവതയെക്കൂടാതെയുള്ള ലൈംഗിക ബന്ധങ്ങളുമായി കൂട്ടിക്കുഴയ്ക്കാൻ പാടില്ല. വ്യക്തിഗതമായ വികാരങ്ങളുടെയൊന്നും അടിസ്ഥാനത്തിലല്ലാതെയുള്ള ബന്ധങ്ങൾ ദൗർഭാഗ്യകരവും വിനാശകരവുമായ അനന്തരഫലങ്ങൾ സൃഷ്ടിക്കും (പ്രായം അധികമാകും മുൻപേതന്നെ അവയവത്തിന്റെ ശേഷി ഇല്ലാതാകൽ, ഗുഹ്യരോഗങ്ങൾ തുടങ്ങിയവ); എന്നാൽ എത്രത്തോളം കെട്ടുപിണഞ്ഞതാണെങ്കിലും ഇത്തരം ബന്ധങ്ങൾ വൈകാരികമായ ഉണർവ്വൊന്നുമുണ്ടാക്കുന്നുമില്ല. പ്രണയത്തിന്റെ നാനാവിധ നിറഭേദങ്ങളും വൈകാരിക ഭാവങ്ങളും നിലനില്ക്കുന്നിടത്തുമാത്രമേ ഇത്തരം വൈകാരികമായ ഉണർവ്വും സംഘർഷങ്ങളും ഉണ്ടാകുന്നുള്ളൂ. തന്റെ ആശയങ്ങളുമായും പ്രതീക്ഷകളുമായും ആഗ്രഹാഭിലാഷങ്ങളുമായും തികച്ചും ഒത്തുനില്ക്കുന്ന പുരുഷനോടാണ് ഒരു സ്ത്രീക്ക് അടുപ്പം തോന്നുന്നത്, അവൾക്ക് മറ്റൊരാളിനോട് ശാരീരികമായ ആകർഷണമുണ്ടാകുന്നു. ഒരു സ്ത്രീയോട് പുരുഷന് അനുതാപവും സംരക്ഷണത്തിന്റേതായ ആർദ്രതയും തോന്നുന്നു; മറ്റൊരുവളിൽ അവൻ തന്റെ ധൈഷണികമായ ഉദ്യമങ്ങൾ സംബന്ധിച്ചുള്ള ധാരണയും പിന്തുണയും കണ്ടെത്തുന്നു. ഈ രണ്ടുപേരിൽ ആർക്കായിരിക്കും അവൻ തന്റെ പ്രണയം നല്കേണ്ടത്? ഈ രണ്ടുതരത്തിലുംപെട്ട ആത്മബന്ധം സ്വായത്തമാക്കുമ്പോൾ മാത്രമേ ജീവിതത്തിന്റെ സമ്പൂർണ്ണത അനുഭവിക്കാനാകൂ എങ്കിൽ, എന്തുകൊ

ണ്ടായിരിക്കും അവൻ തകർന്നുപോകുന്നതും അവന്റെ ആന്തരികശേഷി ദുർബ്ബലമാകുന്നതും?

ബൂർഷ്വാ വ്യവസ്ഥിതിയിൽ ആന്തരികമായ വൈകാരിക ലോകത്തിന്റെ ഇത്തരമൊരു വിഭജനം അനിവാര്യമായ കഷ്ടപ്പാടുകൾ അടങ്ങുന്നതാണ്. സ്വത്ത് എന്ന സ്ഥാപനത്തെ ആധാരമാക്കിയുള്ള മാനവ സംസ്കാരം ആയിരക്കണക്കിനു വർഷങ്ങളായി പ്രണയം സ്വത്തിന്റേതായ തത്ത്വങ്ങളുമായും ബന്ധപ്പെട്ടതാണെന്ന് ആളുകളെ പഠിപ്പിച്ചുകൊണ്ടിരിക്കുകയാണ്. ബൂർഷ്വാ പ്രത്യയശാസ്ത്രം ശഠിക്കുന്നത് പ്രണയം, അതായത്, പരസ്പര പ്രണയം തന്റെ പ്രേമഭാജനത്തെ കേവലമായും അവിഭാജ്യമായും കൈവശപ്പെടുത്താനുള്ള 'അവകാശം നല്കുന്നുവെന്നാണ്. ഇണകൾ തമ്മിലുള്ള വിവാഹത്തിന്റെയും, ഭാര്യയും ഭർത്താവും തമ്മിൽ സർവ്വരാലും അംഗീകരിക്കപ്പെട്ടിട്ടുള്ള പ്രണയ'മെന്ന ആശയത്തിന്റെയും സ്ഥാപിത രൂപത്തിന്റെ സ്വാഭാവികമായ അനന്തരഫലമായിരുന്നു ഇത്തരത്തിലുള്ള തനിക്കു മാത്രമുള്ളതാക്കൽ. എന്നാൽ അത്തരമൊരു ആദർശം തൊഴിലാളിവർഗ്ഗത്തിന്റെ താല്പര്യങ്ങളുമായി പൊരുത്തപ്പെടുന്നതാണോ? നിശ്ചയമായും ജനങ്ങളുടെ വികാരങ്ങൾ വിപുലവും സമ്പന്നവുമായ നിരയിലേക്ക് വികസിക്കണമെന്നതാണ് തൊഴിലാളിവർഗ്ഗത്തിന്റെ കാഴ്ചപ്പാടനുസരിച്ച് പ്രധാനമായും അഭിലഷണീയമാകുന്നത്. അതിനുപുറമെ, തീർച്ചയായും മനുഷ്യമനസ്സിന്റെ സങ്കീർണ്ണതയും വൈകാരികാനുഭവത്തിന്റെ നാനാവശങ്ങളും ജനങ്ങൾ തമ്മിലുള്ള വൈകാരികവും ധൈഷണികവുമായ കെട്ടുപാടുകളുടെ വളർച്ചയെ സഹായിക്കും; ഇത് കൂട്ടായ്മയെ കൂടുതൽ കരുത്തുറ്റതാക്കുന്നു. ജനങ്ങളെ ഒരുമിപ്പിക്കുന്ന ഈ ആന്തരികധാരകൾ എത്രത്തോളം അധികമാകുന്നുവോ, സൗഹാർദ്ദത്തിന്റേതായ അവബോധം അത്രത്തോളം ഉറപ്പുള്ളതാകുകയും, സഖിത്വവും ഐക്യവും സംബന്ധിച്ച തൊഴിലാളിവർഗ്ഗ ആദർശത്തിന്റെ സാക്ഷാൽക്കരണം അത്രത്തോളം ലളിതമാകുകയും ചെയ്യുന്നു.

തൊഴിലാളിവർഗ്ഗ പ്രത്യയശാസ്ത്രത്തിന് ഒറ്റതിരിഞ്ഞുനില്ക്കലിനെയും 'സർവ്വരാലും അംഗീകരിക്കപ്പെടുന്ന പ്രണയ'ത്തെയും സ്വീകരിക്കാനാവില്ല. ബൂർഷ്വാ കപടനാട്യക്കാരുടെ രീതിയിൽ 'ചിറകുള്ള കാമദേവന്മാരു'ടെ അനേകം രൂപത്തിലും ഭാവത്തിലുമുള്ള ഭയവും ധാർമ്മികരോഷവും കൊണ്ടല്ല തൊഴിലാളിവർഗ്ഗം അതിനെ നികത്തുന്നത്. നേരെമറിച്ച്, സങ്കീർണ്ണമായ സാമൂഹിക ചുറ്റുപാടുകളുടെ ഫലമായുണ്ടാകുന്നതെന്ന് തൊഴിലാളിവർഗ്ഗം കാണുന്ന ഈ വികാരവിക്ഷോഭങ്ങളെ കമ്യൂണിസ്റ്റ് സമൂഹത്തിനായുള്ള പോരാട്ടത്തിന്റെയും കമ്യൂണിസ്റ്റ് സമൂഹനിർമ്മിതിയുടെയും കാലത്ത് തൊഴിലാളിവർഗ്ഗത്തിന് പ്രയോജനപ്രദമാകുന്ന വഴികളിലേക്ക് തിരിച്ചുവിടാനാണ് അത് ശ്രമിക്കുന്നത്.

പ്രണയത്തിന്റെ സങ്കീർണ്ണത തൊഴിലാളിവർഗ്ഗത്തിന്റെ താല്പര്യങ്ങളോട് എതിരിട്ടല്ല നില്ക്കുന്നത്. നേരെമറിച്ച് ഇതിനകംതന്നെ വിക

സിച്ചുകൊണ്ടിരിക്കുന്ന പ്രണയസഖിത്വമെന്ന ആശയത്തിന്റെ വിജയത്തിന് അത് വഴിയൊരുക്കുന്നു.

ഗോത്രകാലഘട്ടത്തിൽ പ്രണയത്തെ കുടുംബബന്ധത്തിനുള്ളിലെ സ്നേഹമായാണ് കണ്ടിരുന്നത് (സഹോദരന്മാരും സഹോദരികളും തമ്മിലുള്ള സ്നേഹം, രക്ഷിതാക്കളോടുള്ള സ്നേഹം). ക്രിസ്ത്യൻ കാലഘട്ടത്തിനു മുൻപുള്ള പുരാതന സംസ്കാരം പ്രണയ-സൗഹൃദത്തെ മറ്റെല്ലാത്തിനുമുപരിയായി പ്രതിഷ്ഠിച്ചു. ഫ്യൂഡൽ ലോകം വിവാഹത്തിനു പുറത്ത് സ്ത്രീപുരുഷന്മാർ തമ്മിലുള്ള വിശുദ്ധ പ്രണയമായി അതിനെ ആദർശവല്ക്കരിച്ചു. ബൂർഷ്വാസിയാകട്ടെ, ഏകപത്നി/ഏകപതി സമ്പ്രദായപ്രകാരമുള്ള വൈവാഹിക പ്രണയത്തെ തങ്ങളുടെ ആദർശമായി പ്രതിഷ്ഠിച്ചു.

തൊഴിലാളിവർഗ്ഗത്തിലെ സ്ത്രീപുരുഷന്മാരെ ഒന്നിച്ചുചേർത്തു നിർത്തുന്ന തൊഴിലാളികൾ തമ്മിലുള്ള സഹകരണത്തിൽനിന്നും ആന്തരിക സൗഹാർദ്ദത്തിൽനിന്നുമാണ് തൊഴിലാളിവർഗ്ഗം പ്രണയത്തെക്കുറിച്ചുള്ള തങ്ങളുടെ ആശയം ഉരുത്തിരിച്ചെടുത്തത്; ഈ ആശയത്തിന്റെ രൂപവും ഭാവവും സ്വാഭാവികമായും മറ്റു സാംസ്കാരിക കാലഘട്ടങ്ങളിൽ നിലനിന്നിരുന്ന പ്രണയത്തെ സംബന്ധിച്ച സങ്കല്പനത്തിൽനിന്നും വ്യത്യസ്തമാണ്. പ്രണയസഖിത്വത്തിനുവേണ്ടി വാദിക്കുന്നു എന്നതുകൊണ്ട് തൊഴിലാളിവർഗ്ഗ സർവ്വാധിപത്യത്തിനുവേണ്ടിയുള്ള പോരാട്ടത്തിന്റെ സമരോത്സുകമായ അന്തരീക്ഷത്തിൽ തൊഴിലാളിവർഗ്ഗം കർക്കശമായൊരു പ്രത്യയശാസ്ത്രം സ്വീകരിക്കുന്നുവെന്നോ, ലിംഗഭേദങ്ങൾ തമ്മിലുള്ള ബന്ധങ്ങളിൽനിന്നും മൃദുലവികാരങ്ങളുടെ അടയാളങ്ങളെ നിഷ്കരുണം തുടച്ചുനീക്കാൻ ശ്രമിക്കുന്നുവെന്നോ അർത്ഥമില്ല. എന്നാൽ തൊഴിലാളിവർഗ്ഗത്തിന്റെ പ്രത്യയശാസ്ത്രം 'ചിറകുള്ള കാമദേവന്മാരെ' നശിപ്പിക്കാനല്ല ശ്രമിക്കുന്നത്, മറിച്ച് മനഃശാസ്ത്രപരവും സാമൂഹികവുമായ ശക്തിയെന്ന നിലയിൽ പ്രണയത്തിന്റെ മൂല്യത്തെ അംഗീകരിക്കുന്നതിനുള്ള വഴിയൊരുക്കുകയാണ്.

ബൂർഷ്വാ സംസ്കാരത്തിന്റെ കപട സദാചാരം കാമദേവന്റെ സ്വാതന്ത്ര്യത്തെ കർക്കശമായി നിയന്ത്രിച്ചു. 'നിയമപരമായി വിവാഹിതരായ ദമ്പതികളെ' മാത്രമേ കാമദേവന് സന്ദർശിക്കാൻ പറ്റുമായിരുന്നുള്ളൂ. വിവാഹത്തിനുപുറത്ത് 'ചിറകില്ലാത്ത കാമദേവനു' മാത്രമേ ഇടമുണ്ടായിരുന്നുള്ളൂ; അതായത് വിലയ്ക്കു വാങ്ങാവുന്നതോ (വേശ്യാവൃത്തിയുടെ കാര്യത്തിലെന്നപോലെ) മോഷ്ടിക്കാവുന്നതോ ആയ നൈമിഷികവും സന്തോഷരഹിതവുമായ ലൈംഗികബന്ധങ്ങൾ മാത്രമേ അനുവദിക്കപ്പെടുന്നുള്ളൂ.

നേരെമറിച്ച്, തൊഴിലാളിവർഗ്ഗത്തിന്റെ ധാർമ്മികത, ഇതിനകം രൂപം കൊണ്ടിടത്തോളം അത് നിശ്ചയമായും ലൈംഗിക ബന്ധങ്ങളുടെ ബാഹ്യരൂപങ്ങളെ തിരസ്കരിക്കുന്നു. പ്രണയം നീണ്ടുനില്ക്കുന്നതും ഔദ്യോഗികവുമായ കൂടിച്ചേരലിന്റെ രൂപം കൈക്കൊണ്ടാലും, അതല്ല

ഒരു താല്ക്കാലിക ബന്ധത്തിൽ ഒതുങ്ങുന്നതായാലും തൊഴിലാളിവർഗ്ഗത്തിന്റെ സാമൂഹിക ലക്ഷ്യങ്ങളെ അത് അല്പംപോലും ബാധിക്കുന്നില്ല. തൊഴിലാളിവർഗ്ഗത്തിന്റെ പ്രത്യയശാസ്ത്രം പ്രണയത്തിന് ഒരുവിധത്തിലുമുള്ള ഔപചാരികമായ പരിധിയും നിശ്ചയിച്ചിട്ടില്ല. എന്നാൽ അതേ സമയം തൊഴിലാളിവർഗ്ഗത്തിന്റെ പ്രത്യയശാസ്ത്രം ഇതിനകംതന്നെ പ്രണയത്തിന്റെ ഉള്ളടക്കത്തോടും വൈകാരികാനുഭവത്തിന്റെ നിറഭേദങ്ങളോടും മറ്റുള്ളവരുടെ വികാരങ്ങളെക്കൂടി മാനിക്കുന്നൊരു സമീപനം സ്വീകരിക്കാൻ തുടങ്ങിയിട്ടുണ്ട്. ഈ അർത്ഥത്തിൽ, തൊഴിലാളിവർഗ്ഗ പ്രത്യയശാസ്ത്രം 'ചിറകില്ലാത്ത കാമദേവനെ' ബൂർഷ്വാ സദാചാരത്തെക്കാൾ കൂടുതൽ കർക്കശമായും ഗൗരവതരമായും നിയന്ത്രിക്കും. 'ചിറകില്ലാത്ത കാമദേവൻ' തൊഴിലാളിവർഗ്ഗത്തിന്റെ താല്പര്യങ്ങൾക്കെതിരാണ്. ഒന്നാമത്തെ കാര്യം അതിൽ അനിവാര്യമായും അമിത ലൈംഗികത ഉൾപ്പെടുന്നുവെന്നതാണ്; അതുകൊണ്ടുതന്നെ അത് ശാരീരികമായ തളർച്ചയ്ക്കിടയാക്കുന്നു; തന്മൂലം സമൂഹത്തിന് ലഭ്യമായിട്ടുള്ള അദ്ധ്വാനോർജ്ജം കുറയുന്നു. രണ്ടാമത്തെ കാര്യം അത് ആത്മാവിന്റെ വീര്യം കെടുത്തുന്നു എന്നതാണ്; അത് ആന്തരികമായ സ്നേഹബന്ധവും നിയതമായ വികാരങ്ങളും വികസിക്കുന്നതും ശക്തിപ്പെടുന്നതും തടയുന്നു. ഇനി മൂന്നാമത്തെ കാര്യം, അത് സ്ത്രീപുരുഷബന്ധങ്ങളിൽ തുല്യാവകാശങ്ങളെ പൊതുവെ നിഷേധിക്കുന്നു; സ്ത്രീകൾ പുരുഷന്മാരെ ആശ്രയിച്ചുകഴിയാൻ നിർബ്ബന്ധിതമാക്കുന്നു; പുരുഷന്റെ ആത്മസംതൃപ്തിയെയും നിർവ്വികാരതയെയും മാത്രമേ കണക്കിലെടുക്കുന്നുള്ളൂ; ഇത് സഖാക്കൾ തമ്മിലുള്ള വൈകാരികബന്ധങ്ങൾ വികസിക്കുന്നതിനെ നിസ്സംശയമായും തടസ്സപ്പെടുത്തുന്നു. 'ചിറകുള്ള കാമദേവന്മാർ' തികച്ചും വ്യത്യസ്തരാണ്.

തീർച്ചയായും 'ചിറകുള്ള കാമദേവന്റെയും' അടിസ്ഥാനം ലൈംഗികാകർഷണമാണ്; എന്നാൽ പ്രണയം അനുഭവിക്കുന്ന വ്യക്തി പുതിയ സംസ്കാരം- അതായത് മറ്റുള്ളവരെ സഹായിക്കുവാനുള്ള അഭിനിവേശവും പ്രതികരണശേഷിയും സംവേദനക്ഷമതയും-കെട്ടിപ്പടുക്കുന്നവർക്ക് അവശ്യംവേണ്ട ആന്തരിക ഗുണങ്ങൾ കൈവരിക്കുന്നു. ബൂർഷ്വാ പ്രത്യയശാസ്ത്രം ആവശ്യപ്പെടുന്നത്, ഒരു വ്യക്തി ഇത്തരം ഗുണങ്ങളെല്ലാം തന്റെ പങ്കാളിയുമായുള്ള ബന്ധത്തിൽ മാത്രമേ പ്രകടിപ്പിക്കാൻ പാടുള്ളൂ എന്നാണ്. സ്ത്രീപുരുഷന്മാർ ഈ ഗുണങ്ങൾ വികസിപ്പിക്കേണ്ടത് തങ്ങൾ തെരഞ്ഞെടുക്കുന്ന ഒരാളുമായുള്ള ബന്ധത്തിൽ മാത്രമായിരിക്കരുതെന്നും മറിച്ച് കൂട്ടായ്മയിലെ എല്ലാ അംഗങ്ങളുമായുമുള്ള ബന്ധത്തിലും ഈ ഗുണങ്ങൾ വികസിപ്പിക്കേണ്ടതുണ്ട് എന്നുമാണ് തൊഴിലാളിവർഗ്ഗ പ്രത്യയശാസ്ത്രം വ്യക്തമാക്കുന്നത്. 'ചിറകുള്ള കാമദേവനിൽ' മുന്തിനില്ക്കുന്ന വികാരത്തിന്റെ നിറഭേദങ്ങളും സൂക്ഷ്മവ്യത്യാസങ്ങളും എന്തെന്നതിനെക്കുറിച്ച് തൊഴിലാളിവർഗ്ഗം ആശങ്കപ്പെടുന്നില്ല. ഈ വികാരങ്ങൾ സഖിത്വം വികസിക്കുന്നതിനും ശക്തിപ്പെടുന്ന

തിനും അവസരമൊരുക്കുന്നു എന്നതാണ് ഒരേയൊരു വ്യവസ്ഥ.

ബൂർഷ്വാ സംസ്കാരത്തിന്റെ സർവ്വരാലും അംഗീകൃതവും അന്യപ്രവേശനമില്ലാത്തതുമായ വൈവാഹിക പ്രണയത്തെ നീക്കംചെയ്യുന്നതിന് തൊഴിലാളിവർഗ്ഗം മുന്നോട്ടുവെയ്ക്കുന്ന പ്രണയസഖിത്വമെന്ന ആശയം, മറ്റ് വ്യക്തിത്വങ്ങളുടെ അവകാശങ്ങളെയും ആത്മാർത്ഥതയെയും അംഗീകരിക്കുന്നതും, സുദൃഢമായ പരസ്പര പിന്തുണയും സംവേദനക്ഷമമായ സഹാനുഭൂതിയും മറ്റുള്ളവരുടെ ആവശ്യങ്ങളോട് ഉത്തരവാദിത്വബോധവും പ്രകടിപ്പിക്കുന്നതുമെല്ലാം അടങ്ങുന്നതാണ്.

പ്രണയസഖിത്വമെന്ന ആശയം തൊഴിലാളിവർഗ്ഗ സർവ്വാധിപത്യത്തിനും അതിനെ ദൃഢപ്പെടുത്തുന്നതിനുമുള്ള പോരാട്ടത്തിന്റെ പ്രധാനവും ദുഷ്കരവുമായ കാലഘട്ടത്തിൽ തൊഴിലാളിവർഗ്ഗത്തിന് അനുപേക്ഷണീയമായ ഒന്നാണ്. എന്നാൽ കമ്യൂണിസ്റ്റ് സമൂഹം സാക്ഷാൽക്കരിക്കപ്പെടുന്നതോടെ പ്രണയം പരിവർത്തിതവും അഭൂതപൂർവ്വവുമായ രൂപം കൈവരിക്കുമെന്നതിൽ സംശയമില്ല. ആ കാലമെത്തുമ്പോൾ പുതിയ സമൂഹത്തിലെ അംഗങ്ങളെല്ലാം തമ്മിൽ അനുകമ്പാപൂർണ്ണമായ ബന്ധങ്ങൾ വളരുകയും ശക്തിപ്പെടുകയും ചെയ്യും. പ്രണയസാദ്ധ്യത വർദ്ധിക്കും; ബൂർഷ്വാ വ്യവസ്ഥിതിയിൽ മത്സരവും ആത്മപ്രണയവുമായിരുന്നു ഉത്തോലകമെങ്കിൽ ഇവിടെ പ്രണയ സൗഹാർദ്ദം ഉത്തോലകമായി മാറും. കൂട്ടായ്മയുടേതായ മാനസികഭാവത്തിന് അപ്പോൾ വ്യക്തിഗത സ്വയംപര്യാപ്തതയെ പരാജയപ്പെടുത്താനാകും. ബൂർഷ്വാ സംസ്കാരത്തിലെ ജനങ്ങൾ പ്രണയത്തിലൂടെയും വിവാഹത്തിലൂടെയും രക്ഷപ്പെടാൻ ശ്രമിച്ചിരുന്ന 'ആന്തരിക ഏകാന്തതയുടെ ശൈത്യം' അപ്രത്യക്ഷമാകും.

സ്ത്രീപുരുഷന്മാരെ വൈകാരികവും ധൈഷണികവുമായി അടുപ്പിക്കുന്ന ഒട്ടേറെ തന്തുക്കൾ വികസിപ്പിക്കുകയും, സ്വകാര്യ മണ്ഡലത്തിൽനിന്നും പൊതുമണ്ഡലത്തിലേക്ക് വികാരങ്ങൾ ഉയർന്നുവരുകയും ചെയ്യും. ലിംഗഭേദങ്ങൾ തമ്മിലുള്ള അസമത്വവും സ്ത്രീകൾക്ക് പുരുഷന്മാരെ ആശ്രയിക്കേണ്ടിവരുന്ന സംവിധാനവും യാതൊരടയാളവുമില്ലാതെ അപ്രത്യക്ഷമാകും; ഭൂതകാലത്തിന്റെ നിറംമങ്ങിയ ഓർമ്മമാത്രമായി അവ മാറും.

ആഹ്ലാദകരമായ ഐക്യത്തിന്റെയും സഖിത്വത്തിന്റെയും പശ്ചാത്തലത്തിനെതിരായി വ്യക്തികൾ തമ്മിലുള്ള ബന്ധങ്ങൾ വികസിക്കുന്ന, പുതിയതും കൂട്ടായ്മയോടുകൂടിയതുമായ സമൂഹത്തിൽ കാമദേവൻ മാന്യമായ ഇടം നേടിയെടുക്കും; മനുഷ്യന്റെ സന്തോഷം പലമടങ്ങ് വർദ്ധിക്കുന്ന വൈകാരികാനുഭവം എന്ന നിലയിലാണത്. പരിവർത്തിതമായ ഈ കാമദേവന്റെ സ്വഭാവമെന്തായിരിക്കും? ഈ ചോദ്യത്തിനുത്തരം നല്കാൻ വ്യക്തവും ശക്തവുമായ ഭ്രമാത്മകതയ്ക്കുപോലും കഴിയില്ല. പക്ഷേ, ഒരു കാര്യം വ്യക്തമാണ്. പുതിയ മാനവികതയുടെ ധൈഷണികവും വൈകാരികവുമായ കെട്ടുപാടുകൾ എത്രത്തോളം ശക്ത

മാകുന്നുവോ, അത്രത്തോളം ഇപ്പോഴത്തെ അർത്ഥത്തിലുള്ള പ്രണയത്തിനുള്ള ഇടം കുറയും. ആധുനിക പ്രണയം സദാ കലുഷിതമാകുന്നു; കാരണം അത് 'പ്രണയിക്കുന്ന ഹൃദയ'ങ്ങളുടെ വിചാര-വികാരങ്ങൾ ഏറ്റെടുക്കുന്നു; പ്രണയജോടികളെ അത് കൂട്ടായ്മയിൽനിന്നും അകറ്റുന്നു. ഭാവി സമൂഹത്തിൽ അത്തരത്തിലുള്ളൊരു ഒറ്റപ്പെടൽ വ്യർത്ഥമായി മാറുമെന്നു മാത്രമല്ല, മനഃശാസ്ത്രപരമായി സങ്കല്പാതീതവുമാകും. പുതിയ ലോകത്തിൽ ലൈംഗിക ബന്ധങ്ങളെക്കുറിച്ചുള്ള അംഗീകൃത മാനദണ്ഡം മിക്കവാറും സ്വതന്ത്രവും ആരോഗ്യകരവും സ്വാഭാവികവുമായ (കൃത്രിമത്വവും ആധിക്യവും ഇല്ലാതെയുള്ള) ആകർഷണത്തെയും 'പരിവർത്തിത കാമദേവനെ'യും ആധാരമാക്കിയിരിക്കും.

പക്ഷേ, ഈ സമയത്ത് നാം നില്ക്കുന്നത് രണ്ട് സംസ്കാരങ്ങൾക്കു നടുവിലാണ്. വഴിത്തിരിവിന്റേതായ ഈ ഘട്ടത്തിൽ, പ്രത്യയശാസ്ത്രം ഉൾപ്പെടെയുള്ള സമസ്ത മുന്നണികളിലും രണ്ടു ലോകങ്ങളുടെയും വക്താക്കൾ തമ്മിൽ പോരാട്ടത്തിലായിരിക്കുമ്പോൾ സാദ്ധ്യമായത്രയും വേഗത്തിൽ അനുഭാവപൂർണ്ണമായ വികാരങ്ങൾ ആർജ്ജിക്കാൻ വേണ്ടതെല്ലാം ചെയ്യുക എന്നതാണ് തൊഴിലാളിവർഗ്ഗത്തിന്റെ താല്പര്യം. ഈ ഘട്ടത്തിൽ അനലങ്കൃതമായ ലൈംഗിക സഹജവാസനയല്ല, മറിച്ച് പ്രണയസഖിത്വത്തിന്റെ ബഹുമുഖമായ പ്രണയാനുഭവമാണ് ബന്ധങ്ങളെ നിർവ്വചിക്കുന്ന ധാർമ്മികാദർശം. പുതിയ തൊഴിലാളിവർഗ്ഗ ധാർമ്മികത രൂപപ്പെടുത്തിയിട്ടുള്ള ആവശ്യങ്ങൾക്ക് ഉത്തരം നല്കുന്നതിന് ഈ അനുഭവങ്ങൾ മൂന്ന് അടിസ്ഥാനതത്ത്വങ്ങളോട് പൊരുത്തപ്പെടേണ്ടതുണ്ട്:

1. ബന്ധങ്ങളിലെ തുല്യത (പുരുഷാധിപത്യമനോഭാവവും ആണത്തത്തിന്റെ അഹന്തയും സ്ത്രീവ്യക്തിത്വങ്ങളെ അടിമസമാനമാംവിധം അടിച്ചമർത്തുന്നതും അവസാനിക്കണം)

2. മറ്റൊരാളിന്റെ അവകാശങ്ങളെ അംഗീകരിക്കൽ (പരസ്പര അംഗീകാരം); ഒരാൾ മറ്റൊരാളിന്റെ ഹൃദയവും ആത്മാവും സ്വന്തമാക്കുന്നില്ലെന്ന വസ്തുത പരസ്പരം അംഗീകരിക്കണം (ബൂർഷ്വാ സംസ്കാരം പ്രോത്സാഹിപ്പിച്ചിട്ടുള്ള സ്വത്തു സംബന്ധിച്ച ധാരണ)

3. സഖിത്വപരമായ അവബോധം; പ്രണയിക്കുന്ന വ്യക്തിയുടെ ആന്തരിക വ്യാപാരങ്ങളെ കേൾക്കുവാനും മനസ്സിലാക്കുവാനുമുള്ള ശേഷി (ബൂർഷ്വാസംസ്കാരം ഇത് സ്ത്രീയിൽ നിന്നുമാത്രമേ ആവശ്യപ്പെടുന്നുള്ളൂ).

അതേ സമയംതന്നെ, 'ചിറകുള്ള കാമദേവന്റെ' അവകാശങ്ങൾ പ്രഖ്യാപിക്കുന്നതിൽ തൊഴിലാളിവർഗ്ഗത്തിന്റെ ആശയം കൂട്ടായ്മയോടുള്ള പ്രണയ കർത്തവ്യമെന്ന കൂടുതൽ കരുത്തുറ്റ വികാരത്തിലേക്ക് ആ പ്രണയത്തെ താഴ്ത്തിക്കെട്ടുന്നു. കൂട്ടായ്മയിലെ രണ്ടംഗങ്ങൾ തമ്മിലുള്ള പ്രണയം എത്രമാത്രം മഹത്തരമാണെങ്കിലും, രണ്ട് വ്യക്തികളെയും കൂട്ടായ്മയോട് ബന്ധിപ്പിക്കുന്ന കെട്ടുപാടുകൾക്ക് എപ്പോഴും മുൻഗണന ഉണ്ടായിരിക്കുകയും അത് ദൃഢവും കൂടുതൽ സങ്കീർണ്ണവും

ജൈവികവുമായിരിക്കുകയും ചെയ്യും. ബൂർഷ്വാ ധാർമ്മികത പ്രണയിക്കുന്നവർക്കായി എല്ലാം മാറ്റി വെയ്ക്കുന്നു. തൊഴിലാളിവർഗ്ഗ ധാർമ്മികത കൂട്ടായ്മയ്ക്കായി എല്ലാം മാറ്റിവെയ്ക്കുന്നു.

എന്നാൽ എന്റെ പ്രിയ യുവ സുഹൃത്തെ, പ്രണയസഖിത്വം തൊഴിലാളിവർഗ്ഗത്തിന്റെ ആദർശമായി മാറുന്നത് ശരിയാണെന്നിരിക്കിലും, വികാരങ്ങളുടെ ഈ പുതിയ ധാർമ്മിക മാനദണ്ഡം ലൈംഗിക ബന്ധങ്ങൾക്കുമേൽ പുതിയ പ്രതിബന്ധങ്ങളുണ്ടാക്കില്ലേ എന്ന് നിങ്ങൾ ആശങ്കപ്പെടുന്നതെനിക്ക് കേൾക്കാം. ബൂർഷ്വാ സദാചാരത്തിന്റെ ചങ്ങലക്കെട്ടുകളിൽനിന്നും നമ്മൾ പ്രണയത്തെ മോചിപ്പിക്കുന്നത് വീണ്ടും അതിന്റെ സ്വാതന്ത്ര്യമില്ലാതാക്കാൻ വേണ്ടിയാണോ?

അതെ, പ്രിയപ്പെട്ട യുവസുഹൃത്തെ, നിങ്ങൾ പറഞ്ഞത് ശരിയാണ്. പ്രണയം - വിവാഹം എന്നതു സംബന്ധിച്ച ബന്ധങ്ങളുടെ മണ്ഡലത്തിൽ ബൂർഷ്വാ 'സദാചാര'ത്തെ തൊഴിലാളിവർഗ്ഗ പ്രത്യയശാസ്ത്രം തിരസ്കരിക്കുന്നു. എന്നിരുന്നാലും തൊഴിലാളിവർഗ്ഗം അതിന്റേതായ വർഗ്ഗ ധാർമ്മികതയും പെരുമാറ്റച്ചട്ടവും അനിവാര്യമായും വികസിപ്പിക്കുന്നു. അവ തൊഴിലാളിവർഗ്ഗത്തിന്റെ കടമകളോട് കൂടുതൽ യോജിക്കുന്നതും, നിശ്ചിത ദിശയിൽ വികാരങ്ങളെ പരിശീലിപ്പിക്കുന്നതും ആയിരിക്കും. ഈ ദിശയിൽ നോക്കുമ്പോൾ വികാരങ്ങളെ വീണ്ടും ചങ്ങലയ്ക്കിടുകയാണെന്ന് പറയപ്പെടാം. നിസ്സംശയമായും തൊഴിലാളിവർഗ്ഗം ബൂർഷ്വാ സംസ്കാരത്തിന്റെ ചിറകരിയുകതന്നെ ചെയ്യും. എന്നാൽ പുതിയ വർഗ്ഗം അഭൂതപൂർവ്വമായ സൗന്ദര്യവും ശക്തിയും ഓജസ്സും തേജസ്സുമുള്ള വികാരത്തിന്റെ നൂതനഭാവങ്ങൾ വികസിപ്പിക്കാൻ ശേഷിയുള്ളതാണ് എന്നതുകൊണ്ടുതന്നെ ഈ പ്രക്രിയയിൽ ഖേദിക്കുന്നത് ദീർഘവീക്ഷണമില്ലായ്മയാണ്. മാനവരാശിയുടെ സാംസ്കാരികവും സാമ്പത്തികവുമായ അടിത്തറ മാറുന്നതോടെ പ്രണയവും പരിവർത്തിതമാകും.

അന്ധവും സർവ്വരാലും അംഗീകൃതവും നിയതവുമായ വൈകാരികാവസ്ഥകൾ ദുർബ്ബലപ്പെടും; സ്വത്ത് സംബന്ധിച്ച ബോധവും പങ്കാളിയെ 'എന്നെന്നേക്കുമായി ഒരാളിൽ തളച്ചിടാനുള്ള തൻപ്രമാണിത്തപരമായ താല്പര്യവും പുരുഷന്റെ ആത്മസംതൃപ്തിയും സ്ത്രീയുടെ പരിത്യാഗവുമെല്ലാം അപ്രത്യക്ഷമാകും. അതേസമയം തന്നെ പ്രണയത്തിന്റെ മൂല്യവത്തായ ഭാവങ്ങളും ഘടകങ്ങളും വികസിക്കും. മറ്റ് വ്യക്തികളുടെ അവകാശങ്ങളോടുള്ള ആദരവ് വർദ്ധിക്കും; പരസ്പര സംവേദനക്ഷമത ശീലിക്കും; സ്ത്രീപുരുഷന്മാർ തങ്ങളുടെ പ്രണയം പ്രകടിപ്പിക്കുവാൻ ശ്രമിക്കുന്നത് ചുംബനങ്ങളിലൂടെയും ആലിംഗനങ്ങളിലൂടെയും മാത്രമായിരിക്കില്ല, മറിച്ച് അവർ കൂട്ടായ സർഗ്ഗാത്മകതയിലേക്കും കൂട്ടായ പ്രവർത്തനപരതയിലേക്കും കൂടി തിരിയുന്നു.

തൊഴിലാളിവർഗ്ഗ പ്രത്യയശാസ്ത്രത്തിന്റെ കടമ സാമൂഹിക ജീവിതത്തിൽനിന്നും കാമദേവനെ തട്ടിനീക്കലല്ല, മറിച്ച് പുതിയ സാമൂഹിക

രൂപീകരണത്തിനനുസരിച്ച് അവനെ പുനരായുധീകരിക്കലാണ്; ഒപ്പം സഖിത്വപരമായ പരസ്പരസ്നേഹമെന്ന മനശ്ശാസ്ത്രപരമായ മഹത്തായ നൂതന ശക്തിയുടെ പ്രസരിപ്പിലുള്ള ലൈംഗിക ബന്ധങ്ങൾ ശീലിപ്പിക്കുകയുമാണ്.

പ്രണയം സംബന്ധിച്ച വിഷയത്തിൽ യുവതൊഴിലാളികൾക്കിടയിലുണ്ടായിട്ടുള്ള താല്പര്യം 'അധഃപതന'ത്തിന്റെ ലക്ഷണമല്ല എന്ന് നിങ്ങൾക്കിപ്പോൾ വ്യക്തമായിട്ടുണ്ടാകുമെന്ന് ഞാൻ പ്രതീക്ഷിക്കുന്നു. യുവ തൊഴിലാളികൾ തമ്മിലുള്ള ബന്ധങ്ങളിൽ പ്രണയത്തിനുള്ള സ്ഥാനമെന്തെന്ന് ഇപ്പോൾ നിങ്ങൾക്ക് മനസ്സിലാക്കാൻ സാധിക്കുമെന്ന് ഞാൻ കരുതുന്നു.

എന്റെ ജീവിത ലക്ഷ്യങ്ങളും അതിന്റെ പ്രാധാന്യവും (1926)

(കൊല്ലന്തായി ഈ കൃതി രചിച്ചത് 1926 ലാണ്; സാൽവദോർ അറ്റാൻഷ്യോ പരിഭാഷപ്പെടുത്തിയ ഇംഗ്ലീഷ് പതിപ്പ് പ്രസിദ്ധീകരിച്ചത് 1971 ലും; അവരുടെ സമ്പൂർണ്ണ ആത്മകഥയുടെ ആദ്യ ഭാഗമാണ് ഈ കൃതി)

ആത്മകഥ എഴുതുന്നതിനേക്കാൾ പ്രയാസപൂർണ്ണമായ മറ്റൊരു കാര്യവുമില്ല. എന്തിനാണതിൽ ഊന്നൽ നല്കേണ്ടത്? പൊതു താല്പര്യമുള്ള കാര്യങ്ങളിൽ മാത്രമാണോ? സർവ്വോപരി എഴുതുന്നത് സത്യസന്ധമായിരിക്കണം എന്നതാണ് അഭിലഷണീയമായ കാര്യം; തുടക്കത്തിലെ സാമ്പ്രദായികമായ എതിരിടലിൽ ഏതെങ്കിലും വിധത്തിലുള്ള ഇളവനുവദിക്കേണ്ടതുമുണ്ട്. പൊതുജനത്തിന് പ്രയോജനപ്രദമായി മാറുന്നതരത്തിൽ ഒരാളുടെ ജീവിതത്തിലുണ്ടായ സംഭവങ്ങളെക്കുറിച്ച് പറയാൻ അയാളോട് ആവശ്യപ്പെടുകയാണെങ്കിൽ അതിനർത്ഥം അയാൾ തന്റെ ജീവിതത്തിൽ പോസിറ്റീവായ എന്തെങ്കിലും ഇതിനകംതന്നെ ചെയ്തിട്ടുണ്ടായിരിക്കണം. എന്നാണ്; ജനങ്ങൾ അംഗീകരിക്കുന്ന എന്തെങ്കിലുമൊരു ദൗത്യം പൂർത്തിയാക്കിയിരിക്കണം. അതുപ്രകാരം, അവനവനെക്കുറിച്ചുതന്നെയാണ് എഴുതുന്നതെന്ന കാര്യം മറക്കേണ്ടവിഷയമാണിത്; ഒരാളുടെ അഹംബോധത്തെ ത്യജിക്കുവാനുള്ള ശ്രമം നടത്തലാണിത്; അങ്ങനെയായാൽ ഒരാളുടെ ജീവിതം കരുപ്പിടിപ്പിക്കപ്പെട്ടതിനെക്കുറിച്ചും വിജയത്തെക്കുറിച്ചും സാദ്ധ്യമായേടത്തോളം വസ്തുനിഷ്ഠമായി പറയാൻ സാധിക്കും.

ഇങ്ങനെയൊരു പരിശ്രമത്തിലേർപ്പെടാനാണ് ഞാൻ ഉദ്ദേശിക്കുന്നത്; അത് വിജയത്തിൽ കലാശിക്കുമോയെന്നത് മറ്റൊരു കാര്യം. അതേസമയം തന്നെ ചില മാനങ്ങളിൽ, ഈ ആത്മകഥ എനിക്ക് പ്രശ്നമുണ്ടാക്കുമെന്ന് ഞാൻ ഏറ്റുപറയുന്നു. കാരണം, ഒരേസമയം ഭാവിയിലേക്ക് എത്തിനോക്കുകയും ഭൂതകാലത്തിലേക്ക് പിന്തിരിഞ്ഞുനോക്കുകയും ചെയ്യുമ്പോൾ, എന്റെ ജീവിതത്തിന്റെയും നേട്ടങ്ങളുടെയും ഏറ്റവും നിർണ്ണായകമായ വഴിത്തിരിവുകളെ ഞാൻ സ്വയം അവതരിപ്പിക്കുകകൂടി

ചെയ്യും. ഈ രീതിയിൽ സ്ത്രീകളുടെ വിമോചന പോരാട്ടത്തെ സംബന്ധിച്ചും, അതിലുപരി അതിന്റെ സാമൂഹികമായ പ്രാധാന്യത്തെക്കുറിച്ചും വ്യക്തമായ നിർദ്ദേശങ്ങൾ മുന്നോട്ടുവെയ്ക്കാൻ എനിക്ക് കഴിഞ്ഞേക്കാം. അതായത് നിർദ്ദിഷ്ട മാതൃകയനുസരിച്ച് എന്റെ ജീവിതം രൂപപ്പെടുത്താനല്ല ഞാൻ ശ്രമിച്ചത്; എന്റെ ശരിയായ ജീവിത കാഴ്ചപ്പാട് വ്യക്തമായി മനസ്സിലാക്കുന്നതിനുവേണ്ടി എനിക്ക് സ്വയം വളരേണ്ടതുണ്ടായിരുന്നു. അതെന്റെ ചെറുപ്പകാലം മുതൽതന്നെ എന്നിൽ രൂഢമൂലമായിരുന്ന ബോദ്ധ്യമായിരുന്നു. അതേസമയംതന്നെ, നിർദ്ദിഷ്ട പാരമ്പര്യങ്ങൾക്കനുസരിച്ചല്ല, മറിച്ച് തീർച്ചയായും സാമൂഹിക സാമ്പത്തിക സാഹചര്യങ്ങൾ അനുവദിക്കുന്ന പരിധിക്കകത്ത് യഥേഷ്ടമുള്ള തിരഞ്ഞെടുക്കലിന് കഴിയുംവിധം തങ്ങളുടെ ജീവിതം കരുപിടിപ്പിക്കാൻ എന്റെ സഹോദരിമാരെ ഈ വിധത്തിൽ ഞാൻ സഹായിക്കേണ്ടതുണ്ട് എന്ന ബോദ്ധ്യവും എനിക്കുണ്ടായിരുന്നു. പുരുഷന് ബാധകമായിട്ടുള്ള അതേ ധാർമ്മിക മാനദണ്ഡങ്ങൾപ്രകാരം സ്ത്രീയെയും നോക്കിക്കാണുന്ന ഒരു കാലം അനിവാര്യമായും ഉണ്ടാകുമെന്ന് ഞാൻ സദാ വിശ്വസിച്ചിരുന്നു. *മാനവസമൂഹത്തിൽ ആദരണീയമായ ഒരിടം സ്ത്രീക്ക് നല്കുന്നത് അവളുടെ സവിശേഷമായ സ്ത്രൈണ ധാർമ്മികതയല്ല, മറിച്ച് അവൾ പൂർത്തിയാക്കിയ പ്രയോജനപ്രദമായ ദൗത്യത്തിന്റെ പ്രാധാന്യമാണ്. ഒരു മനുഷ്യസ്ത്രീയെന്ന നിലയിൽ, പൗരയെന്ന നിലയിൽ, ചിന്തകയെന്ന നിലയിൽ, പോരാളിയെന്ന നിലയിലെല്ലാമുള്ള അവളുടെ വ്യക്തിത്വത്തിന്റെ പ്രാധാന്യവും മൂല്യവുമാണ് കണക്കിലെടുക്കപ്പെടുന്നത്.* ("ഒരു മനുഷ്യ സ്ത്രീയെന്ന നിലയിൽ" എന്നു തുടങ്ങുന്ന ഇറ്റാലിക്സിൽ നല്കിയിട്ടുള്ള ഭാഗം ഒഴിവാക്കി ചുവടെ പറയുന്ന ഭാഗം കൂട്ടിച്ചേർക്കണമെന്ന് കൊല്ലന്തായ് കൈയെഴുത്തു പ്രതിയുടെ അടിക്കുറിപ്പായി ചേർത്തിരുന്നു:

"മാനവസമൂഹത്തിൽ സ്ത്രീക്ക് ആദരണീയമായ ഒരിടം നല്കുന്നത് അവളുടെ സവിശേഷമായ സ്ത്രൈണ ധാർമ്മികതയല്ല, മറിച്ച് സമൂഹത്തിനുവേണ്ടി അവൾ പൂർത്തിയാക്കിയിട്ടുള്ള പ്രയോജനകരമായ പ്രവർത്തനത്തിന്റെ പ്രാധാന്യമാണ്, മനുഷ്യസ്ത്രീയെന്ന നിലയിൽ, സർഗ്ഗശക്തിയുള്ള തൊഴിലാളിയെന്ന നിലയിൽ, പൗരയോ ചിന്തകയോ പോരാളിയോ എന്ന നിലയിലെല്ലാമുള്ള അവളുടെ വ്യക്തിത്വത്തിന്റെ മൂല്യമാണ് കണക്കാക്കപ്പെടുന്നത്. എന്റെ വഴിയിലൂടെ പോകുന്നതിന്, അത്തരമൊരു വഴി സൃഷ്ടിക്കുന്നതിന്, നമ്മുടെ സാമൂഹികാദർശങ്ങളുടെ സാക്ഷാൽക്കാരത്തിനായി പുരുഷനോടൊപ്പം തോളോടുതോളുരുമ്മിനിന്ന് പൊരുതുന്നതിന് മാത്രമല്ല (തീർച്ചയായും മുപ്പതു വർഷത്തോളം ഞാൻ കമ്യൂണിസ്റ്റായിരുന്നു), മറിച്ച് അതിനൊപ്പംതന്നെ ഒരു സ്ത്രീയെന്ന നിലയിൽ സ്വന്തം ഇച്ഛയ്ക്കനുസരിച്ച് തന്റെ വ്യക്തിജീവിതം രൂപപ്പെടുത്താനും കഴിയണം. ആന്തരികമായി നോക്കിയാൽ എന്റെ ജീവിതത്തിന്റെയും പ്രവർത്തനത്തിന്റെയും വഴികാട്ടിയായിമാറിയ ശക്തി ഇതായിരുന്നു. എന്നിരുന്നാലും എല്ലാത്തിലുമുപരി എന്റെ വികാരങ്ങളെ, പ്രണ

യത്തിലെ സന്തോഷത്തെ, സന്താപത്തെ എന്റെ ജീവിതത്തിന്റെ പ്രഥമ സ്ഥാനത്തെത്താൻ ഞാനൊരിക്കലും അനുവദിച്ചിരുന്നില്ല; സൃഷ്ടിപരമായ ജോലികൾ, പ്രവർത്തനം, പോരാട്ടം എന്നിവയായിരുന്നു എന്നും മുന്നിൽ നിന്നിരുന്നത്."

ആന്തരികമായി നോക്കുമ്പോൾ, എന്റെ ജീവിതത്തിന്റെയും പ്രവർത്തനത്തിന്റെയുമാകെ ചാലകശക്തിയായത് ഈ ലക്ഷ്യമായിരുന്നു. എന്റേതായ വഴിയിലൂടെ പോകുന്നതിന്, പ്രവർത്തിക്കുന്നതിന്, പോരാടുന്നതിന്, പുരുഷനോടൊപ്പം തോളോടുതോളുരുമ്മിനിന്ന് സൃഷ്ടിക്കുന്നതിന്, സാർവ്വത്രികമായ മാനവികലക്ഷ്യം കൈവരിക്കുന്നതിനായി പരിശ്രമിക്കുന്നതിന് (തീർച്ചയായും, കഴിഞ്ഞ മുപ്പത് വർഷത്തോളമായി ഞാൻ സോഷ്യലിസ്റ്റുകൾക്കൊപ്പമായിരുന്നു, ഇപ്പോൾ കമ്യൂണിസ്റ്റും), അതേസമയംതന്നെ എന്റെ സ്വന്തം ഇച്ഛാനുസരണവും എന്റെ സ്വഭാവത്തിന്റെ നിശ്ചിത നിയമങ്ങൾ പ്രകാരവും ഒരു സ്ത്രീയെന്ന നിലയിൽ എന്റെ വ്യക്തിപരവും ആന്തരികവുമായ ജീവിതത്തെ രൂപപ്പെടുത്തുന്നതിന്, എല്ലാത്തിനും ചാലകശക്തിയായത് ഈ ലക്ഷ്യമായിരുന്നു. *എന്റെ കാഴ്ചപ്പാടുകളെ, രൂപപ്പെടുത്തുകയും അതിനെ സ്വാധീനിക്കുകയും ചെയ്തത് ഈ ലക്ഷ്യമാണ്. വാസ്തവത്തിൽ, എന്റേതായ മാനദണ്ഡങ്ങൾക്കനുസരിച്ച് സ്വന്തം ജീവിതത്തെ കരുപ്പിടിപ്പിക്കുന്നതിൽ ഞാൻ വിജയിച്ചു; പുരുഷന്മാർ ചെയ്യുന്നതിനപ്പുറമൊന്നും എന്റെ പ്രണയാനുഭവങ്ങൾ ഞാൻ ഒളിപ്പിച്ചുവെച്ചിട്ടുമില്ല. എന്നിരുന്നാലും, സർവ്വോപരി എന്റെ വികാരങ്ങളെ, പ്രണയത്തിന്റെ ആഹ്ലാദത്തെയോ സന്താപത്തെയോ ഒന്നും എന്റെ ജീവിതത്തിന്റെ പ്രഥമസ്ഥാനത്തേക്കു വരാൻ ഞാനൊരിക്കലും അനുവദിച്ചിട്ടില്ല; എക്കാലവും എന്റെ ജീവിതത്തിൽ മുൻനിരയിൽ ഇടംപിടിച്ചത് സർഗ്ഗാത്മകതയും പ്രവർത്തനവും പോരാട്ടവുമായിരുന്നു.* ഒരു ഗവൺമെന്റ് കാബിനറ്റിൽ, 1917–18 കാലത്ത്, ആദ്യബോൾഷെവിക്ക് കാബിനറ്റിൽ അംഗമാകുവാൻ എനിക്ക് കഴിഞ്ഞു. അംബാസിഡർ ആയി നിയമിതയായ ലോകത്തിലെ ആദ്യ സ്ത്രീയും ഞാനാണ്; മൂന്ന് വർഷം ആ തസ്തികയിൽ തുടർന്ന ഞാൻ പിന്നീട് എന്റെ സ്വന്തം താല്പര്യപ്രകാരം രാജിവെയ്ക്കുകയായിരുന്നു. (പിന്നീട് വ്യക്തമാക്കിയിട്ടുള്ളതുപോലെ, പുതിയൊരു രാഷ്ട്രത്തിനായി (സോവിയറ്റ് റിപ്പബ്ലിക്കിനായി) എന്റെ ഊർജ്ജമാകെ വിനിയോഗിച്ചപ്പോഴും സോവിയറ്റ് റിപ്പബ്ലിക്കിന്റെ ആദ്യ കാബിനറ്റിൽ അംഗമായും പിന്നീട് അംബാസിഡറായും പ്രവർത്തിച്ചപ്പോഴുമൊന്നും, പരമ്പരാഗത രീതിക്കു വിരുദ്ധമായി ഞാൻ രൂപപ്പെടുത്തിയ എന്റെ സ്വകാര്യ ജീവിതത്തിന് അതൊരു തടസ്സമായതേയില്ല- കൊല്ലന്തായ് അടിക്കുറുപ്പിൽ കൂട്ടിച്ചേർത്തത്). നിശ്ചയമായും സ്ത്രീക്ക് കാലത്തിന്റേതായ പരമ്പരാഗത രീതികൾക്കുപരിയായി നില്ക്കാൻ കഴിയും എന്നാണിത് തെളിയിക്കുന്നത്. ലോകത്താകെ എല്ലാ ദേശങ്ങളിലും ഇന്ന് നിലനില്ക്കുന്ന ലോകയുദ്ധത്തിന്റെയും, കൊടുങ്കാറ്റുപോലെ ആഞ്ഞുവീശുന്ന വിപ്ലവാവേശത്തിന്റെയും സാഹചര്യങ്ങൾ സദാചാരം സംബ

ന്ധിച്ച അനാരോഗ്യകരവും നുരഞ്ഞുപൊങ്ങുന്നതുമായ ഇരട്ടത്താപ്പിന്റെ വായ്ത്തലമടക്കാൻ വലിയ തോതിൽ സഹായകമായിട്ടുണ്ട്. ഉദാഹരണത്തിന്, നടിമാർക്കും സ്വതന്ത്രമായി പ്രവർത്തിക്കേണ്ട തൊഴിലുകളിൽ ഏർപ്പെട്ടിട്ടുള്ള സ്ത്രീകൾക്കുംമേൽ അവരുടെ വിവാഹജീവിതവുമായി ബന്ധപ്പെട്ട കാര്യങ്ങളിൽ അമിതമായി ക്ലേശിപ്പിക്കുന്ന ആവശ്യങ്ങളുന്നയിക്കുന്ന ശീലം ഇതിനകം തന്നെ ഇല്ലാതായിട്ടുണ്ട്. എന്നിരുന്നാലും, മറ്റെല്ലാത്തിനുമുപരിയായി അതിന്റെ പഴയ ആചാരങ്ങളും പെരുമാറ്റങ്ങളും പാരമ്പര്യങ്ങളും നിലനിർത്തുന്ന ഒന്നാണ് നയതന്ത്രം; സർവ്വോപരി കർശനമായും ഔപചാരികവും ആഡംബരപൂർണ്ണവുമാണത്. ഒരു സ്ത്രീ, 'സ്വതന്ത്ര'യും തനിച്ച് കഴിയുന്നവളുമായ ഒരു സ്ത്രീ, എതിർപ്പുകളൊന്നുംകൂടാതെ നയതന്ത്ര പ്രതിനിധിയെന്ന നിലയിൽ അംഗീകരിക്കപ്പെടുന്നു എന്ന വസ്തുത വ്യക്തമാക്കുന്നത്, എല്ലാ മനുഷ്യരും, അവരവരുടെ പ്രവർത്തനവും പൊതുവായ മാനവിക മഹത്ത്വവുമനുസരിച്ച്, തുല്യനിലയിൽ വിലയിരുത്തപ്പെടുന്ന ഒരുകാലം വന്നിരിക്കുന്നുവെന്നാണ്.

ഓസ്ലോയിലെ റഷ്യൻ നയതന്ത്രപ്രതിനിധിയായി ഞാൻ നിയമിക്കപ്പെട്ടപ്പോൾ, എനിക്കു മാത്രമുള്ളതല്ല, മറിച്ച് പൊതുവെ സ്ത്രീകൾക്കാകെയുള്ളതും, അവരുടെ കടുത്ത ശത്രുവായ, അതായത് പരമ്പരാഗത സദാചാരബോധത്തിനും വിവാഹത്തെക്കുറിച്ചുള്ള യാഥാസ്ഥിതിക സങ്കല്പനത്തിനുംമേലുള്ള വിജയമാണ് അതിലൂടെ നേടിയിരിക്കുന്നതെന്ന് ഞാൻ തിരിച്ചറിഞ്ഞു. ഇത്തരമൊരു ഉത്തരവാദപ്പെട്ട സ്ഥാനത്തേക്ക് ഒരു സ്ത്രീ നിയമിക്കപ്പെടുന്നത് ശരിക്കും ശ്രദ്ധേയമായൊരു സംഗതിയാണെന്ന് എന്നോട് പലരും പറയുമ്പോഴും, അന്തിമ വിശകലനത്തിൽ സ്ത്രീകളുടെ മോചനവുമായി ബന്ധപ്പെട്ട പ്രധാന വിജയം വർത്തിക്കുന്നത് ഈ വസ്തുതയിൽ മാത്രമല്ലായെന്ന് ഞാൻ സദാചിന്തിക്കാറുണ്ട്. അതിനേക്കാൾ, ഇരട്ടത്താപ്പിനോട് കണക്കുതീർക്കുകയും അതിനെ സദാവെളിച്ചത്തുകൊണ്ടുവരുകയും ചെയ്യുന്ന എന്നെപ്പോലൊരു സ്ത്രീ, ഇന്നീ നിമിഷം വരെ പാരമ്പര്യത്തെയും കപടസദാചാരത്തെയും ശക്തമായി ഉയർത്തിപ്പിടിക്കുന്നൊരു സംവിധാനത്തിൽ സ്വീകരിക്കപ്പെട്ടു എന്നതിനാണ് മൊത്തത്തിൽ ഇവിടെ സവിശേഷപ്രാധാന്യമുള്ളത്. അതുകൊണ്ടുതന്നെ എന്റെ ജീവിതം മറ്റു സ്ത്രീകളുടെ ജീവിതത്തിൽനിന്നും ഇരട്ടത്താപ്പെന്നു പഴകിയ ദുർഭൂതത്തെ തുരത്താൻ സഹായകമാകും. ചില സാമൂഹികവും മനഃശാസ്ത്രപരവുമായ പ്രാധാന്യമുള്ളതും അദ്ധ്വാനിക്കുന്ന സ്ത്രീകളുടെ വിമോചനപ്പോരാട്ടത്തെ സഹായിക്കുകയും ചെയ്യുന്ന എന്റെതന്നെ ജീവിതത്തിന്റെ ഏറ്റവും നിർണ്ണായക ഘടകമാണിത്.

എന്തുതന്നെയായാലും, ഏതെങ്കിലും വിധത്തിലുള്ള തെറ്റിദ്ധാരണ ഒഴിവാക്കുന്നതിനുവേണ്ടി ഇതുകൂടി പറയേണ്ടിയിരിക്കുന്നു; പെണ്ണെന്ന നിലയിലുള്ള തങ്ങളുടെ അനുഭവങ്ങളെ ആപേക്ഷികമായ ലാഘവബുദ്ധിയോടെയും അസ്സഹനീയമായ ഉപരിപ്ലവതയോടെയും എടുക്കുന്ന

വ്യക്തമായും, പുത്തൻ സ്ത്രീകൾ എന്ന തരത്തിൽപെട്ടവരിൽനിന്നും ഞാൻ ഇപ്പോഴും അകലം പാലിക്കുന്നു; അവരുടെ വികാരങ്ങളും മാനസികമായ ഊർജ്ജവും ജീവിതത്തിലെ മറ്റെല്ലാ കാര്യങ്ങളിലും പക്ഷേ, കാല്പനികമായ പ്രണയ വികാരങ്ങളെയാണ് ലാക്കാക്കുന്നത്. സർവ്വോപരി ചരിത്രത്തിലെ വഴിത്തിരിവിൽ പൊന്തിവന്ന സ്ത്രീതലമുറയിൽ പെട്ടയാളാണ് ഞാനിപ്പോഴും. പ്രണയം, അതിന്റെ എല്ലാ നിരാശകളോടെയും ദുരന്തങ്ങളോടെയും പരിപൂർണ്ണമായ സന്തോഷത്തിനുവേണ്ടിയുള്ള ആഗ്രഹത്തോടെയും, എന്റെ ജീവിതത്തിൽ ഇപ്പോഴും വളരെ വലിയൊരു പങ്കുവഹിക്കുന്നു- മൊത്തത്തിലുള്ള മഹത്തായൊരു പങ്ക്! വിലപ്പെട്ട സമയത്തിന്റെയും ഊർജ്ജത്തിന്റെയും ചെലവഴിക്കലാണത്; വിഫലവും അന്തിമ വിശകലനത്തിൽ, തികച്ചും മൂല്യമറ്റതുമാണത്. ഞങ്ങൾക്ക്, പിന്നിട്ട തലമുറയിലെ സ്ത്രീകൾക്ക്, സ്വതന്ത്രയാകേണ്ടതെങ്ങനെയെന്ന് ഇപ്പോഴും മനസ്സിലായിട്ടില്ല. മൊത്തത്തിലെടുത്താൽ തീർച്ചയായും നമ്മുടെ മാനസികോർജ്ജത്തിന്റെ അവിശ്വസനീയമായ ധൂർത്തടിക്കലാണത്, വ്യർത്ഥമായ വൈകാരികാനുഭവങ്ങളിൽ ചിന്നിച്ചിതറിക്കിടക്കുകയായിരുന്ന നമ്മുടെ അദ്ധ്വാനശക്തിയുടെ അപചയമാണത്. അപചയം ഞങ്ങൾക്ക്, അതായത് എനിക്കും എനിക്കൊപ്പമുള്ള പ്രക്ഷോഭകാരികളും ഉശിരൻ പോരാളികളുമായ മറ്റനേകം അദ്ധ്വാനിക്കുന്ന സ്ത്രീകൾക്കും, ഞങ്ങളുടെ ജീവിതത്തിന്റെ മുഖ്യലക്ഷ്യം പ്രണയമല്ലെന്നു മനസ്സിലാക്കാൻ സാധിച്ചിരുന്നു; തൊഴിലിനെ കേന്ദ്രസ്ഥാനത്ത് പ്രതിഷ്ഠിക്കേണ്ടതെങ്ങനെയെന്നും ഞങ്ങൾ തിരിച്ചറിഞ്ഞിരുന്നു. എന്നിരുന്നാലും മറ്റുള്ളവരോടുള്ള ഞങ്ങളുടെ വികാരങ്ങളുമായും ഞങ്ങളുടെ അഹംബോധങ്ങളുമായുമുള്ള(ego) നിതാന്തമായ പോരാട്ടത്തിൽ ഞങ്ങളുടെ ഊർജ്ജം ശിഥിലീകരിക്കപ്പെടാതിരുന്നെങ്കിൽ ഞങ്ങൾക്ക് ഇപ്പോഴത്തെക്കാളേറെ സൃഷ്ടിക്കുവാനും നേടുവാനും കഴിയുമായിരുന്നു. വാസ്തവത്തിൽ ഞങ്ങളുടെ അഹംബോധത്തിലേക്കുള്ള പുരുഷന്മാരുടെ ഇടപെടലിനെതിരായ നിതാന്തമായ ചെറുത്തുനില്പുയുദ്ധമായിരുന്നു അത്; തൊഴിൽ ചെയ്തു ജീവിക്കണമോ വിവാഹവും പ്രണയവും വേണോ എന്ന സങ്കീർണ്ണമായ പ്രശ്നത്തെ ചുറ്റിത്തിരിയുന്ന ഒരു പോരാട്ടമായിരുന്നു അത്. പഴയ തലമുറയിൽപ്പെട്ട ഞങ്ങൾക്ക് ഇന്നത്തെകാലത്ത് മിക്ക പുരുഷന്മാരും ചെയ്യുകയും ചെറുപ്പക്കാരായ സ്ത്രീകൾ ശീലിക്കുകയും ചെയ്യുന്നതുപോലെ തൊഴിലിനെയും പ്രണയത്തോടുള്ള തീവ്രാഭിലാഷത്തെയും ഒന്നിച്ചു ചേർത്തുനിർത്തുന്നത്, അതുവഴി തൊഴിലിനെ നിലനില്പിന്റെ അടിസ്ഥാന ലക്ഷ്യമാക്കി നിർത്തുന്നത്, എങ്ങനെയെന്ന് ഇപ്പോഴും മനസ്സിലായിട്ടില്ല. ഞങ്ങൾക്ക് സംഭവിച്ച പിശക്, ഞങ്ങൾ പ്രണയിച്ച പുരുഷനിൽ, ആത്മാവുമായി ചേർത്തുവെയ്ക്കാൻ കഴിയുമെന്ന് വിശ്വസിച്ച വ്യക്തിയിൽ, മാനസികവും ശാരീരികവുമായ ശക്തിയെന്ന നിലയിൽ പൂർണ്ണമായും തിരിച്ചറിയാൻ തയ്യാറായ വ്യക്തിയിൽ എല്ലാം കണ്ടെത്താനാകുമെന്ന വിശ്വാസത്തിന് ഓരോ സമയത്തും ഞങ്ങൾ കീഴടങ്ങി എന്നതാണ്.

എന്നാൽ, വീണ്ടും വീണ്ടും കാര്യങ്ങൾ വ്യത്യസ്തമായി മാറുകയായിരുന്നു; കാരണം പുരുഷൻ സദാ ശ്രമിച്ചുകൊണ്ടിരുന്നത് അയാളുടെ അഹംഭാവത്തെ ഞങ്ങൾക്കുമേൽ അടിച്ചേല്പിക്കാനും അയാളുടെ ആവശ്യങ്ങൾക്ക് ഞങ്ങളെ ഉപയോഗപ്പെടുത്താനുമാണ്. അനിവാര്യമായും ഉയർന്നുവരേണ്ട ആന്തരികമായ പ്രതിഷേധം ഉയർന്നപ്പോഴെല്ലാം വീണ്ടും വീണ്ടും പ്രണയമൊരു വിലങ്ങായി മാറി. ഞങ്ങൾക്ക് സ്വയം അടിമയാക്കപ്പെട്ടതായി തോന്നുകയും, പ്രണയത്തിന്റെ കെട്ടുപാടിനെ അഴിച്ചുമാറ്റുവാൻ ഞങ്ങൾ ശ്രമിക്കുകയും ചെയ്തു. അങ്ങനെ പ്രിയതമനുമായി നിരന്തരം ആവർത്തിച്ചുകൊണ്ടിരുന്ന സംഘർഷത്തിനൊടുവിൽ ഞങ്ങൾ സ്വയം ബന്ധനങ്ങളെ പൊട്ടിച്ചെറിയുകയും സ്വാതന്ത്ര്യത്തിലേക്ക് ഇറങ്ങിയോടുകയും ചെയ്തു. അതിനുശേഷവും ഞങ്ങൾ ഒറ്റപ്പെട്ടവരും അസന്തുഷ്ടരും ഏകാന്തതയിലകപ്പെട്ടവരുമായി ജീവിച്ചു; പക്ഷേ, ഒരു കാര്യമുണ്ട്, ഞങ്ങൾ സ്വതന്ത്രരായിരുന്നു - ഞങ്ങൾക്കേറ്റവും പ്രിയപ്പെട്ട, ഞങ്ങൾ തിരഞ്ഞെടുത്ത തൊഴിൽ ചെയ്യുവാനുള്ള സ്വാതന്ത്ര്യം അപ്പോൾ ഞങ്ങൾക്ക് ലഭിച്ചു.

ഭാഗ്യവശാൽ ചെറുപ്പക്കാർക്ക്, ഇന്നത്തെ തലമുറയ്ക്ക്, മനുഷ്യസമൂഹത്തെ സംബന്ധിച്ചിടത്തോളം തീർത്തും അനാവശ്യമായ ഇത്തരം സമരത്തിലൂടെ കടന്നുപോകേണ്ടിവരില്ല. അവരുടെ കഴിവുകൾ, തൊഴിലെടുക്കാനുള്ള അവരുടെ ഊർജ്ജം, സൃഷ്ടിപരമായ പ്രവർത്തനങ്ങൾക്കായി നീക്കിവെയ്ക്കപ്പെടും. അങ്ങനെ പ്രതിബന്ധങ്ങൾതന്നെ പ്രചോദനമായി മാറും.

എന്റെ സ്വകാര്യ ജീവിതവുമായി ബന്ധപ്പെട്ട ചില വിശദാംശങ്ങൾ ഇവിടെ രേഖപ്പെടുത്തേണ്ടതുണ്ടെന്നു ഞാൻ കരുതുന്നു. പുറമെ നിന്നു നോക്കുമ്പോൾ എന്റെ കുട്ടിക്കാലം വളരെ സന്തുഷ്ടകരമായിരുന്നു. എന്റെ മാതാപിതാക്കൾ പഴയ റഷ്യൻ ഭൂപ്രഭു കുടുംബത്തിൽപെട്ടവരായിരുന്നു. എന്റെ അമ്മയുടെ രണ്ടാം വിവാഹത്തിലെ ഏക സന്താനമായിരുന്നു ഞാൻ (അമ്മ വിവാഹമോചനം നേടുകയും രണ്ടാം വിവാഹത്തിനു മുമ്പ് ഞാൻ ജനിക്കുകയുമായിരുന്നു; പിന്നീട് ഞാൻ സ്വീകരിക്കപ്പെട്ടു). കുടുംബത്തിലെ ഏറ്റവും ഇളയവളും ഏറ്റവും വഷളാക്കപ്പെട്ടവളും ഏറ്റവുമധികം ലാളിക്കപ്പെട്ടവളുമായിരുന്നു ഞാൻ. ഒരുപക്ഷേ, വളരെ നേരത്തെ തന്നെ എന്നിൽ രൂഢമൂലമായ, ചുറ്റുമുള്ള എല്ലാത്തിനുമെതിരെ പ്രതിഷേധിക്കുന്ന എന്റെ സ്വഭാവത്തിന്റെ മൂലകാരണം ഇതായിരിക്കാം; എന്നെ സന്തോഷിപ്പിക്കുന്നതിനുവേണ്ടി ഒട്ടേറെ കാര്യങ്ങൾ എനിക്കു വേണ്ടി ചെയ്തുതന്നിരുന്നു. ഞാൻ കളിച്ച കളികളിലോ ഞാൻ പ്രകടിപ്പിക്കാൻ ആഗ്രഹിച്ചിരുന്ന എന്റെ ഇഷ്ടങ്ങളിലോ ഒന്നും കഴിവുപ്രകടിപ്പിക്കുവാനുള്ള സ്വാതന്ത്ര്യം എനിക്കുണ്ടായിരുന്നില്ല. അതേസമയംതന്നെ, സ്വതന്ത്രമായിരിക്കുവാൻ ഞാൻ ആഗ്രഹിച്ചു. എന്റേതായ ചെറിയ ജീവിതം രൂപപ്പെടുന്നതിന്, എന്റേതായ ആഗ്രഹങ്ങളും ഇഷ്ടങ്ങളും പ്രകടിപ്പിക്കുവാൻ ഞാനാഗ്രഹിച്ചിരുന്നു. എന്റെ മാതാപിതാക്കൾ സമ്പന്നരായിരുന്നു.

വീട്ടിൽ ആഢംബരങ്ങളൊന്നുമുണ്ടായിരുന്നില്ല, പക്ഷേ, ദാരിദ്ര്യത്തിന്റെ, കഷ്ടപ്പാടിന്റെ അർത്ഥമെന്തെന്ന് എനിക്കറിയില്ലായിരുന്നു. എന്നിട്ടും മറ്റു കുട്ടികൾ പല കാര്യങ്ങളും വേണ്ടെന്നു വെയ്ക്കുന്നതെങ്ങനെയെന്ന് ഞാൻ കണ്ടു; പ്രത്യേകിച്ചും കളിക്കൂട്ടുകാരായിരുന്ന കർഷകകുടുംബ ങ്ങളിലെ കൊച്ചുകുട്ടികൾ (ഞങ്ങൾ മിക്കവാറും ഗ്രാമത്തിലാണ് താമ സിച്ചിരുന്നത്- ഫിൻലന്റുകാരനായ എന്റെ അപ്പൂപ്പന്റെ എസ്റ്റേറ്റിൽ) എന്നെ വേദനിപ്പിക്കുകയും ഞെട്ടിക്കുകയും ചെയ്തു. ചെറിയ കുട്ടിയായിരുന്ന പ്പോൾതന്നെ, മുതിർന്നവരുടെ അനീതിയെ ഞാൻ വിമർശിച്ചിരുന്നു; എനിക്ക് എന്തും ലഭിക്കുമായിരുന്നപ്പോൾ മറ്റു കുട്ടികൾക്ക് അത്രയും തന്നെ നിഷേധിക്കപ്പെട്ടിരുന്നതിൽ നഗ്നമായ വൈരുദ്ധ്യം ഞാൻ കണ്ടി രുന്നു. വർഷങ്ങൾ ചെല്ലുന്തോറും എന്റെ വിമർശനങ്ങൾക്ക് മൂർച്ചകൂടു കയും എനിക്കു ചുറ്റുമുള്ള സ്നേഹത്തിന്റേതായ നിരവധി അടയാള ങ്ങൾക്കെതിരെ പ്രതിഷേധം എന്നിൽ അതിവേഗം വളരുകയും ചെയ്തു. ജീവിതത്തിന്റെ ആദ്യകാലങ്ങളിൽതന്നെ, റഷ്യയിൽ നിലനിന്നിരുന്ന സാമൂഹികമായ അനീതികൾ കാണാൻ എനിക്കു കഴിഞ്ഞിരുന്നു. എന്റെ ആരോഗ്യം സംബന്ധിച്ച് രക്ഷിതാക്കൾക്ക് എന്നും വല്ലാത്ത ഉല്ക്കണ്ഠ യുണ്ടായിരുന്നതിനാൽ ഒരിക്കൽപോലും എന്നെ സ്കൂളിലേക്കയച്ചിരു ന്നില്ല; മറ്റു കുട്ടികളെപോലെ ദിവസവും രണ്ടുമണിക്കൂർ സമയം ഞാൻ വീട്ടിൽനിന്നകന്ന് നില്ക്കുന്നതിനെക്കുറിച്ച് ചിന്തിക്കാൻ പോലും അവർക്ക് കഴിയുമായിരുന്നില്ല. ഹൈസ്കൂളിൽവെച്ച് എന്നിൽ സ്വാധീനം ചെലുത്തിയേക്കാമായിരുന്ന ലിബറൽ ആശയങ്ങളെക്കുറിച്ച് അമ്മയ്ക്ക് ചില പേടിയും ഉണ്ടായിരുന്നിരിക്കണം. തീർച്ചയായും, അതിനകംതന്നെ വിമർശനാത്മക പ്രവണത എന്നിൽ മതിയാവോളമുണ്ടെന്ന് അമ്മ കണ ക്കാക്കിയിരുന്നു. അതുകൊണ്ടുതന്നെ എനിക്ക് വീട്ടിൽ വിദ്യാഭ്യാസം ലഭ്യ മാക്കുകയായിരുന്നു; റഷ്യൻ വിപ്ലവവൃത്തങ്ങളുമായി ബന്ധമുള്ള പ്രഗ ത്ഭയും ബുദ്ധിമതിയുമായ ഒരദ്ധ്യാപികയാണ് എന്നെ വീട്ടിൽവന്ന് പഠി പ്പിച്ചത്. മദാം മേരി സ്ട്രാക്കോവയെന്ന ആ അദ്ധ്യാപികയോട് ഞാൻ വളരെയധികം കടപ്പെട്ടിരിക്കുന്നു. കഷ്ടിച്ച് പതിനാറ് വയസ്സുള്ളപ്പോൾ ഞാൻ സർവ്വകലാശാലയിലേക്കുള്ള പ്രവേശനപരീക്ഷകൾ എഴുതിയെ ടുത്തു; ഇനിയങ്ങോട്ട് 'യുവ സൊസൈറ്റി'യിലെ ഒരു സ്ത്രീയായി ജീവി ക്കാനാകുമെന്ന് ഞാൻ പ്രതീക്ഷിച്ചു. എന്റെ വിദ്യാഭ്യാസം അസാധാര ണമായിരുന്നെങ്കിലും, അതെന്നിൽ ഒട്ടേറെ ദോഷങ്ങളുണ്ടാക്കിയിട്ടുണ്ടെ ങ്കിലും (വർഷങ്ങളോളം ഞാൻ അങ്ങേയറ്റം ലജ്ജാവതിയും ജീവിത ത്തിന്റെ പ്രായോഗികവിഷയങ്ങളിൽ അത്യധികം ബാലിശവുമായിരുന്നു), ഒരർത്ഥത്തിലും എന്റെ മാതാപിതാക്കൾ പിന്തിരിപ്പൻ സ്വഭാവക്കാരായി രുന്നുവെന്ന് പറയാനാകില്ല. നേരെമറിച്ച്, അവർ അവരുടെ കാലത്തെ പുരോഗമനസ്വഭാവക്കാരായിരുന്നു. എന്നാൽ തങ്ങളുടെ കുട്ടിയുടെ കാര്യ ത്തിൽ, വീട്ടിലെ ഏറ്റവും ഇളയ ആളുടെ കാര്യത്തിൽ, അവർ പാരമ്പര്യ ങ്ങളെ മുറുകെപ്പിടിച്ചു.

ഈ പാരമ്പര്യങ്ങൾക്കെതിരായ എന്റെ ആദ്യത്തെ ശക്തമായ പോരാട്ടം വിവാഹം എന്ന ആശയവുമായി ബന്ധപ്പെട്ടായിരുന്നു. ഒരു നല്ല പങ്കാളിയെ കണ്ടെത്തണമെന്നതായിരുന്നു എന്റെ ചിന്ത; അമ്മയ്ക്ക് വളരെ ചെറിയ പ്രായത്തിൽത്തന്നെ എന്റെ വിവാഹം നടത്തണമെന്ന് നിർബ്ബന്ധമായിരുന്നു. എന്റെ മുതിർന്ന സഹോദരി അവളുടെ പത്തൊമ്പതാം വയസ്സിൽ, 70 വയസ്സോളം പ്രായമുള്ള ഒരുന്നതകുലജാതനായ മാന്യനെ വിവാഹം കഴിച്ചു. സുഖസൗകര്യങ്ങൾ നോക്കിയുള്ള, പണം നോക്കിയുള്ള ഈ വിവാഹത്തിനെതിരെ ഞാൻ കലഹിച്ചു; പ്രണയത്തിന്റെ, മഹത്തായ വികാരത്തിന്റെ അടിസ്ഥാനത്തിൽമാത്രം വിവാഹം കഴിക്കണമെന്ന് ഞാൻ ആഗ്രഹിച്ചു; അതുകൊണ്ട് വളരെ ചെറുപ്പത്തിൽതന്നെ, മാതാപിതാക്കളുടെ ആഗ്രഹത്തിനു വിരുദ്ധമായി നിർധനനായ യുവ എഞ്ചിനീയറും എന്റെ കസിനുമായിരുന്നയാളെ ഞാൻ പങ്കാളിയായി തെരഞ്ഞെടുത്തു; കൊല്ലന്തായ് എന്ന അദ്ദേഹത്തിന്റെ പേരാണ് ഇന്നും ഞാൻ എന്റെ പേരിനോടൊപ്പം ചേർത്തിട്ടുള്ളത്. അതിനു മുൻപുള്ള എന്റെ പേര് ഡൊമോൺടോവിച്ച് എന്നായിരുന്നു. വിവാഹത്തിന്റേതായ സന്തോഷങ്ങൾ കഷ്ടിച്ച് മൂന്നുവർഷത്തോളം നിലനിന്നു. ഞാനൊരു ആൺകുട്ടിക്ക് ജന്മം നല്കി. എന്റെ കുഞ്ഞിനെ, വ്യക്തിപരമായി, വളരെയധികം ശ്രദ്ധാപൂർവ്വം ഞാൻ പോറ്റിവളർത്തിയെങ്കിലും, മാതൃത്വം എന്നത് ഒരിക്കലും എന്റെ അസ്തിത്വത്തിന്റെ കേന്ദ്രബിന്ദുവായിരുന്നില്ല. ഒരു കുഞ്ഞുണ്ട് എന്നതുകൊണ്ട് വിവാഹത്തിന്റെ കെട്ടുറപ്പുകൾ കൂടുതൽ മുറുക്കാൻ കഴിയില്ല. ഞാനിപ്പോഴും എന്റെ ഭർത്താവിനെ സ്നേഹിക്കുന്നു; പക്ഷേ, ഒരു വീട്ടമ്മയും പങ്കാളിയുമെന്ന നിലയിലുള്ള സന്തുഷ്ടജീവിതം എന്നെ സംബന്ധിച്ചിടത്തോളം 'കൂട്ടിലടയ്ക്കപ്പെട്ട അവസ്ഥയായി' മാറി. എന്റെ സഹാനുഭൂതികൾ, എന്റെ താല്പര്യങ്ങൾ വീണ്ടുംവീണ്ടും റഷ്യയിലെ വിപ്ലവ തൊഴിലാളി വർഗ്ഗത്തിനുനേർക്ക് തിരിഞ്ഞു. അത്യുത്സാഹത്തോടുകൂടി ഞാൻ വായിച്ചു; എല്ലാ സാമൂഹിക പ്രശ്നങ്ങളെയും സൂക്ഷ്മമായി പഠിച്ചു; പ്രഭാഷണങ്ങൾ കേട്ടു; ജനങ്ങളെ ഉദ്ബുദ്ധരാക്കുന്നതിനുവേണ്ടിയുള്ള സെമി-ലീഗൽ സൊസൈറ്റികളിൽ ഞാൻ പ്രവർത്തിച്ചു. റഷ്യയിൽ മാർക്സിസം പുഷ്പിച്ചുകൊണ്ടിരുന്ന കാലമായിരുന്നു (1893-96) അത്. ലെനിൻ ആ സമയത്ത് സാഹിത്യത്തിലും വിപ്ലവരംഗത്തും ഒരു നവാഗതൻ മാത്രമായിരുന്നു. ജോർജി പ്ലെഖനോവായിരുന്നു ആ കാലത്ത് നേതൃസ്ഥാനത്തുണ്ടായിരുന്നത്. എന്നിലെ സ്ത്രീത്വത്തിന്റെ ആദ്യനാളുകളിൽ ഞാൻ റിയലിസ്റ്റിക് സങ്കല്പനത്തോടു ചേർന്നുനിന്നിരുന്നതുകൊണ്ടുതന്നെ, ചരിത്രത്തെ സംബന്ധിച്ച ഭൗതികവാദസങ്കല്പനത്തിൽ ഞാൻ ഉറച്ചുനിന്നു. ഡാർവ്വിന്റെയും (Darwin) റൂൾഷെയുടെയും (Roelsches) അത്യുത്സാഹിയായ അനുയായി ആയിരുന്നു ഞാൻ. സ്ത്രീകളും പുരുഷന്മാരുമായി 12000 തൊഴിലാളികൾ പണിയെടുക്കുന്ന വളരെ വലുതും പ്രശസ്തവുമായ ക്രെങ്ങോം ടെക്സ്റ്റൈൽ ഫാക്ടറി സന്ദർശനം, എന്റെ ജീവിതത്തിലെ വഴിത്തിരി

വായി മാറി. തൊഴിലെടുക്കുന്ന ജനവിഭാഗങ്ങൾ ഇത്രയേറെ ഭീകരമായി അടിച്ചമർത്തപ്പെടുമ്പോൾ എനിക്ക് സന്തുഷ്ടവും സമാധാനകരവുമായ ജീവിതം നയിക്കാനാവുമായിരുന്നില്ല. അതുകൊണ്ട് ഞാൻ ഈ പ്രസ്ഥാനത്തോടൊപ്പം ചേർന്നു.

ഇത് എന്റെ ഭർത്താവുമായുള്ള അഭിപ്രായവ്യത്യാസങ്ങൾക്കിടയാക്കി; പ്രസ്ഥാനത്തോടുള്ള എന്റെ ഈ ചായ്വ് അദ്ദേഹത്തിനെതിരായ വ്യക്തിപരമായ വെല്ലുവിളിയാണെന്ന് അദ്ദേഹത്തിനു തോന്നി. ഞാൻ അദ്ദേഹത്തിനെയും എന്റെ മോനെയും വിട്ട് പ്രൊഫസർ ഹെൻറിച്ച് ഹെർക്നറുടെ കീഴിൽ അർത്ഥശാസ്ത്രം പഠിക്കുന്നതിനുവേണ്ടി സൂറിച്ചിലേക്ക് യാത്രയായി. തൊഴിലാളിവർഗ്ഗ പ്രസ്ഥാനത്തിന്റെ വിപ്ലവലക്ഷ്യങ്ങൾക്കു വേണ്ടിയുള്ള എന്റെ ബോധപൂർവ്വമായ ജീവിതത്തിന് അവിടുന്നു തുടക്കമിട്ടു. 1899 ൽ സെന്റ് പീറ്റേഴ്സ്ബർഗ്ഗിലേക്ക് (ഇപ്പോൾ ലെനിൻഗ്രാഡ്) തിരിച്ചുവന്ന ഞാൻ നിയമവിരുദ്ധമായി പ്രവർത്തിച്ചിരുന്ന റഷ്യൻ സോഷ്യൽ ഡെമോക്രാറ്റിക് വർക്കേഴ്സ് പാർട്ടിയിൽ ചേർന്നു. എഴുത്തുകാരിയായും പ്രചാരകയായും ഞാൻ അതിൽ പ്രവർത്തിച്ചു. 1890 കളുടെ ഒടുവിൽ സാറിസ്റ്റ് വാഴ്ചയുടെ പിന്തിരിപ്പൻ നയങ്ങൾമൂലം സ്വാതന്ത്ര്യവും ആപേക്ഷികമായ മോചനവും അപകടത്തിലാക്കപ്പെട്ട ഫിൻലാൻഡിന്റെ വിധി എന്നിൽ മൊത്തമായി പ്രത്യേകമായൊരു ആകർഷണശക്തി ചെലുത്തി. ഒരുപക്ഷേ, കുട്ടിക്കാലത്ത് അപ്പൂപ്പന്റെ എസ്റ്റേറ്റിൽവെച്ച് മനസ്സിൽ പതിഞ്ഞ കാര്യങ്ങളിൽ നിന്നായിരിക്കണം ഫിൻലാൻഡിനോട് സവിശേഷമായൊരു താല്പര്യം എന്നിലുണ്ടായത്. ദേശീയ വിമോചനത്തിനായുള്ള ഫിൻലാൻഡിന്റെ പ്രവർത്തനത്തെ ഞാൻ ഊർജ്ജസ്വലമായി പിന്തുണച്ചു.

അതുകൊണ്ടുതന്നെ, അർത്ഥശാസ്ത്രത്തിലുള്ള എന്റെ ആദ്യത്തെ സമഗ്രവും ശാസ്ത്രീയവുമായ രചന, വ്യവസായവുമായി ബന്ധപ്പെട്ട് ഫിൻലാൻഡിലെ തൊഴിലാളിവർഗ്ഗത്തിന്റെ ജീവിതാവസ്ഥയെയും തൊഴിൽ സാഹചര്യങ്ങളെയും സംബന്ധിച്ച വിശദമായൊരു പഠനമായിരുന്നു. 1903 ൽ സെന്റ് പീറ്റേഴ്സ്ബർഗ്ഗിലാണ് ആ കൃതി പ്രസിദ്ധീകരിക്കപ്പെട്ടത്. അപ്പോഴേക്കും എന്റെ മാതാപിതാക്കൾ മരണപ്പെട്ടിരുന്നു. ഞാനും ഭർത്താവും തമ്മിൽ വേർപിരിഞ്ഞിട്ട് ഏറെക്കാലമായിരുന്നു; എന്റെയൊപ്പം എന്റെ മകൻ മാത്രമാണുണ്ടായിരുന്നത്. ഇപ്പോൾ എനിക്ക് എന്റെ ലക്ഷ്യങ്ങൾക്കായി - റഷ്യൻ വിപ്ലവ പ്രസ്ഥാനത്തിനും ലോകത്താകമാനമുള്ള തൊഴിലാളിവർഗ്ഗ മുന്നേറ്റത്തിനുമൊപ്പം ചേർന്നു പ്രവർത്തിക്കുവാനും പൂർണ്ണമായും സ്വയം സമർപ്പിക്കുവാനുമുള്ള അവസരമുണ്ട്. പ്രണയം, വിവാഹം, കുടുംബം എന്നിവയെല്ലാം അപ്രധാന കാര്യങ്ങളായി, അവ ക്ഷണികമായ വിഷയങ്ങളായി തീർന്നു. അവയെല്ലാം അവിടെത്തന്നെ ഉണ്ടായിരുന്നു; അടിക്കടി എന്റെ ജീവിതത്തിൽ അവ ഇടങ്കോലിട്ടുകൊണ്ടിരുന്നു. ഭർത്താവിനോടുള്ള എന്റെ സ്നേഹം എത്രത്തോളം വലുതായിരുന്നുവോ, അത്രത്തോളം വീണ്ടുംവീണ്ടും എന്നിൽ

കത്തിപ്പടർന്നുകൊണ്ടിരുന്ന, സമരവും ത്യാഗവും ചെയ്യുന്നതിനുള്ള സ്ത്രൈണ പ്രവണതയ്ക്കുമേൽ അത് അത്രത്തോളം ചിലതരം പരിധികൾ കല്പിച്ചു. എനിക്ക് അകന്നുപോകേണ്ടതുണ്ടായിരുന്നു; എനിക്ക് ഇഷ്ടപ്പെട്ട, ഞാൻതന്നെ തെരഞ്ഞെടുത്ത പുരുഷനിൽനിന്നും എനിക്ക് വേർപിരിഞ്ഞേ തീരുമായിരുന്നുള്ളൂ; ഇല്ലെങ്കിൽ (ഇതെന്റെ ഉപബോധമനസ്സിലുണ്ടായ ഒരു വികാരമാണ്) എനിക്ക് സ്വയം നഷ്ടപ്പെടുമെന്ന അവസ്ഥയുണ്ടാകുമായിരുന്നു. എനിക്കു വളരെയേറെ അടുപ്പമുണ്ടായിരുന്ന പുരുഷന്മാരിൽ ഒരാൾക്കുപോലും എന്റെ കാഴ്ചപ്പാടിനെയോ ഉദ്യമങ്ങളെയോ സ്വാധീനിക്കാൻ ഒരിക്കലും കഴിഞ്ഞിട്ടില്ല എന്നുകൂടി ഇവിടെ പറയേണ്ടതുണ്ട്. നേരെമറിച്ച്, മിക്കവാറും എല്ലായ്പ്പോഴും ഞാൻ തന്നെയായിരുന്നു വഴികാട്ടി. എന്റെ ജീവിതകാഴ്ചപ്പാട്, എന്റെ രാഷ്ട്രീയ വീക്ഷണം, ഇവയെല്ലാം ഞാൻ ആർജ്ജിച്ചത് സ്വന്തം ജീവിതത്തിൽ നിന്നുതന്നെയാണ്; ഇടതടവില്ലാതെ നടത്തിയ വായനയിൽ നിന്നാണ്.

1905 ൽ നടന്ന പ്രസിദ്ധമായ 'രക്തരൂഷിതമായ ഞായറി'നുശേഷം, റഷ്യയിലെ ആദ്യത്തെ വിപ്ലവമെന്ന് പറയപ്പെടുന്നത് പൊട്ടിപ്പുറപ്പെട്ട കാലത്ത് സാമ്പത്തികശാസ്ത്രരംഗത്തും സാമൂഹികശാസ്ത്രരംഗത്തും ഞാൻ ഒരംഗീകാരം നേടിക്കഴിഞ്ഞിരുന്നു. കലുഷിതമായ ആ കാലത്ത്, വിപ്ലവത്തിന്റെ കൊടുങ്കാറ്റിനായി സർവ്വ ഊർജ്ജവും വിനിയോഗിക്കപ്പെട്ടിരുന്ന ആ കാലത്ത്, ഒരു പ്രഭാഷകയെന്ന നിലയിൽ ഞാൻ ഏറെ ജനസമ്മതിയാർജ്ജിച്ചിരുന്നു. ഒപ്പംതന്നെ, തൊഴിലാളിവർഗ്ഗ സ്ത്രീകളുടെ ദുർവിധിയെ നമ്മുടെ പാർട്ടിതന്നെ എത്രത്തോളം അല്പമാത്രമായാണ് കണക്കാക്കുന്നതെന്നും, സ്ത്രീവിമോചനത്തിലുള്ള അതിന്റെ താല്പര്യം എത്രത്തോളം ശുഷ്കമാണെന്നും ഞാൻ ആദ്യമായി തിരിച്ചറിയുന്നത് ആ കാലത്താണ്. റഷ്യയിൽ നേരത്തെതന്നെ ശക്തമായൊരു ബൂർഷ്വാ വനിതാ പ്രസ്ഥാനം ഉണ്ടായിരുന്നു എന്ന കാര്യം ഉറപ്പാണ്. എന്നാൽ ഒരു പുതിയ സാമൂഹികക്രമത്തിന്റെയും വ്യത്യസ്തമായൊരു സാമ്പത്തിക വ്യവസ്ഥയുടെയും വിജയത്തിന്റെ ഫലമായി മാത്രമേ സ്ത്രീകളുടെ മോചനം സാദ്ധ്യമാകുകയുള്ളൂവെന്ന് എന്റെ മാർക്സിസ്റ്റ് കാഴ്ചപ്പാട് വളരെയധികം വ്യക്തതയോടുകൂടിത്തന്നെ എനിക്കു കാണിച്ചുതന്നു. അതുകൊണ്ടുതന്നെ, റഷ്യൻ വനിതാ വോട്ടവകാശ പ്രസ്ഥാനക്കാരുമായി ഞാൻ നിരന്തരം ഏറ്റുമുട്ടി; തൊഴിലാളിവർഗ്ഗ പ്രസ്ഥാനത്തിന്റെ പരിപാടിയിൽ അതിന്റെ പോരാട്ടലക്ഷ്യങ്ങളിലൊന്നായി സ്ത്രീപ്രശ്നത്തെ ഉൾക്കൊള്ളിക്കുന്നതിന് ഞാൻ സർവ്വശക്തിയുമെടുത്ത് പ്രയത്നിച്ചു. സഖാക്കളെ ഈ ആശയത്തിലേക്ക് എത്തിക്കുക എന്നത് വളരെയേറെ പ്രയാസകരമായിരുന്നു. ഞാനും ഞാനുയർത്തിയ ആശയങ്ങളും ഡിമാന്റുകളും പരിപൂർണ്ണമായി ഒറ്റപ്പെടുത്തപ്പെട്ടു. എന്നിരുന്നാലും 1906–1908 വർഷങ്ങളിൽ ചെറിയൊരു വിഭാഗം വനിതാ സഖാക്കളെ എന്റെ ആശയങ്ങളിലേക്ക് കൊണ്ടുവരുവാൻ എനിക്കു സാധിച്ചു. 1906 ൽ നിയമവിരുദ്ധമായി പ്രസിദ്ധീകരിച്ചിരുന്ന ഒരു പത്രത്തിൽ ഞാനൊരു ലേഖ

നമെഴുതി; ചിട്ടയായ പാർട്ടി പ്രവർത്തനത്തിലൂടെ റഷ്യയിൽ തൊഴിലാളിവർഗ്ഗ പ്രസ്ഥാനത്തെ ശക്തിപ്പെടുത്തുന്നതിനുള്ള ആഹ്വാനം ആദ്യമായി ഞാനതിൽ മുന്നോട്ടുവെച്ചു. 1907 സെപ്തംബർ-ഒക്ടോബർ കാലത്ത് ഞങ്ങൾ ആദ്യമായൊരു വർക്കിങ് വിമൻസ് ക്ലബ്ബിന് രൂപംനല്കി. അന്ന് വളരെ ചെറുപ്പമായിരുന്ന, ഈ ക്ലബ്ബിലെ അംഗങ്ങളായിരുന്ന നിരവധി തൊഴിലാളി സ്ത്രീകൾ ഇന്ന്, പുത്തൻ റഷ്യയിലും റഷ്യൻ കമ്യൂണിസ്റ്റ് പാർട്ടിയിലും പ്രധാനപ്പെട്ട പല സ്ഥാനങ്ങളും വഹിക്കുന്നുണ്ട് (കെ നികൊളയേവ, മേരി ബൂർക്കെ തുടങ്ങിയവർ). സ്ത്രീ തൊഴിലാളികളുമായി ബന്ധപ്പെട്ട എന്റെ പ്രവർത്തനങ്ങളുടെ, പ്രത്യേകിച്ചും ഞാനെഴുതിയ രാഷ്ട്രീയ ലേഖനങ്ങളുടെ (സാറിസ്റ്റ് ദൂമക്കെതിരായി (വാഴ്ചയ്ക്കെതിരായി) ആയുധമെടുത്ത് പൊരുതുവാനുള്ള ആഹ്വാനമടങ്ങിയ, ഫിൻലാൻഡിനെക്കുറിച്ചുള്ള ഒരു ലഘുലേഖയായിരുന്നു അതിലൊന്ന്) ഫലങ്ങളിലൊന്ന് തുടർച്ചയായ, നിയമ നടപടികളായിരുന്നു; നീണ്ടകാലം കടുത്ത ജയിൽവാസമനുഭവിക്കേണ്ടതായിവരുമായിരുന്നു. അതൊഴിവാക്കുന്നതിനുവേണ്ടി ഉടൻതന്നെ ഒളിവിൽപോകാൻ ഞാൻ നിർബ്ബന്ധിതയായി; പിന്നീടൊരിക്കലും എന്റെ വീടുകാണാൻ എനിക്ക് കഴിഞ്ഞിട്ടില്ല. മകന്റെ സംരക്ഷണം എന്റെ ചില നല്ല സുഹൃത്തുക്കൾ ഏറ്റെടുത്തു, എന്റെ കുഞ്ഞുകുടുംബം ശിഥിലമാക്കപ്പെട്ടു. ഞാൻ 'നിയമവിരുദ്ധ'പ്രവർത്തനം നടത്തിയ വ്യക്തിയായി മാറി. കഠിനവും ഏറെ സാഹസികവുമായ പ്രവർത്തനത്തിന്റെ കാലമായിരുന്നു അത്.

ബൂർഷ്വാ സ്ത്രീവോട്ടവകാശവാദികൾ ആഹ്വാനം ചെയ്ത ആദ്യത്തെ അഖില റഷ്യൻ വനിതാ സമ്മേളനം 1908 ഡിസംബറിൽ നടത്താൻ തീരുമാനിക്കുകയുണ്ടായി. ആ സമയത്ത് പിന്തിരിപ്പന്മാർ ശക്തിയാർജ്ജിച്ചിരുന്നു; 1905 ലെ ആദ്യ വിജയത്തിനുശേഷം തൊഴിലാളിവർഗ്ഗ പ്രസ്ഥാനം വീണ്ടും തിരിച്ചടി നേരിടുന്ന സമയവുമായിരുന്നു അത്. നിരവധി പാർട്ടി സഖാക്കൾ ജയിലിലായി; മറ്റുള്ളവർ നാടുവിട്ടു. റഷ്യൻ വർക്കേഴ്സ് പാർട്ടിയിലെ രണ്ടു വിഭാഗങ്ങൾ തമ്മിലുള്ള രൂക്ഷമായ പോര് വീണ്ടും പൊട്ടിപ്പുറപ്പെട്ടു: ഒരുവശത്ത് ബോൾഷെവിക്കുകളും മറുവശത്ത് മെൻഷെവിക്കുകളും. *1908 ൽ ഞാൻ മെൻഷെവിക് പക്ഷത്തോടു ചേർന്നു നിന്നു; കാലത്തിന്റെ എതിർശബ്ദങ്ങളെ കെട്ടടക്കുന്നതിന് സാർ വിളിച്ചു ചേർത്ത കപട പാർലമെന്റായ ദൂമയുടെ കാര്യത്തിൽ ബോൾഷെവിക്കുകൾ കൈക്കൊണ്ട ശത്രുതാപരമായ നിലപാട് അത്തരത്തിലൊരു നിലപാടെടുക്കാൻ എന്നെ നിർബ്ബന്ധിതയാക്കുകയായിരുന്നു; മെൻഷെവിക്കുകൾക്കൊപ്പം നില്ക്കുമ്പോഴും കപട പാർലമെന്റാണെങ്കിൽക്കൂടി നമ്മുടെ പാർട്ടിയുടെ വളർച്ചയ്ക്കായി അതിനെ ഉപയോഗപ്പെടുത്തുകയും, ദൂമയിലേക്കുള്ള തിരഞ്ഞെടുപ്പുകൾ തൊഴിലാളിവർഗ്ഗത്തെ അണിനിരത്തുന്നതിനുള്ള ഉപാധിയായി ഉപയോഗിക്കണമെന്നുമുള്ളതായിരുന്നു എന്റെ കാഴ്ചപ്പാട്. പക്ഷേ, സ്വേച്ഛാധിപത്യത്തെ കീഴ്മേൽ മറിക്കുന്നത് ത്വരിതപ്പെടുത്തുന്നതിന് തൊഴിലാളിശക്തികളെ ലിബറലുകളോടൊപ്പം ഒന്നി*

ച്ചുചേർക്കണമെന്ന വാദത്തിൽ, ഞാൻ മെൻഷെവിക്കുകൾക്കൊപ്പം നിന്നില്ല. ഈ കാര്യത്തിൽ, വാസ്തവത്തിൽ ഞാൻ വളരെയധികം ഇടതുപക്ഷ-റാഡിക്കൽ സമീപനമാണ് കൈക്കൊണ്ടത്, അതുകൊണ്ടു തന്നെ എന്റെ പാർട്ടി സഖാക്കൾ എന്നെ 'സിൻഡിക്കലിസ്റ്റ്' എന്നുവരെ മുദ്രചാർത്തി. ദൂമയെ സംബന്ധിച്ച എന്റെ സമീപനം ലിബറലുകളോട് സന്ധി പാടില്ലെന്നതായിരിക്കെ, നമ്മുടെ പാർട്ടിയുടെ താല്പര്യത്തിന് നാം ബൂർഷ്വാ വനിതാ കോൺഗ്രസിനെ പ്രയോജനപ്പെടുത്തണമെന്ന വാദം അർത്ഥശൂന്യമാണെന്ന് ഞാൻ കണക്കാക്കി. എന്നിരുന്നാലും കോൺഗ്രസിൽ നമ്മുടെ സ്ത്രീതൊഴിലാളികൾ സ്വതന്ത്രവും വേറിട്ടതുമായ ഒരു വിഭാഗമായി നിലകൊള്ളുമെന്നുറപ്പാക്കാൻ ഞാൻ സർവ്വശക്തിയുമെടുത്ത് പ്രവർത്തിച്ചു. ഈ പദ്ധതി നടപ്പാക്കാൻ എനിക്ക് കഴിഞ്ഞു; എന്നാൽ അക്കാര്യത്തിലും എതിർപ്പുകളുണ്ടായിരുന്നു. എന്നെയും എന്റെ കാഴ്ചപ്പാടുകാരായ മറ്റു വനിതാ സഖാക്കളെയും എന്റെ പാർട്ടി സഖാക്കൾ 'ഫെമിനിസ്റ്റുകൾ' എന്നു മുദ്രകുത്തുകയും, സ്ത്രീകളുടെ കാര്യത്തിൽ മാത്രം വല്ലാതെ ഉൽക്കണ്ഠപ്പെടുന്നവരാണ് ഞങ്ങളെന്ന് ആരോപിക്കുകയും ചെയ്തു. ആ സമയത്ത്, സ്വയം തൊഴിൽ ചെയ്യുന്ന വനിതാ പ്രൊഫഷണലുകൾ ഉൾപ്പെടുന്ന സമരത്തിന്റെ അസാധാരണമായ സുപ്രധാന പങ്കിനെക്കുറിച്ച് മതിയായ ധാരണയുണ്ടായിരുന്നില്ല. എന്നിരുന്നാലും ഞങ്ങൾ ഇച്ഛാശക്തിയോടുകൂടി ഉറച്ചുനിന്നു. സെന്റ് പീറ്റേഴ്സ്ബർഗ്ഗിൽവെച്ചുനടന്ന കോൺഗ്രസിൽ ഒരു സംഘം സ്ത്രീകൾ തങ്ങളുടേതായ പരിപാടിയുമായി മുന്നോട്ടുവന്നു; ബൂർഷ്വാ സ്ത്രീ വോട്ടവകാശവാദികളും റഷ്യയിലെ തൊഴിലാളിവർഗ്ഗത്തിലെ വനിതാ വിമോചനപ്രസ്ഥാനവും തമ്മിൽ കൃത്യമായ വേർതിരിവുണ്ടെന്ന് ആ പരിപാടി വ്യക്തമായി പറഞ്ഞുവെച്ചു. എന്നാൽ പൊലീസ് പിന്തുടർന്നെത്തിയതോടെ കോൺഗ്രസ് അവസാനിക്കുംമുൻപ് എനിക്ക് അവിടം വിട്ടുപോകേണ്ടതായി വന്നു. അതിർത്തികടന്ന് ജർമ്മനിയിലേക്ക് പോകാൻ എനിക്ക് സാധിച്ചു; അങ്ങനെ 1908 ഡിസംബറിൽ എന്റെ ജീവിതത്തിന്റെ ഒരു പുതിയ ഘട്ടത്തിനു തുടക്കമായി- രാഷ്ട്രീയ പ്രവാസ ജീവിതം.

സ്ത്രീ പ്രശ്നത്തിന്റെ സാമൂഹികാടിത്തറ (1908)

സ്ത്രീപ്രശ്നത്തിന്റെ സാമൂഹികാടിത്തറ 1908 എന്ന ഗ്രന്ഥത്തിനെഴുതിയ ആമുഖം

റഷ്യയിലെ മഹിള പ്രസ്ഥാനം അതിന്റെ ചരിത്രത്തിലെ നിർണ്ണായകമായൊരു ഘട്ടത്തിലൂടെയാണ് കടന്നുപോകുന്നത്: കഴിഞ്ഞ കുറച്ചു വർഷങ്ങളായി സ്ത്രീ സംഘടനകൾ ഏറ്റെടുത്തു നടത്തിയ സർഗ്ഗാത്മക പ്രവർത്തനങ്ങളെക്കുറിച്ച് 1908 ഡിസംബറിൽ മഹിള പ്രസ്ഥാനം പുനരവലോകനം ചെയ്യും: അതോടൊപ്പം അഖില റഷ്യ വിമൻസ് കോൺഗ്രസിൽ സ്ത്രീ വിമോചനത്തിനുവേണ്ടിയുള്ള വരുംകാല പോരാട്ടങ്ങളിൽ ഫെമിനിസ്റ്റുകൾ പിന്തുടരേണ്ട 'പ്രവർത്തനഗതി' എന്തായിരിക്കണമെന്നതു സംബന്ധിച്ച തീരുമാനവും അത് കൈക്കൊള്ളേണ്ടതുണ്ട്. സമീപകാലത്തും ഇതുവരെയും അമൂർത്തമായ 'വിഭിന്ന' വിഷയങ്ങളുടെ മണ്ഡലത്തിൽപ്പെട്ടിരുന്ന സങ്കീർണ്ണമായ സാമൂഹിക രാഷ്ട്രീയ പ്രശ്നങ്ങൾ റഷ്യയിൽ ഉടലെടുത്തിട്ടുള്ള സംഭവവികാസങ്ങളുടെ ഫലമായി ഇന്ന്, ഊർജ്ജസ്വലമായ പ്രായോഗിക ഇടപെടലും പരിഹാരവും ആവശ്യപ്പെടുന്ന അടിയന്തര വിഷയങ്ങളായി മാറുന്നു. ഈ പ്രശ്നങ്ങളിൽ ഇപ്പറയുന്ന സ്ത്രീകളുടെ പ്രശ്നവും ഉൾപ്പെടുന്നു. ഓരോ ദിവസം കഴിയുന്തോറും കൂടുതൽ എണ്ണം സ്ത്രീകൾ അവരെ കുഴപ്പിക്കുന്ന മൂന്ന് ചോദ്യങ്ങൾക്ക് ഉത്തരം തേടാൻ നിർബ്ബന്ധിതരാകുന്നു: ഏതു വഴിയിലൂടെയാണ് നമ്മൾ പോകേണ്ടത്? നമ്മൾ എന്തു ചെയ്യണം? നമ്മുടെ ജന്മനാട്ടിൽ ഒരു പുതിയ രാഷ്ട്രീയ ഘടനയ്ക്കുവേണ്ടിയുള്ള നീണ്ടതും ശക്തവും അത്യന്തം യാതനാപൂർണ്ണവുമായ ഈ പോരാട്ടത്തിന്റെ ഫലങ്ങൾ നമുക്കെങ്ങനെ റഷ്യൻ ജനസംഖ്യയിലെ പെൺവിഭാഗത്തിനുകൂടി ഉറപ്പാക്കാം?

ഈ മൂന്ന് ചോദ്യങ്ങൾക്ക് സമഗ്രമായ ഉത്തരം നല്കുന്നതിനുവേണ്ടി The Alliance for Equality (സമത്വത്തിനുവേണ്ടിയുള്ള സഖ്യം) റഷ്യൻ വിമൻസ് മ്യൂചൽ എയ്ഡ് സൊസൈറ്റിയിലെ സ്ത്രീ വോട്ടവകാശത്തി

നുവേണ്ടി നില്ക്കുന്ന വിഭാഗത്തോടൊപ്പംചേർന്ന് ഒന്നാമത് അഖില റഷ്യ വിമൻസ് കോൺഗ്രസ് ചേരാൻ തീരുമാനിച്ചു.

ആസന്നമായിരിക്കുന്ന വിമൻസ് കോൺഗ്രസിന്റെ പരിപാടി വളരെയധികം വിശാലമാണ്. റഷ്യയിലെ വിവിധ ഉദ്യോഗങ്ങളിലെ സ്ത്രീകളുടെ പ്രവർത്തനം സംബന്ധിച്ച് വിലയിരുത്തൽ നടത്താൻ ഒന്നാം ഭാഗത്ത് അത് നിർദ്ദേശിച്ചു. പരിപാടിയുടെ രണ്ടാം ഭാഗത്ത് സ്ത്രീകളുടെ സാമ്പത്തിക സ്ഥിതി പരിശോധിക്കുവാനും, വ്യാപാരത്തിലും വ്യവസായത്തിലും ഒപ്പം ഗാർഹിക സേവനങ്ങളിലുമുള്ള തൊഴിൽ സാഹചര്യങ്ങൾ അന്വേഷിക്കുവാനും, സ്ത്രീകളുടെ തൊഴിൽ സംരക്ഷണമെന്ന പ്രശ്നത്തെക്കുറിച്ചും മറ്റും നോക്കുവാനും നിർദ്ദേശിച്ചിട്ടുണ്ട്; കുടുംബം, വിവാഹം, വേശ്യാവൃത്തി എന്നിവയുമായി ബന്ധപ്പെട്ട വിഷയങ്ങളെക്കുറിച്ച് ചർച്ച ചെയ്യുന്നതിന് ഒരു പ്രത്യേക ഉപവിഭാഗവും ഇവിടെ രൂപപ്പെടുത്തുന്നതാണ്; മൂന്നാമത്തെ ഭാഗത്തിൽ സ്ത്രീകളുടെ വർത്തമാനകാല പൗര-രാഷ്ട്രീയ നിലപാടുകളും, ഈ മണ്ഡലങ്ങളിൽ സ്ത്രീകളുടെ തുല്യതയ്ക്കു വേണ്ടിയുള്ള പോരാട്ടത്തിനായി കൈക്കൊള്ളേണ്ട നടപടികളും ഉൾപ്പെടുന്നു. അവസാനമായി, നാലാമത്തെ ഭാഗം സ്ത്രീകളുടെ വിദ്യാഭ്യാസവുമായി ബന്ധപ്പെട്ട പ്രശ്നങ്ങൾ പഠിക്കും.

അഖില റഷ്യ വിമൻസ് കോൺഗ്രസിന്റെ ഈ വിപുലീകൃത പരിപാടി സ്വാഗതം ചെയ്യാതിരിക്കാൻ ആർക്കും സാധിക്കുകയില്ല; പ്രത്യേകിച്ചും സോയുസ് ഷെൻഷ്ചിൻ (Soyuz Zhenshchin, *The Women's Alliance*) എന്ന മാസികയുടെ 1907 ലെ മൂന്നാം ലക്കത്തിൽ പ്രസിദ്ധീകരിച്ച കരട് പരിപാടിയുമായി താരതമ്യം ചെയ്യുമ്പോൾ ഈ വിപുലീകൃത പരിപാടി സ്വാഗതം ചെയ്യാതിരിക്കാൻ ആർക്കും സാധിക്കുകയില്ല. മേൽപ്പറഞ്ഞ കരട് പരിപാടിയിൽ പെൺ അദ്ധ്വാനത്തിനുള്ള നിയമ പരിരക്ഷയുമായി ബന്ധപ്പെട്ട് സ്ത്രീകളുടെ സാമ്പത്തിക സ്ഥിതിയെന്ന സുപ്രധാനമായൊരു പ്രശ്നത്തെ പരിപൂർണ്ണമായും വിട്ടുകളഞ്ഞിരുന്നു. അത് കേവലമൊരു കൈപ്പിഴ, ഒരു യാദൃച്ഛിക സംഭവം ആയിരുന്നോ? ഇനി തീർച്ചയായും അതൊരു കൈപ്പിഴയാണെങ്കിൽത്തന്നെ, അത് സവിശേഷമായൊരു കൈപ്പിഴയായിരിക്കണം; സ്ത്രീപ്രശ്നത്തിന്റെ സാമ്പത്തിക തലത്തെക്കുറിച്ച്, തൊഴിലെടുക്കുന്ന സ്ത്രീകളുടെ അവസ്ഥയെയും പെൺ അദ്ധ്വാനത്തിന്റെ സംരക്ഷണത്തെയുംകുറിച്ച് മറന്നുകളയുക എന്നത് വരാനിരിക്കുന്ന കോൺഗ്രസിന്റെ സ്വഭാവത്തെ അടിയന്തരമായി നിർണ്ണയിക്കുന്ന ഒരുതരം 'യാദൃച്ഛിക സംഭവ'മാണ്; മാത്രമല്ല, സ്ത്രീപ്രശ്നമെന്നത് മൊത്തത്തിലുള്ള തൊഴിൽ പ്രശ്നവുമായി അഗാധമായും അതിസങ്കീർണ്ണമായും കെട്ടുപിണഞ്ഞു കിടക്കുന്നതാണ് എന്നു വിശ്വസിക്കുന്ന സ്ത്രീജനവിഭാഗങ്ങളുടെ പങ്കാളിത്തത്തെ ഇത് അസാദ്ധ്യവും വ്യർത്ഥവുമാക്കിത്തീർക്കുന്നു. ഇപ്പോൾ ഈ കൈപ്പിഴ തിരുത്തപ്പെട്ടിരിക്കുന്നു; പരിപാടിയുടെ രണ്ടാം ഭാഗത്ത് പൂർണ്ണമായും പെൺ അദ്ധ്വാനവും സ്ത്രീകളുടെ സാമ്പത്തിക സ്ഥിതിയും എന്ന വിഷയം കൈകാര്യം

ചെയ്യും. അതുകൊണ്ടുതന്നെ ഇത്തരത്തിലുള്ള ചെറിയൊരു സംഭവത്തെക്കുറിച്ച് പ്രതികരിക്കാതിരിക്കുന്നത് സന്ദർഭോചിതമല്ലെങ്കിലും നമ്മുടെ ബൂർഷ്വാ 'സ്ത്രീ വോട്ടവകാശവാദി'കളുടെ സവിശേഷതയല്ല ഇത്.

ബൂർഷ്വാ ഫെമിനിസ്റ്റുകളുടെ താക്കീതുമൂലം കോൺഗ്രസിന്റെ സംഘാടകർ വളരെക്കാലം മടിച്ചുനിന്നു: എന്തായിരിക്കണം കോൺഗ്രസിന്റെ സ്വഭാവം എന്ന കാര്യത്തിൽ. കരട് പരിപാടിയിൽനിന്നും സ്ത്രീകളുടെ സാമ്പത്തിക സ്ഥിതിയുമായി ബന്ധപ്പെട്ട കാര്യത്തെ വിട്ടുകളഞ്ഞത്, ഞങ്ങളുടെ അഭിപ്രായത്തിൽ, ഈ ശങ്കകളുമായി വളരെയധികം ബന്ധപ്പെട്ടുകിടക്കുന്നതാണ്. വരാനിരിക്കുന്ന കോൺഗ്രസിന്റെ യോഗങ്ങളിലൊന്നിൽ ഫെമിനിസ്റ്റ് ലോകത്ത് കാര്യമായ സ്വാധീനമുള്ള ചില വ്യക്തികൾ കോൺഗ്രസ് പ്രചാരണ പ്രവർത്തനത്തിൽ ഇടപെടേണ്ടതില്ല, മറിച്ച് മദ്യപാനത്തിനെതിരായ പോരാട്ടം പോലുള്ള മൂർത്തമായ വിഷയങ്ങളിൽ കേന്ദ്രീകരിച്ചാൽ മതി എന്ന് ഊന്നിപ്പറയുകയുണ്ടായി. ആയതിനാൽ ധാർമ്മിക പ്രവർത്തനങ്ങളും കാരുണ്യപ്രവർത്തനങ്ങളും നടത്തുന്ന കാരുണ്യമതികളായ 'വനിതകളുടെ' സമ്മേളനത്തിന്റെ സ്വഭാവം സ്വീകരിക്കണമോ അതോ സ്വന്തം വിധിയുടെ കാര്യത്തിൽ സ്ത്രീകൾ പുലർത്തുന്ന അനാസ്ഥ തകർത്തെറിയുന്നതിനും, സ്ത്രീ വിമോചനത്തിനുവേണ്ടി പോരാടുന്നവരുടെ നിരയിലേക്ക് അവരെ എത്തിക്കുന്നതിനും വേണ്ടിയുള്ള ശ്രമങ്ങൾ നടത്തണമോ എന്ന കാര്യത്തിൽ കോൺഗ്രസിന്റെ സംഘാടകർക്ക് ഈയടുത്തകാലംവരെ വ്യക്തതയുണ്ടായിരുന്നില്ല. എന്തുതന്നെയായാലും തുല്യാവകാശങ്ങളെ അടിയുറച്ചു പിന്താങ്ങുന്നവരുടെ സ്വാധീനത്തിന്റെ ഭാഗമായി രണ്ടാമതു പറഞ്ഞ പ്രവണത മേൽക്കൈ നേടി. ആസന്നമായിരിക്കുന്ന കോൺഗ്രസ് തിരഞ്ഞെടുത്ത മുദ്രാവാക്യം, പരമ്പരാഗത ഫെമിനിസ്റ്റുകൾ സ്ത്രീകളെ അണിനിരത്തുന്നതിനുപയോഗിച്ച മുറവിളിയാണ്: വെറും സ്ത്രീ അവകാശങ്ങൾക്കും താല്പര്യങ്ങൾക്കും വേണ്ടിയുള്ള പോരാട്ടത്തിൽ എല്ലാ സ്ത്രീകളുടെയും ഐക്യം.

ഫെമിനിസ്റ്റ് സംഘടനകൾക്ക് ഒരു പ്രചോദനമായി ആ കോൺഗ്രസ് മാറി. പെൺ ചിതൽപ്പുറ്റുകൾ ഇളകി. പൊക്രോവ്സ്കായ, കൾമനോവിച്ച്, ഷെപ്കിന, വഖ്തിന തുടങ്ങിയ ഇപ്പറഞ്ഞ ഫെമിനിസ്റ്റുകൾ ഒരാൾക്കുപുറമെ മറ്റൊരാളായി, സ്ത്രീകളുടെ മാത്രം അണിനിരക്കലിന് ആഹ്വാനംചെയ്യുന്ന പ്രസംഗങ്ങളും പ്രഭാഷണങ്ങളും നടത്തി: 'ജനസംഖ്യയിലെ എല്ലാ വർഗ്ഗങ്ങളിലുമുള്ള സ്ത്രീകളെ, ഒന്നിക്കൂ!'

ഫെമിനിസ്റ്റുകൾക്ക് അത്രമേൽ പ്രിയങ്കരമായ ഈ മുദ്രാവാക്യമാണ് ആസന്നമാകുന്ന വിമൻസ് കോൺഗ്രസ് താൽക്കാലികമായി നിർത്തിവെയ്ക്കുവാനും അത് വിശദമായി പരിശോധിക്കുവാനും തൊഴിലാളിവർഗ്ഗ സ്ത്രീ താല്പര്യങ്ങളുടെ കാഴ്ചപ്പാടിൽ നിന്നുകൊണ്ട് അതിന്റെ ലക്ഷ്യങ്ങളെയും മൗലികമായ അഭിലാഷങ്ങളെയും ശ്രദ്ധാപൂർവ്വം വിലയിരുത്തലിനു വിധേയമാക്കുവാനും നമ്മളെ നിർബ്ബന്ധിതമാക്കിയത്.

മൂർത്തമായി പറഞ്ഞാൽ, തൊഴിലാളിവർഗ്ഗ സ്ത്രീകൾ ഫെമിനിസ്റ്റുകളുടെ ആഹ്വാനത്തോടൊപ്പം നില്ക്കുകയും സ്ത്രീകളുടെ സമത്വത്തിനുവേണ്ടിയുള്ള പോരാട്ടത്തിൽ സജീവമായും നേരിട്ടും പങ്കെടുക്കുകയും ചെയ്യണമോ, അതോ തങ്ങളുടെ വർഗ്ഗപാരമ്പര്യത്തോട് കൂറുപുലർത്തിക്കൊണ്ട് സ്ത്രീകളെ മാത്രമല്ല, വർത്തമാനകാല മുതലാളിത്ത സാമൂഹ്യരൂപങ്ങളുടേതായ അടിച്ചമർത്തലിൽനിന്നും അടിമത്തത്തിൽനിന്നും മനുഷ്യരാശിയെയാകെ സ്വതന്ത്രമാക്കുന്നതിനുവേണ്ടി മറ്റു മാർഗ്ഗങ്ങളുപയോഗിച്ചുകൊണ്ട് പൊരുതുകയും തങ്ങളുടേതായ വഴിയേ പോകുകയും ചെയ്യണമോ എന്നതാണിവിടുത്തെ പ്രശ്നം.

ഈ ചോദ്യത്തിനുത്തരം നല്കുന്നതിനുമുമ്പ്, ഞാൻ അവതരിപ്പിക്കാൻ പോകുന്ന വാദങ്ങളുടെ ആരംഭബിന്ദുവായി വർത്തിക്കുന്ന അടിസ്ഥാനനിർദ്ദേശങ്ങൾ ഇവിടെ പ്രതിപാദിക്കേണ്ടത് അനിവാര്യമാണെന്ന് ഞാൻ വിശ്വസിക്കുന്നു. ഒരു ലിംഗവിഭാഗത്തിന് മറ്റൊരു ലിംഗവിഭാഗത്തിനുമേലുള്ള മേധാവിത്വമെന്ന പ്രശ്നത്തെ കൂടുതൽ ശ്രദ്ധയോടെ നിരീക്ഷിക്കുന്നതിന്, അഥവാ, തലച്ചോറിന്റെ തൂക്കമെടുക്കുകയും അതുവഴി സ്ത്രീകളുടെയും പുരുഷന്മാരുടെയും ബൗദ്ധികമായ ശേഷി അളക്കുകയും ചെയ്യുന്നതിനുവേണ്ടി ശരിക്കും മാന്യരായ നമ്മുടെ സുഹൃത്തുക്കളെ, അതായത് ബൂർഷ്വാ പണ്ഡിതരെക്കൊണ്ടു ചിന്തിപ്പിക്കുമ്പോൾ ചരിത്രപരമായ ഭൗതികവാദത്തിന്റെ വക്താക്കൾക്ക് ഒരു കാര്യം പൂർണ്ണമായും തിരിച്ചറിയാൻ സാധിക്കും. അതായത് ലിംഗവിഭാഗങ്ങൾ തമ്മിൽ സ്വാഭാവികമായി നിലനില്ക്കുന്ന വ്യത്യസ്തതകളെ അവർ പൂർണ്ണമായി തിരിച്ചറിയുകയും, ഒരു കാര്യം മാത്രം ആവശ്യപ്പെടുകയും ചെയ്യും; പുരുഷനായാലും സ്ത്രീയായാലും ഓരോ വ്യക്തിക്കും സ്വതന്ത്രവും പരിപൂർണ്ണവുമായ സ്വയം നിർണ്ണയാവകാശം ലഭ്യമാക്കുന്നതിനുള്ള യഥാർത്ഥ സാദ്ധ്യത നല്കണമെന്നതായിരിക്കും ആ ആവശ്യം; അതായത് പ്രകൃതിദത്തമായ എല്ലാ കഴിവുകളുടെയും വികാസത്തിനും പ്രയോഗത്തിനും സാദ്ധ്യമായത്രയും വിശാലമായ അവസരങ്ങൾ നല്കുക എന്നതാണത്. അതേസമയംതന്നെ നമ്മുടെ കാലത്തെ മുഴുവൻ സാമൂഹിക പ്രശ്നങ്ങളിൽനിന്നും വേറിട്ട്, സവിശേഷമായ സ്ത്രീപ്രശ്നങ്ങൾ നിലനില്ക്കുന്നു എന്നതിനെ ചരിത്രപരമായ ഭൗതികവാദത്തിന്റെ അനുയായികൾ നിഷേധിക്കുന്നു. ചില സാമ്പത്തിക ഘടകങ്ങൾ ഒരുകാലത്ത് സ്ത്രീകളെ കീഴാളപദവിയിലേക്ക് നയിച്ചു; അതിൽ പെണ്ണിന്റെ പ്രകൃതിദത്തമായ സവിശേഷതകൾ തീർച്ചയായും രണ്ടാംതര പങ്കുവഹിച്ചു. ഇപ്പറയുന്ന (സാമ്പത്തിക) ഘടകങ്ങൾ പൂർണ്ണമായി അപ്രത്യക്ഷമാകുമ്പോൾ മാത്രമേ, സ്ത്രീയുടെ അടിമത്തത്തിനു കാരണമായ ഈ സാമ്പത്തിക രൂപങ്ങളുടെ പരിണാമംകൊണ്ടുമാത്രമേ, സ്ത്രീകളുടെ സാമൂഹ്യപദവിയിൽ സമൂലമായൊരു മാറ്റം സാദ്ധ്യമാക്കാൻ കഴിയുകയുള്ളൂ. മറ്റു വാക്കുകളിൽ പറഞ്ഞാൽ, പരിവർത്തനം ചെയ്യപ്പെട്ടതും സാമൂഹികവും സാമ്പത്തികവുമായ പുതിയ തത്ത്വങ്ങളെ

അടിസ്ഥാനമാക്കിയുള്ളതുമായ ഒരു ലോകത്തുമാത്രമേ സ്ത്രീകൾ ശരിക്കും സ്വതന്ത്രരും തുല്യരുമായിരിക്കുകയുള്ളൂ.

എന്തുതന്നെയായാലും, നിലനില്ക്കുന്ന ഉല്പാദന ബന്ധങ്ങളുടെ സമ്പൂർണ്ണമായ പൊളിച്ചെഴുത്തിലൂടെ മാത്രമേ തൊഴിലാളികളുടെ പ്രശ്നത്തിന് ശരിയും സമൂലവുമായ പരിഹാരം സാദ്ധ്യമാകുകയുള്ളൂ. എങ്കിലും നിലവിലുള്ള വ്യവസ്ഥിതിയുടെ ചട്ടക്കൂടിനുള്ളിൽനിന്നുകൊണ്ട് സ്ത്രീകളുടെ ജീവിതത്തിൽ ഭാഗികമായ പുരോഗതി വരുത്താനുള്ള സാദ്ധ്യതയെ ഈ വാദം, തള്ളിക്കളയുന്നില്ല. എന്നിരുന്നാലും തൊഴിലാളിവർഗ്ഗത്തിന്റെ അടിയന്തര താല്പര്യങ്ങൾ തൃപ്തിപ്പെടുത്തുകയെന്ന ലക്ഷ്യംവെച്ചുകൊണ്ടുള്ള പരിഷ്കരണ പ്രവർത്തനത്തിന് ഇത്തരമൊരു കാഴ്ചപ്പാട് തടസ്സമാകരുത്. നേരെമറിച്ച്, തൊഴിലാളിവർഗ്ഗം കൈവരിക്കുന്ന ഓരോ നേട്ടവും മനുഷ്യരാശിയെ സ്വാതന്ത്ര്യത്തിന്റെയും സാമൂഹിക സമത്വത്തിന്റെയും ഉന്നതിയിലേക്ക് നയിക്കുന്ന ചവിട്ടുപടിയാണ്; സ്ത്രീകൾ നേടുന്ന ഓരോ പുതിയ അവകാശവും അവരെ അവരുടെ ലക്ഷ്യത്തിലേക്ക് - പരിപൂർണ്ണമായ മോചനത്തിലേക്ക് കൂടുതൽ അടുപ്പിക്കുന്നു.

വീണ്ടുമൊരു അഭിപ്രായം: സ്ത്രീകളുടെ മോചനം സംബന്ധിച്ച വിഷയം ചർച്ച ചെയ്യുന്ന ഒരാൾ സ്വയം, മറ്റേതൊരു സാമൂഹിക- രാഷ്ട്രീയ പ്രശ്നവുംപോലെ, യഥാർത്ഥത്തിൽ നിലവിലുള്ള ബന്ധങ്ങളെ ദൃഢമായി അടിസ്ഥാനപ്പെടുത്തേണ്ടതുണ്ട്. 'സദാചാരപരമായ അഭിലാഷങ്ങളുടെയോ മറ്റ് പ്രത്യയശാസ്ത്രപരമായ ഘടനകളുടെയോ ഭാഗമായിട്ടുള്ള എല്ലാത്തിനെയും, ബൂർഷ്വാ ലിബറലിസത്തെ നീക്കംചെയ്യുമ്പോൾ നമ്മൾ സ്വമനസ്സാലേ കൈവെടിയുന്നു. ഞങ്ങളെ സംബന്ധിച്ചിടത്തോളം സ്ത്രീകളുടെ മോചനം എന്നതൊരു സ്വപ്നമല്ല, ഒരു തത്ത്വവുമല്ല; മറിച്ച് അത് മൂർത്തമായൊരു യാഥാർത്ഥ്യമാണ്; ഓരോ ദിവസം പിന്നിടുംതോറും നിലവിൽവന്നുകൊണ്ടിരിക്കുന്ന ഒരു വസ്തുതയാണത്. പടിപടിയായി, ആധുനിക സാമ്പത്തികബന്ധങ്ങളും ഉല്പാദനശക്തികളുടെ മൊത്തം ഭാവികാലവികാസഗതിയും, നൂറ്റാണ്ടുകളുടെ അടിച്ചമർത്തലിൽനിന്നും അടിമത്തത്തിൽനിന്നുമുള്ള സ്ത്രീകളുടെ വിമോചനത്തിൽ പങ്കുകൊള്ളുകയാണ്; അത് തുടരുകയും ചെയ്യും. ഇതിങ്ങനെയാണെന്ന് കാണണമെങ്കിൽ ചുറ്റുമൊന്നു നോക്കിയാൽ മാത്രംമതി. എല്ലായിടങ്ങളിലും, ഉല്പാദനത്തിന്റെ ഏതാണ്ടെല്ലാ മണ്ഡലങ്ങളിലും, പുരുഷന്മാരോടൊപ്പം സ്ത്രീകളും തൊഴിലെടുക്കുന്നുണ്ട്. ഇംഗ്ലണ്ടിലും ഫ്രാൻസിലും ജർമ്മനിയിലും ഇറ്റലിയിലും ആസ്ട്രിയയിലും നിർമ്മാണരംഗത്ത് 81 ദശലക്ഷം പേർ തൊഴിലെടുക്കുന്നതിൽ 27 ദശലക്ഷം പേർ സ്ത്രീകളാണ്. പരിഷ്കൃത രാജ്യങ്ങളിൽ, സ്വന്തം അസ്തിത്വം ഉറപ്പിച്ചു മുന്നോട്ടുപോകുന്ന സ്ത്രീകളുടെ എണ്ണവും അവിടങ്ങളിലെ മൊത്തം സ്ത്രീ ജനസംഖ്യയുമായുള്ള അവരുടെ ആനുപാതികബന്ധവും താഴെപ്പറയുന്ന പട്ടികയിൽ കാണിച്ചിട്ടുണ്ട്; ഏറ്റവും പുതിയ ദേശീയ സെൻസസുകൾപ്രകാരം സ്വന്തമായി വരുമാനം കണ്ടെത്തി ജീവിക്കുന്ന സ്ത്രീകളുടെയും പുരുഷന്മാ

രുടെയും ജനസംഖ്യാശതമാനം താഴെപ്പറയുംവിധമാണ്.

രാജ്യം	സ്ത്രീകൾ	പുരുഷന്മാർ
ആസ്ട്രിയ	47%	63%
ഇറ്റലി	40%	66%
സ്വിറ്റ്സർലാൻഡ്	29%	61%
ഫ്രാൻസ്	27%	58%
ബ്രിട്ടനും അയർലാന്റും	27%	62%
ബെൽജിയം	26%	60%
ജർമ്മനി	25%	61%
യുണൈറ്റഡ് സ്റ്റേറ്റ്സ്	13%	59%
റഷ്യ	10%	43%

ആനുപാതിക വിലയിരുത്തലിൽനിന്നും യഥാർത്ഥ സംഖ്യകളിലേക്ക് തിരിഞ്ഞപ്പോൾ, സ്വന്തമായി വരുമാനം കണ്ടെത്തി ജീവിക്കുന്ന സ്ത്രീകളുടെ എണ്ണം റഷ്യയിൽ മറ്റു രാജ്യങ്ങളിലേതിനേക്കാൾ കുറവാണെങ്കിലും ഒരുവിധം കൂടുതൽ തന്നെയാണെന്ന് ഞങ്ങൾ കണ്ടെത്തി. ഇക്കഴിഞ്ഞ സെൻസസ് അനുസരിച്ച്, 63 ദശലക്ഷം വരുന്ന റഷ്യയിലെ സ്ത്രീ ജനസംഖ്യയിൽ ആറു ദശലക്ഷത്തിലധികം പേർ സ്വന്തമായി വരുമാനം കണ്ടെത്തി ജീവിക്കുന്നവരാണ്; നഗരങ്ങളിൽ എട്ടു ദശലക്ഷത്തിൽ രണ്ട് ദശലക്ഷം സ്ത്രീകൾ (അതായത് 25 ശതമാനം) സ്വന്തമായി വരുമാനം കണ്ടെത്തുന്നു; ഗ്രാമപ്രദേശങ്ങളിൽ മൊത്തം 55 ദശലക്ഷം സ്ത്രീജനസംഖ്യയിൽ നാല് ദശലക്ഷം സ്ത്രീകൾ സ്വതന്ത്രരാണ്. ലാഭകരമായി വരുമാനം കണ്ടെത്തുന്ന റഷ്യയിലെ മൊത്തം ജനസംഖ്യയുടെ (അതായത് സ്വന്തമായി വരുമാനം കണ്ടെത്തി ജീവിക്കുന്നവർ) കണക്ക് നോക്കുകയാണെങ്കിൽ, ലാഭകരമായി വരുമാനം കണ്ടെത്തി ജീവിക്കുന്ന മൊത്തം 33 ദശലക്ഷം ആളുകളിൽ 27 ദശലക്ഷം പേർ പുരുഷന്മാരും 6 ദശലക്ഷം പേർ സ്ത്രീകളുമാണ്.

റഷ്യയിൽ സ്ത്രീ തൊഴിലാളികൾ, പ്രത്യേകിച്ചും തുണി വ്യവസായത്തിൽ, വ്യാപകമാണ്; അതിന്റെ ഓരോ ശാഖയിലും സ്ത്രീ തൊഴിലാളികൾ പുരുഷ തൊഴിലാളികളേക്കാൾ അധികമാണ്. തുണി വ്യവസായത്തിനു പുറമെ, റഷ്യയിൽ പെൺ അദ്ധ്വാനം ഒട്ടേറെ വ്യവസായ ശാഖകളിലും വ്യാപകമായി ഉപയോഗിക്കുന്നു; ഭക്ഷ്യ സംസ്കരണ രംഗത്ത്, പ്രത്യേകിച്ചും ബേക്കറികളിൽ 4391 സ്ത്രീകളും 8868 പുരുഷന്മാരുമാണുള്ളത്; കെമിക്കൽ വ്യവസായരംഗത്ത്, പ്രത്യേകിച്ചും സൗന്ദര്യവർദ്ധക വസ്തുക്കളുടെ രംഗത്ത്, 4074 പേർ സ്ത്രീകളും 4508 പേർ പുരുഷന്മാരുമാണ്; ഗ്ലാസ് വ്യവസായരംഗത്ത് ഏതാണ്ട് 5000 സ്ത്രീകളുണ്ട്; ചൈനാ വ്യവസായത്തിൽ (ടെക്സ്റ്റൈൽ വ്യവസായത്തിനും വസ്ത്രനിർമ്മാണത്തിനും പുറമെ പാദരക്ഷകൾ, കളിപ്പാട്ടങ്ങൾ എന്നി

വയുടെ ഉല്പാദനം) നാലായിരത്തോളം സ്ത്രീകളുണ്ട്; ടൈൽ-ഇഷ്ടിക വ്യവസായത്തിൽ ഏതാണ്ട് ആറായിരത്തോളം സ്ത്രീകളുണ്ട്. ലോഹ സംസ്കരണ വ്യവസായത്തിൽ മാത്രമാണ് സ്ത്രീകളുടെ എണ്ണം കുറ വായിട്ടുള്ളത്.

ഞങ്ങളുടെ അഭിപ്രായത്തിൽ, റഷ്യൻ വ്യവസായരംഗത്ത് സ്ത്രീക ളുടെ അദ്ധ്വാനം വ്യാപകമായി ഉപയോഗിക്കുന്നുണ്ട് എന്നു കാണിക്കു ന്നതിന് മേൽപ്പറഞ്ഞിട്ടുള്ള കണക്കുകൾ മതി. അതിലുപരി താരതമ്യേന അടുത്തകാലത്തായി റഷ്യ വൻകിട മുതലാളിത്തോല്പാദനത്തിലേക്ക് നീങ്ങിയിരിക്കുന്നു എന്ന കാര്യവും, മുതലാളിത്ത സാമ്പത്തികശാസ്ത്ര മണ്ഡലം വികസിക്കുമ്പോൾ അതിന്റെ വ്യവസായം എക്കാലത്തെയും കാൾ കൂടുതൽ സ്ത്രീത്തൊഴിലാളികളെ അതിലേക്ക് ഉൾക്കൊള്ളിക്കു മെന്ന കാര്യവും ഓർക്കേണ്ടതുണ്ട്.

ഇപ്പോൾ പോലും, വൻകിട മുതലാളിത്ത സംരംഭങ്ങളുള്ള റഷ്യ യിലെ നഗരങ്ങളിലും പട്ടണങ്ങളിലും സ്ത്രീത്തൊഴിലാളികളുടെ കരു തൽസേനയെക്കൂടി കണക്കിലെടുക്കുമ്പോൾ, പെൺ അദ്ധ്വാനം, പ്രത്യേ കിച്ചും സ്ത്രീ തൊഴിലാളിവർഗ്ഗത്തിന്റെ അദ്ധ്വാനം, മൊത്തം അദ്ധ്വാന ശക്തിയുടെ ഗണ്യമായൊരു അനുപാതം ഉൾക്കൊള്ളുന്നു. ഉദാഹരണ ത്തിന്, 1900 ത്തിലെ സെൻസസ് അനുസരിച്ച് സെന്റ് പീറ്റേഴ്സ്ബർഗ്ഗിൽ സ്വന്തമായി അദ്ധ്വാനിച്ച് ജീവിക്കുന്ന ഓരോ 100 പുരുഷന്മാർക്കും 40 സ്ത്രീകൾ വീതമുണ്ട് (1881 ൽ സെന്റ് പീറ്റേഴ്സ്ബർഗ്ഗിൽ ഓരോ 100 പുരുഷന്മാർക്കും സ്വന്തമായി അദ്ധ്വാനിച്ചു ജീവിക്കുന്ന 27 സ്ത്രീകൾ ഉണ്ടായിരുന്നു; 1890 ൽ 34 സ്ത്രീകൾ ഉണ്ടായിരുന്നു; അതാണിപ്പോൾ 1900 ൽ 40 ആയി ഉയർന്നിരിക്കുന്നത്.)

തൊഴിലാളികൾ എന്ന നിലയിലുള്ള അദ്ധ്വാനം വഴി ജീവിതമാർഗ്ഗം കണ്ടെത്തുന്നവരിൽ സ്ത്രീകൾ അനേകമാണ്: 2,69,000 തൊഴിലെടുക്കുന്ന പുരുഷന്മാർക്ക് 74,000 തൊഴിലെടുക്കുന്ന സ്ത്രീകൾ എന്ന നിലയ്ക്കാണ് അതിന്നുള്ളത്; അവിവാഹിതരായ 40,000 പുരുഷന്മാർക്ക് 'അവിവാഹി തരായ' 30,000 സ്ത്രീകൾ. ആരാണീ 'അവിവാഹിതരായ' സ്ത്രീകൾ? ചെറുകിട കൈത്തൊഴിലുകാരിലെ ഏറ്റവും ചൂഷണം ചെയ്യപ്പെടുന്ന വിഭാ ഗമാണവർ: അതായത് സ്വതന്ത്ര തൊഴിലാളികൾ എന്നു മുതലാളിത്ത ദല്ലാളർ വിശേഷിപ്പിക്കുകയും, അതേസമയം പരസ്പരം ഒറ്റപ്പെട്ടു നില്ക്കു ന്നതുമൂലം മൂലധനത്തിന്റെ നിർദ്ദയമായ അടിച്ചമർത്തലിന് വിധേയമാ ക്കപ്പെടുകയും ചെയ്യുന്ന, വീട്ടിലിരുന്നു പണിയെടുക്കുന്ന തയ്യൽക്കാർ, നെയ്ത്തുകാർ, പൂക്കാരി പെൺകുട്ടികൾ തുടങ്ങിയവരാണ് അവർ. ഉദ്യോ ഗങ്ങളുള്ള സ്ത്രീകളുടെ എണ്ണം ഗണ്യമായ തോതിൽ കുറവാണ് (74,000 പുരുഷന്മാർക്ക് 13,000 സ്ത്രീകൾ); അതേസമയം അതിന്റെ തലപ്പത്തേ ക്ക്, 'പ്രൊപ്രൈറ്റർ' സ്ഥാനത്തേക്കു 31,000 പുരുഷന്മാർ വരുമ്പോൾ, അവി ടേക്കുവരുന്ന സ്ത്രീകളുടെ എണ്ണം കേവലം 13,000 മാത്രമാണ്.

മറ്റു രാജ്യങ്ങളിലെ വിവിധ സാമൂഹിക ഗ്രൂപ്പുകളിലെ സ്ത്രീത്തൊഴി

ലാളികളുടെ അനുപാതവും, സ്വന്തമായി അദ്ധ്വാനിച്ചു ജീവിക്കുന്ന ആൺ-പെൺ വ്യാവസായിക തൊഴിലാളികളുടെ സ്ഥിതിയും താഴെ കാണിച്ചിരിക്കുന്ന പട്ടികയിലുണ്ട്;

രാജ്യം	സെൻസസ് നടന്ന വർഷം	മൊത്തം ജനസംഖ്യ		വ്യാവസായിക ജന സംഖ്യ		വ്യാവസായിക തൊഴിലാളികളടക്കം	
		പുരു	സ്ത്രീ	പുരു	സ്ത്രീ	പുരു	സ്ത്രീ
				ദശലക്ഷത്തിൽ			
ആസ്ട്രിയ	1890	11.7	12.2	7.8	6.2	4.4	5.3
ജർമനി	1895	25.4	26.4	15.5	6.6	9.3	5.3
ഫ്രാൻസ്	1891	18.9	19.2	11.1	5.2	5.0	3.6
ഇംഗ്ലണ്ട് & വെയിൽസ്	1891	14.1	14.9	8.9	4.0	5.4	3.1
യു എസ് എ	1890	32.1	30.6	18.8	3.9	8.7	2.9
ആകെ		102.2	103.3	62.1	25.9	32.8	20.2

പട്ടികയിൽ കാണുന്നതുപോലെ, ആസ്ട്രിയയിൽ സ്ത്രീത്തൊഴിലാളികളുടെ എണ്ണം പുരുഷന്മാരുടേതിനേക്കാൾ കൂടുതലാണ്. 4.4 ദശലക്ഷം പുരുഷന്മാരുള്ളപ്പോൾ 5 ദശലക്ഷത്തിലധികം സ്ത്രീകൾ അവിടെയുണ്ട്. ജർമ്മനിയിൽ സ്ത്രീത്തൊഴിലാളികളുടെ എണ്ണം പുരുഷന്മാരുടെ എണ്ണത്തിന്റെ പകുതിയിലധികമുണ്ട്. ഫ്രാൻസിലും ഇംഗ്ലണ്ടിലും അങ്ങനെതന്നെ. അമേരിക്കയിൽ മാത്രമാണ് ഈ പരസ്പരബന്ധം സ്ത്രീകൾക്ക് അത്ര അനുകൂലമല്ലാതായിട്ടുള്ളത്.

സ്ത്രീത്തൊഴിലാളികളുടെ വർദ്ധനവ് സ്വാഭാവികമായും സൂചിപ്പിക്കുന്നത് ദേശീയോല്പാദനത്തിൽ സ്ത്രീകളുടെ പങ്കിലുണ്ടാകുന്ന തുടർച്ചയായ വർദ്ധനവിനെയാണ്. ലോക കമ്പോളത്തിലേക്കുള്ള മൊത്തം ചരക്കുല്പാദനത്തിന്റെ ഏതാണ്ട് മൂന്നിലൊന്ന് ഇപ്പോൾതന്നെ സ്ത്രീകൾ ഉല്പാദിപ്പിക്കുന്നുണ്ട്. പെൺ അദ്ധ്വാനത്തിലുണ്ടാകുന്ന ഈ സ്ഥിരമായ വർദ്ധനവ് പല ബൂർഷ്വാ സാമ്പത്തികശാസ്ത്രജ്ഞരിലും ഭീതിയുയർത്തുന്നുണ്ട്; അദ്ധ്വാനത്തിന്റെ മണ്ഡലത്തിൽ പുരുഷനെതിരായുള്ള അപകടകാരിയായ ഒരെതിരാളിയായി സ്ത്രീയെ കാണുന്നതിനും, പെൺ അദ്ധ്വാനത്തിന്റെ വ്യാപനത്തോട് ശത്രുതയോടുകൂടി പ്രതികരിക്കുന്നതിനും അതവരെ നിർബന്ധിതരാക്കുന്നു. അത്തരമൊരു കാഴ്ചപ്പാടിനെ ന്യായീകരിക്കേണ്ടതുണ്ടോ? സ്ത്രീ എപ്പോഴും പുരുഷന് 'ഭീഷണിയായി നില്ക്കുന്ന' ഒരെതിരാളിയാണോ?

അദ്ധ്വാനിക്കുന്ന സ്ത്രീകളുടെ എണ്ണം സ്ഥിരമായി വർദ്ധിക്കുകയാണ്; പക്ഷേ, ഉല്പാദനശക്തികളുടെ നിരന്തരമായ വികാസം കൂടുതൽ കൂടുതൽ അദ്ധ്വാനശക്തി ആവശ്യപ്പെടുകയും ചെയ്യുന്നു. സാങ്കേതികവിദ്യാ വിപ്ലവത്തിന്റെ ചില സന്ദർഭങ്ങളിൽമാത്രമേ പുതിയ തൊഴിലാളികളുടെ ഡിമാന്റ് കുറയുകയോ, ഒരു വിഭാഗം തൊഴിലാളികൾക്കു പകരം മറ്റൊരു വിഭാഗം തൊഴിലാളികളെ വെയ്ക്കുകയോ ചെയ്യപ്പെടുകയുള്ളൂ; പുരുഷന്മാർക്കുപകരം സ്ത്രീകൾ കയറ്റപ്പെടുന്നു എന്നു പറയുന്നത് യഥാർത്ഥത്തിൽ പുരുഷന്മാർക്കുപകരം കുട്ടികളെയും ചെറുപ്പക്കാരെയും കൊണ്ടുവരാറുള്ള സ്ഥാനത്താണ് സ്ത്രീകൾ കയറ്റപ്പെടുന്നത്. എന്തുതന്നെയായാലും, സാങ്കേതികവിദ്യയുടെ പുരോഗതിയിലുണ്ടാകുന്ന ഓരോ കാൽവെയ്പും ആത്യന്തികമായി ഉല്പാദനനിരക്ക് കൂടുതൽ വർദ്ധിപ്പിക്കുകയും, ഉല്പാദനത്തിലുണ്ടാകുന്ന ഈ പുതിയ കുതിപ്പ് അനിവാര്യമായും പുതുതായി എല്ലാ വിഭാഗം തൊഴിലാളികളും ആവശ്യമായിവരുകയും ചെയ്യും. ആയതിനാൽ, താല്ക്കാലികമായുണ്ടാകുന്ന മെല്ലെപ്പോക്കുകൾക്കും ഇടയ്ക്കിടെയുണ്ടാകുന്ന കടുത്ത ഏറ്റക്കുറച്ചിലുകൾക്കുമപ്പുറം, ലോകത്താകെയുള്ള ഉല്പാദനശക്തികളുടെ വളർച്ചയോടൊപ്പം വ്യവസായമേഖലയിലേക്കു പ്രവേശിപ്പിക്കപ്പെടുന്ന തൊഴിലാളികളുടെ എണ്ണവും ആത്യന്തികമായി വർദ്ധിക്കും. ഇരു വിഭാഗം തൊഴിലാളികളുടെയും (പുരുഷന്മാരും സ്ത്രീകളും) എണ്ണത്തിലെ വർദ്ധനവ് സുനിശ്ചിതമാണ്; അതേസമയം, പുരുഷത്തൊഴിലാളികളോട് താരതമ്യപ്പെടുത്തുമ്പോൾ സ്ത്രീത്തൊഴിലാളികളുടെ കൂടുതൽ തീക്ഷ്ണമായ വർദ്ധനവ് എന്നത് ആപേക്ഷികമാണ്.

മൊത്തത്തിൽ നോക്കുമ്പോൾ, തൊഴിൽ കമ്പോളത്തിൽ സംഭവിക്കുന്നത് പുരുഷ തൊഴിലാളികൾക്കു പകരം സ്ത്രീ തൊഴിലാളികളെ കൊണ്ടുവരലല്ല, മറിച്ച് തൊഴിലിനനുസരിച്ച് ഈ രണ്ടുവിഭാഗം അദ്ധ്വാനശക്തികളെയും വർഗ്ഗീകരിക്കലാണ്. അതായത് ചില തൊഴിലുകളിലും വ്യവസായശാഖകളിലും കൂടുതൽ സ്ത്രീകൾ തൊഴിലെടുക്കുമ്പോൾ (ഗാർഹിക സേവനങ്ങൾ, ടെക്സ്റ്റൈൽ വ്യവസായം, തുണിവ്യവസായം), മറ്റു ചിലവ പ്രധാനമായും പുരുഷത്തൊഴിലാളികളെ ആശ്രയിച്ചിരിക്കുന്നു (ഖനനം, ഇരുമ്പ്-സ്റ്റീൽ വ്യവസായം, യന്ത്ര വ്യവസായം തുടങ്ങിയവ). സർവ്വോപരി, സ്ത്രീ തൊഴിലാളികളുടെ അളവുപരമായ വർദ്ധനവ് ബാലവേലയിൽ ഇടിവുണ്ടാക്കുന്നതിന് സഹായകമായി എന്ന കാര്യത്തിൽ യാതൊരു സംശയത്തിന്റെയും ആവശ്യമില്ല; ഇത് സദാ സ്വാഗതാർഹവുമാണ്. ചെറിയ കുട്ടികളുടെ സംരക്ഷണത്തിനായി പുതിയ നിയമങ്ങൾ പ്രഖ്യാപിക്കപ്പെടുകയും വ്യാവസായിക തൊഴിലുകളിൽ പണിയെടുക്കുന്ന കുട്ടികളുടെ പ്രായപരിധി ഉയർത്തുകയും ചെയ്തതോടുകൂടിയുണ്ടായ അദ്ധ്വാനശക്തികളുടെ പുനഃവർഗ്ഗീകരണം നിശ്ചയമായും സ്ത്രീത്തൊഴിലാളികളുടെ എണ്ണത്തിൽ വർദ്ധനവുണ്ടാക്കി.

ആയതിനാൽ പുരുഷന്മാരുടെ ഏറ്റവും അപകടകാരികളായ

തൊഴിൽ എതിരാളികളാണ് സ്ത്രീകൾ എന്ന അവകാശവാദത്തെ വൈമനസ്യത്തോടുകൂടി മാത്രമേ കാണാനാകൂ. തൊഴിൽ രംഗങ്ങളിൽ നിലനില്ക്കുന്ന മത്സരത്തിന്റെ വിഷയത്തെ മാറ്റിനിർത്തിയാൽ ഒറ്റപ്പെടുത്തി നിർത്തുമ്പോൾ, അതായത് സംയുക്തതൊഴിലാളിവർഗ്ഗ പോരാട്ടത്തിൽ പങ്കാളിയല്ലാതിരിക്കുമ്പോൾ മാത്രമാണ് തൊഴിലാളിവർഗ്ഗ രംഗത്ത്, സ്ത്രീ പുരുഷന്റെ എതിരാളിയായി മാറുന്നതെന്നു നമുക്ക് കാണാൻ കഴിയും. സ്ത്രീത്തൊഴിലാളി പുരുഷന്റെ എതിരാളിയായി മാറുന്നത്, മൂലധനത്തിനെതിരായുള്ള അവന്റെ സംഘടിത സമരത്തിൽ അവൻ നേടിയെടുത്ത വിജയങ്ങളുടെ ഫലപ്രാപ്തിയെ നശിപ്പിക്കുകയും അവന്റെ കൂലി കുറയ്ക്കുകയും ചെയ്യുന്ന 'ഭീഷണിയുയർത്തുന്ന' എതിരാളിയായി സ്ത്രീ മാറുന്നത്, പൊതുവായ തൊഴിലാളിവർഗ്ഗ മുന്നേറ്റത്തിൽ ചേർത്തുപിടിക്കപ്പെടാത്തപ്പോൾ മാത്രമാണ്. എന്തുതന്നെയായാലും ഗ്രാമത്തിലെ പട്ടിണികിടക്കുന്ന 'അപരിഷ്കൃത'നായാലും തൊഴിലിൽനിന്നും പുറത്താക്കപ്പെട്ടവനായാലും, സ്ഥിരംതൊഴിൽ നിഷേധിക്കപ്പെട്ട ഒരു സാധാരണ തൊഴിലാളിയായാലും, ഓരോ അസംഘടിത തൊഴിലാളിയും അത്തരമൊരു എതിരാളിയല്ലേ? ഇപ്പോഴും, വളരെ കുറഞ്ഞ തോതിൽമാത്രം സംഘടിപ്പിക്കപ്പെട്ടിട്ടുള്ള ഒരു തൊഴിലാളിവർഗ്ഗ വിഭാഗമെന്ന നിലയിൽ ഇക്കാലമത്രയും സ്ത്രീത്തൊഴിലാളിക്ക് തൊഴിൽ സാഹചര്യങ്ങളിൽ വളരെ ഹാനികരമായ അനുഭവമാണ് ഉണ്ടായിട്ടുള്ളത്. കൂടുതൽ അവബോധമുള്ളവരും സംഘടിതരുമായ തൊഴിലാളിവർഗ്ഗ വിഭാഗത്തെ ചെറുക്കുന്നതിന് ഈ സ്ത്രീത്തൊഴിലാളിയെ മൂലധനം അനായാസം ഉപയോഗപ്പെടുത്തും. എന്തുതന്നെയായാലും, തൊഴിലാളിവർഗ്ഗ വിമോചനത്തിനുവേണ്ടിയുള്ള സംഘടിത പോരാളികളുടെ നിരയിലേക്ക് പ്രവേശിക്കുന്ന ആ നിമിഷം മുതൽ അവൾ, സ്ത്രീത്തൊഴിലാളി, അദ്ധ്വാനിക്കുന്ന പുരുഷന്റെ ഏറ്റവും വലിയ എതിരാളിയാണെന്ന വാദം നിരുപാധികമായി ഇല്ലാതാകുന്നു. ഏതു ലിംഗവിഭാഗത്തിൽപ്പെട്ടവരായാലും സംഘടിത തൊഴിലാളി ആയിക്കഴിഞ്ഞാൽ സ്വന്തം വർഗ്ഗ സഖാക്കളെ ഉപദ്രവിക്കുന്നതിനുള്ള ശേഷി നഷ്ടപ്പെടുന്നു.

പ്രാഥമികമായ ഈ നിരീക്ഷണങ്ങൾ നടത്തുകയും സ്ഥിതിവിവരക്കണക്കുസംബന്ധമായ ചില ഉദാഹരണങ്ങൾ സംക്ഷിപ്തമായി പരിശോധിക്കുകയും ചെയ്ത സ്ഥിതിക്ക് ഇനി നമുക്ക് നേരത്തെ മാറ്റിവെച്ച ചോദ്യങ്ങളുടെ ഉത്തരമെന്തെന്നു നോക്കാം. പെൺ അദ്ധ്വാനത്തിന്റെ അവസ്ഥകൾ, പെൺ അദ്ധ്വാനശക്തിയുടെ വളർച്ച, രാഷ്ട്രങ്ങളുടെ സാമ്പത്തിക ജീവിതത്തിൽ അതിനുള്ള പ്രാധാന്യം എന്നിവ കൂടുതൽ പരിപൂർണ്ണമായി സ്വയം അംഗീകരിക്കാനാഗ്രഹിക്കുന്നവരെ ഈ വിഷയത്തിൽ എഴുതിയിട്ടുള്ള സവിശേഷ ഉദ്യമങ്ങളിലേക്ക് നമ്മൾ പരാമർശിക്കുന്നു. ഇവിടെ നമ്മൾ ഒരിക്കൽക്കൂടി ഊന്നൽ നല്കാനാഗ്രഹിക്കുന്നത്, സ്ത്രീയുടെ ഭാഗത്തുനിന്ന് വിമോചനത്തിനുവേണ്ടിയുള്ള ആഗ്രഹവും സമൂഹത്തിന്റെ സാമ്പത്തിക വികസനത്തിൽ നമുക്ക് നിരീക്ഷി

ക്കാനാവുന്ന ചായ്‌വുകളും തമ്മിൽ നിസ്സംശയമായി നിലകൊള്ളുന്ന അടുത്ത ബന്ധത്തെയാണ്. ചായ്‌വുകൾ എല്ലായ്പ്പോഴും മനസ്സിൽ സൂക്ഷിക്കുന്നതുവഴി, സ്ത്രീയുടെ പരിപൂർണ്ണവും സമഗ്രവുമായ മോചനം നേടിയെടുക്കുന്നതിനായി എന്താണ് ചെയ്യേണ്ടത് എന്നതു സംബന്ധിച്ച് വിപുലമായ ധാരണയുള്ള ഒരു സ്ത്രീ പിന്തുടരേണ്ട പാത ഏതാണെന്ന് വളരെ എളുപ്പത്തിൽ കണ്ടെത്താൻ നമുക്ക് സാധിക്കും.

സ്ത്രീകളുടെ ലംഘിക്കപ്പെട്ടുകൊണ്ടിരിക്കുന്ന അവകാശങ്ങളും താല്പര്യങ്ങളും സംരക്ഷിക്കാനാഗ്രഹിക്കുന്ന സ്ത്രീകൾ എന്താണ് ചെയ്യേണ്ടത് എന്നുള്ള ചോദ്യത്തിന് ബൂർഷ്വാ പ്രത്യയശാസ്ത്രജ്ഞർ ഉടനടി നല്കുന്ന മറുപടി ഇതാണ്: 'സാമൂഹികമായി ദുർബ്ബലമായ മറ്റ് ഘടകങ്ങളുമായി ഒന്നിക്കുക, മർദ്ദകരായ പുരുഷന്മാർക്കെതിരായ പോരാട്ടത്തിൽ സംഘടിക്കുകയും ഒന്നിച്ചു നില്ക്കുകയും ചെയ്യുക.'

ഇത്തരം ഉപദേശങ്ങൾ വ്യഥാവിലാകുന്നില്ല. കഴിഞ്ഞ കുറച്ചു വർഷങ്ങളായി ഫെമിനിസ്റ്റ് സംഘടനകൾ ഒന്നിനുപുറകെ മറ്റൊന്നായി പൊട്ടിമുളയ്ക്കുന്നത് നമ്മൾ കണ്ടുകൊണ്ടിരിക്കുകയാണ്. റഷ്യയിലെ ഫെമിനിസം, നമ്മൾ പരമ്പരാഗതമായി മനസ്സിലാക്കിയ ഫെമിനിസമടക്കം, അവിതർക്കിതമായും ഒരു പുതിയ സംഭവവികാസമാണ്. 1899 ലാണ് ആദ്യത്തെ ഫെമിനിസ്റ്റ് പ്രസിദ്ധീകരണമായ *ഷെൻസ്കോയേ ദ്യേലോ-* (Zhenskoye dyelo, The Women's Cause) പ്രത്യക്ഷപ്പെട്ടത്. വർഷങ്ങളോളം റഷ്യൻ സ്ത്രീകളുടെ ഭാഗത്തുനിന്നുള്ള വിമോചനാഭിലാഷങ്ങൾ തുല്യ വിദ്യാഭ്യാസാവസരങ്ങൾക്കുവേണ്ടിയുള്ള ആഹ്വാനങ്ങളിൽ മാത്രമായി പരിമിതപ്പെട്ടു. റഷ്യയിൽ സ്ത്രീകളുടെ പ്രശ്നങ്ങൾ ആദ്യമായി ഉയർത്തപ്പെട്ട 1860 കളിൽ തുടങ്ങി ഇന്നീ നിമിഷം വരെ സ്ത്രീകളുടെ പ്രസ്ഥാനമെന്നാൽ പെൺവിദ്യാഭ്യാസത്തിന്റെ പ്രാഥമികമായും ഉന്നത വിദ്യാഭ്യാസത്തിന്റെ, നില മെച്ചപ്പെടുത്താനും വിപുലീകരിക്കുവാനുമുള്ള പോരാട്ടത്തിന്റെ ചരിത്രമല്ലാതെ മറ്റൊന്നുമല്ല. ഈ രംഗത്തു കൈവരിച്ചിട്ടുള്ള വിജയങ്ങളിൽ, സ്ത്രീകളുടെ സാമ്പത്തിക സ്വാതന്ത്ര്യത്തിന്റെ അടിസ്ഥാനമായ പെണ്ണിന്റെ പ്രൊഫഷണൽ രംഗത്തെ അദ്ധ്വാനത്തിന്റെ മണ്ഡലം വ്യാപിപ്പിക്കുന്നതിനുള്ള മൗലികമായ രീതികളിലൊന്നിനെ ബൂർഷ്വാ വർഗ്ഗങ്ങളിലെ സ്ത്രീകൾ കാണുന്നത് വെറുതെയല്ല.

അടിമത്തം നിരോധിച്ചത് റഷ്യയിലെ സാമ്പത്തിക സാമൂഹിക ബന്ധങ്ങളെ സമൂലമായി മാറ്റിമറിക്കുകയും നിലനില്പ്പിനുള്ള മാർഗ്ഗം തേടുന്നതിന് വലിയൊരു വിഭാഗം ജനങ്ങൾ നിർബ്ബന്ധിതരാകുകയും ചെയ്തു; അടിമത്ത നിരോധനം നിലവിൽ വന്നതോടുകൂടി സ്ത്രീകളുടെ പ്രശ്നവും റഷ്യയിൽ ഉയർന്നുവന്നു. പരിഷ്കരണാനന്തര സംവിധാനം തൊഴിൽ കമ്പോളത്തെ കീഴ്മേൽ മറിക്കുവാൻ തുടങ്ങി; പ്രൊഫഷണൽ പുരുഷ തൊഴിലാളി മാത്രമല്ല, അതുവരെ അറിയപ്പെടാതിരുന്ന തരം സ്ത്രീ തൊഴിലാളിയും, അവളുടെ പുരുഷനെപ്പോലെ, അന്നത്തിനായി ജോലി അന്വേഷിക്കുവാൻ തുടങ്ങി. 'തൊഴിലിനുള്ള സ്വാതന്ത്ര്യം' എന്ന

സ്ത്രീകളുടെ പരമ്പരാഗത മുദ്രാവാക്യം റഷ്യൻ സ്ത്രീകൾ അംഗീകരിച്ചപ്പോൾ അത്, വിദ്യാഭ്യാസം നേടുന്നതിനുള്ള സ്വാതന്ത്ര്യത്തിനുവേണ്ടിയുള്ള ഡിമാന്റായി മാറി; ആ സമയം പ്രൊഫഷണൽ ജോലികളുടെ (Professional Employment) എല്ലാ വാതിലുകളും അടഞ്ഞുകിടക്കുകയായിരുന്നില്ല. സ്വാഭാവികമായും ഉന്നത വിദ്യാഭ്യാസം പൂർത്തിയായ ശേഷം സർക്കാർ ജോലിയിലേക്കും സ്വകാര്യ ജോലിയിലേക്കും സ്വതന്ത്രമായി പ്രവേശിപ്പിക്കണമെന്ന് സ്ത്രീകൾ ആവശ്യപ്പെട്ടു; കുറഞ്ഞ കൂലിയും എളുപ്പം മെരുങ്ങുന്നതുമായ പെൺ അദ്ധ്വാനശക്തിക്ക് തൊഴിൽ നല്കുന്നതുകൊണ്ടുള്ള ഗുണങ്ങൾ സ്വകാര്യ സംരംഭങ്ങളും സർക്കാർ സ്ഥാപനങ്ങളും തിരിച്ചറിഞ്ഞു എന്നതിനാൽ പൂർണ്ണമായും സാമ്പത്തിക പരിഗണനകളുടെ അടിസ്ഥാനത്തിൽ സ്ത്രീകളുടെ ഈ ഡിമാന്റ് അംഗീകരിക്കപ്പെട്ടു.

പെണ്ണിന്റെ പ്രൊഫഷണൽ തൊഴിൽ മണ്ഡലം ക്രമേണ വികസിച്ചു; എന്നാൽ സ്ത്രീകൾ അപ്പോഴും വിദ്യാഭ്യാസത്തിനുള്ള സ്വാതന്ത്ര്യത്തിനും പ്രൊഫഷൻ തെരഞ്ഞെടുക്കുന്നതിനും വേണ്ടിയുള്ള ആഹ്വാനം തുടർന്നു. രാഷ്ട്രീയ സമത്വം ആവശ്യപ്പെട്ടുകൊണ്ടുള്ള ഒരു ചോദ്യവും ഉയർന്നില്ല, അക്കാലത്ത് പുരുഷന്മാർക്കുപോലും രാഷ്ട്രീയാവകാശങ്ങൾ കുറവായിരുന്നിട്ടും. സ്ത്രീകളുടെ പൗരാവകാശങ്ങളുടെ കാര്യമെടുത്താൽ, റഷ്യൻ സ്ത്രീകളുടെ നിലപാട് അവരുടെ പാശ്ചാത്യയൂറോപ്യൻ സഹചാരികളുമായി തട്ടിച്ചുനോക്കുമ്പോൾ ഒരുവിധം സഹനീയമാണ്; അതുകൊണ്ടുതന്നെ ഇവിടെ ഫെമിനിസ്റ്റ് പ്രക്ഷോഭത്തിന് പ്രത്യക്ഷത്തിൽ ചെറിയ ഇടമേ ഉണ്ടായിരുന്നുള്ളൂ.

ഇവിടെ ചർച്ച ചെയ്യപ്പെടുന്ന സ്ത്രീകളുടെ പ്രസ്ഥാനം വ്യക്തമായും ബൂർഷ്വാ സ്വഭാവത്തിലുള്ളതായിരുന്നു എന്നു പറയാതെ വയ്യ. തികച്ചും പരിമിതമായൊരു വിഭാഗം സ്ത്രീകൾ മാത്രമേ അതിലുൾപ്പെട്ടിരുന്നുള്ളൂ; പ്രധാനമായും കുലീനവർഗ്ഗത്തിൽ നിന്നുള്ള സ്ത്രീകളും, ഒപ്പം പുത്തൻ 'മദ്ധ്യവർഗ്ഗങ്ങളി'ലെ (raznochintsy) കുറച്ചു പ്രതിനിധികളും ഇതിൽ ഉണ്ടായിരുന്നു. റഷ്യയിലെ സ്ത്രീസമത്വത്തിന്റെ മുൻനിരപോരാളികൾ മുന്നോട്ടുവച്ച ഡിമാന്റുകളിൽ യാതൊരുവിധ സോഷ്യലിസ്റ്റാശയങ്ങളും ഉണ്ടായിരുന്നില്ല. എല്ലാക്കൊല്ലവും റഷ്യൻ വ്യവസായം ആയിരത്തിലധികം തൊഴിലാളി സ്ത്രീകൾക്ക് തൊഴിൽ നല്കിയിരുന്നു എന്നത് തീർച്ചയായും ശരിയാണ്; പക്ഷേ, വിമോചിതയായ, വിദ്യാഭ്യാസം നേടിയ സ്ത്രീയെയും തഴമ്പുവീണ കൈകളുള്ള തൊഴിലാളി സ്ത്രീയെയും തമ്മിൽ അകറ്റി നിർത്തുന്ന ശക്തമായൊരു മതിൽ അവിടെ കണ്ടിരുന്നു; ഇവർക്കു രണ്ടുപേർക്കും തമ്മിൽ എന്തെങ്കിലും വിധത്തിലുള്ള സമ്പർക്കം സാദ്ധ്യമായിരുന്നില്ല.

ഈ രണ്ടു വ്യത്യസ്ത സാമൂഹിക ചേരികളിലുമുള്ള സ്ത്രീകൾ തമ്മിൽ സമ്പർക്കമുണ്ടാകുന്നത് ദാനധർമ്മ പ്രവർത്തനങ്ങളിലൂടെ (Philanthropic Activity) മാത്രമാണ്. റഷ്യയിലെ സ്ത്രീ പ്രസ്ഥാനത്തിന്റെ

(തീർച്ചയായും ഇപ്പോഴും സ്വയം-നിശ്ചയദാർഢ്യത്തിലെത്തിയിട്ടില്ലാത്ത സ്ത്രീ സംഘടനകളുള്ള എല്ലായിടങ്ങളിലെയുംപോലെതന്നെ) തുടക്ക കാലം മുതൽക്കേ ദാനധർമ്മം മുൻനിരയിലുണ്ട്. അടുത്ത കാലങ്ങളിൽ റഷ്യയിൽ ഉടലെടുത്ത ഏതാണ്ടെല്ലാ സ്ത്രീ സംഘടനകളും അടിസ്ഥാനപരമായി ദാനധർമ്മത്തിന്റെ സ്വഭാവത്തിലുള്ളതാണ്. സ്ത്രീകൾ സ്വയം സംഘടിക്കുകയും സ്ത്രീകളുടേതായ സമൂഹങ്ങൾക്ക് രൂപംകൊടുക്കുകയും ചെയ്തത് സ്ത്രീ അവകാശങ്ങളുടേതായ മണ്ഡലത്തിൽ എന്തെങ്കിലും പരിഷ്കാരങ്ങൾ നേടിയെടുക്കുന്നതിനുവേണ്ടി ആയിരുന്നില്ല, മറിച്ച് വ്യക്തിപരമായ കാരുണ്യപ്രവർത്തനങ്ങൾ നടത്തുന്നതിനുവേണ്ടി ആയിരുന്നു. Society to Supply Material Support for Women's Higher Educational Courses ൽ തുടങ്ങി (അതായിരുന്നു പ്രവർത്തനം വെച്ചു നോക്കുമ്പോൾ ഏറ്റവും വലിയ സംഘടന) വിമൻസ് മ്യൂച്ചൽ എയ്ഡ് സൊസൈറ്റി സ്ഥാപിച്ച ആദ്യത്തെ വിമൻസ് ക്ലബ്ബുവരെ, അത്തരമെല്ലാ സൊസൈറ്റികളും, അവയുടെ പേരു സൂചിപ്പിക്കുന്നതുപോലെതന്നെ ദാനധർമ്മാധിഷ്ഠിതമായ ലക്ഷ്യങ്ങളാണ് മുന്നോട്ടുവെച്ചിരുന്നത്.

സാമൂഹികവും രാഷ്ട്രീയവുമായ വിഷയങ്ങളോടുള്ള അനാസ്ഥയുടെ പേരിൽ റഷ്യൻ സ്ത്രീകളെ കുറ്റപ്പെടുത്തണമെന്നല്ല മേൽപ്പറഞ്ഞതുകൊണ്ട് അർത്ഥമാക്കുന്നത്. സ്വന്തം രാജ്യത്തിന്റെ രാഷ്ട്രീയ വിമോചനവും സാമൂഹിക നീതിയും അടക്കമുള്ള ആശയങ്ങൾക്കുവേണ്ടിയുള്ള പോരാട്ടത്തിനായി തങ്ങളുടെ കരുത്ത്, തങ്ങളുടെ യുവത്വം, തങ്ങളുടെ ജീവിതംതന്നെ അർപ്പിച്ച കുലീനരും ഹൃദയഹാരിയുമായ ഒരു സംഘം 'അനിർവ്വചനീയ വീരവനിതകളെ'ക്കുറിച്ചോർത്ത് സ്വയം അഭിമാനിക്കാൻ മറ്റേതെങ്കിലും രാജ്യത്തിന് കഴിയുമോ? സ്വന്തം ജനങ്ങളുടെയൊപ്പം ചേരുന്നതിനുവേണ്ടി തന്റെ ആഡംബരജീവിതം മാത്രമല്ല, തന്റെ 'ഉന്നതകുലജനന'ത്തിന്റെ എല്ലാ വിശേഷാധികാരങ്ങളുമുൾപ്പെടെ ഉപേക്ഷിച്ച 1870 കളിലെ 'മാനസാന്തരപ്പെട്ട മാന്യവനിത'യുടെ ആന്തരിക സൗന്ദര്യത്തിന് പകരം നല്കാൻ ചരിത്രത്തിന് എന്താണുള്ളത്? അവളുടെ വർഗ്ഗത്തിന് അവളോടുള്ള കടം വീട്ടാൻ എന്താണ് തിരിച്ചു നല്കാനുള്ളത്? പിന്നീട് അടിച്ചമർത്തലിന്റെ ഫലമായി, ഓരോ പ്രതിഷേധവും അനിവാര്യമായും പഴയ ഭരണക്രമത്തിനെതിരായുള്ള കൊടിയ സമരമായി മാറുവാൻ തുടങ്ങിയപ്പോൾ തങ്ങളുടെ നിസ്വാർത്ഥതകൊണ്ടും ഉൾക്കരുത്തുകൊണ്ടും ജനങ്ങളോടുള്ള തങ്ങളുടെ അർപ്പണബോധംകൊണ്ടും ലോകത്തെത്തന്നെ അത്ഭുതപ്പെടുത്തിയ എണ്ണമറ്റ വീരവനിതകൾ റഷ്യയിലെ സ്ത്രീകളിൽനിന്നും ഉയർന്നുവരുകയുണ്ടായി... സൗമ്യതയും ആന്തരിക സൗന്ദര്യവും കൈമുതലായുണ്ടായിരുന്ന 'മാനസാന്തരപ്പെട്ട മാന്യവനിത'യെ അനുഗമിച്ചുകൊണ്ട് നിർഭയയായ റാസ്നോചിൻകമാർ (raznochinka) ഉണ്ടാവുകയും അതിനു പിന്നാലെ തങ്ങളുടെ വർഗ്ഗത്തിന്റെ മോചനത്തിനുവേണ്ടി പൊരുതി 'രക്തസാക്ഷികളായ സ്ത്രീത്തൊഴിലാളികളുടെ' അനന്തമായൊരു പ്രവാഹം തന്നെ ഉണ്ടാ

വുകയും ചെയ്തു. സാമൂഹിക നീതിയെന്ന ആശയത്തിനുവേണ്ടി പൊരുതിയ സ്ത്രീ രക്തസാക്ഷികളുടെ പട്ടികയിൽ നിരന്തരം പുതിയ ഇരകളുടെ പേരുകൾ കൂട്ടിച്ചേർക്കപ്പെടുകയാണ്; ഞങ്ങളുടെ കാലത്തെക്കുറിച്ചെഴുതുന്ന ഭാവികാല ചരിത്രകാർ, പെൺപോരാളികളുടെയും പെൺരക്തസാക്ഷികളുടെയും ഈ ഉത്തമ ഉദാഹരണങ്ങൾക്കുമുന്നിൽ ശിരസ്സു നമിക്കുമെന്നുറപ്പാണ്.

എന്തുതന്നെയായാലും, ഇവിടെ കേന്ദ്രവിഷയം ഇതല്ല. എന്തിനെയാണോ 'പെൺ വിമോചന'മെന്ന് വിളിക്കുന്നത് അതിനുവേണ്ടി പൊരുതുന്ന സ്ത്രീകളെക്കുറിച്ചാണ് നാമിവിടെ പറയുന്നത്. ഈ പ്രത്യേക മേഖലയിൽ നമ്മുടെ ഫെമിനിസ്റ്റുകളുടെ ലക്ഷ്യങ്ങളും അഭിലാഷങ്ങളും തീർച്ചയായും ഇടുങ്ങിയതും പരിമിതവുമായിരുന്നു. ഈ അടുത്തകാലം വരെ, സ്ത്രീ സംഘടനകൾ ഏറ്റെടുത്ത പ്രവർത്തനത്തിന്റെ ആകത്തുക ദാനധർമ്മവും വിദ്യാഭ്യാസവുമായിരുന്നു. 1905 ൽ നടത്താൻ തീരുമാനിച്ച ആദ്യത്തെ വനിതാ കോൺഗ്രസുപോലും ഈ രണ്ടു മേഖലകളിലേക്ക് അതിന്റെ ലക്ഷ്യങ്ങൾ പരിമിതപ്പെടുത്തിയതായിരുന്നു.

ജനുവരിയിലെ അവിസ്മരണീയമായ സംഭവങ്ങളെത്തുടർന്ന് ചിത്രം വൻതോതിൽ മാറിമറിഞ്ഞു. ജനവിഭാഗങ്ങളിലൂടെയാകെ ഇരച്ചുകയറിയിരുന്ന വിപ്ലവകരമായ കുതിപ്പ്, നാളിതുവരെ തങ്ങളുടെ അവകാശവാദങ്ങളിൽ മിതത്വം പുലർത്തിയിരുന്ന ഫെമിനിസ്റ്റുകളെയും ബാധിച്ചു. സ്ത്രീവൃത്തങ്ങൾ കൂടുതൽ സജീവമാകുകയും അവർ ജീവിതത്തിലേക്ക് ഇറങ്ങിച്ചെല്ലുകയും ചെയ്തു. വീറുറ്റ പ്രസംഗങ്ങളും സമൂലമായ ഡിമാന്റുകളും കേട്ടുതുടങ്ങി. പ്രഖ്യാപനങ്ങളും പ്രമേയങ്ങളും പരാതികളും ഗ്രാമീണ-നഗരകൗൺസിലുകൾക്കും റാഡിക്കൽ സംഘടനകൾക്കും അയക്കപ്പെട്ടു; തുടർന്ന് നിർണ്ണായകമായ രാഷ്ട്രീയ പ്രമേയങ്ങൾ അംഗീകരിച്ച സമ്മേളനങ്ങളുടെയും യോഗങ്ങളുടെയും ഒരു നിരതന്നെയായിരുന്നു. 1905 ൽ, ഒരു രീതിയിലല്ലെങ്കിൽ മറ്റൊരു രീതിയിൽ സ്ത്രീകൾ സ്വയം കേൾവിക്കാരാകുകയും തങ്ങളുടെ അസ്തിത്വത്തെക്കുറിച്ച് സമൂഹത്തെ ഓർമ്മിപ്പിക്കുകയും പുതിയ പൗരാവകാശങ്ങൾ തങ്ങൾക്കുകൂടി അനുവദിക്കണമെന്ന് ആവശ്യപ്പെടുകയും ചെയ്യാത്ത ഒരിടംപോലും റഷ്യയിലുണ്ടായിരുന്നില്ല. നാളിതുവരെ തങ്ങളുടെ ഡിമാന്റുകളിൽ അത്രമേൽ മിതത്വം പാലിച്ചിരുന്ന ഫെമിനിസ്റ്റുകൾക്ക് റഷ്യയുടെ പുനരുജ്ജീവനവും പുതിയ ഭരണസംവിധാനത്തിന്റെ സ്ഥാപനവും പെൺ വിമോചനത്തിന്റെ അടിസ്ഥാനപരമായ മുന്നുപാധിയാണെന്ന വസ്തുത ബോദ്ധ്യപ്പെട്ടു...

സ്ത്രീ പ്രസ്ഥാനം അതിന്റെ മുൻകാലത്തെ, മിതത്വത്തിന്റേതായ സമീപനം ഉപേക്ഷിക്കുകയും സാമൂഹിക പ്രക്ഷോഭത്തിന്റേതായ ഒരു പുതിയ പാത സ്വീകരിക്കുകയുമാണ്. ഇത് തീർച്ചയായും ഉരസലുണ്ടാവാതെ സംഭവിക്കുകയില്ല. സ്ത്രീ സംഘടനകളിലേക്ക് കടന്നുവരുന്ന പുതിയ അംഗങ്ങൾക്കിടയിൽ രണ്ടു പ്രവണതകൾ, വളരെ വ്യക്തമായി

കാണാൻ തുടങ്ങി: ചിലർ കൂടുതൽ ഇടതുപക്ഷത്തേക്ക് തിരിഞ്ഞു; അവർ സ്ത്രീ പ്രസ്ഥാനത്തിന്റെ രാഷ്ട്രീയ സിദ്ധാന്തം വ്യക്തമായി നിർവ്വചിക്കേണ്ടതിന്റെ ആവശ്യകതയിൽ ഊന്നുകയും, സ്ത്രീകളുടെ രാഷ്ട്രീയ സമത്വത്തിനുവേണ്ടിയുള്ള പോരാട്ടത്തിന് മുൻഗണന നല്കുകയും ചെയ്തു; മറുവശത്ത്, വലതുപക്ഷത്തേക്ക് ചായ്ഞ്ഞവർ പഴയ പാരമ്പര്യങ്ങളോട് വിശ്വാസ്യത പുലർത്തുന്നവരും തങ്ങളുടെ ഇടുങ്ങിയ ഫെമിനിസ്റ്റ് അഭിലാഷങ്ങളിലേക്ക് 'രാഷ്ട്രീയം' കടത്താൻ ആഗ്രഹിക്കാത്തവരുമായി നിലകൊണ്ടു. 1905 ഏപ്രിലിൽ, കൂടുതൽ ഇടതുപക്ഷ ചായ്‌വുള്ള വിഭാഗങ്ങൾ അലയൻസ് ഫോർ ദ ഇക്വാളിറ്റി ഓഫ് വിമെണിന് (Alliance for the Equality of Women) രൂപംനല്കി. വ്യക്തമായൊരു രാഷ്ട്രീയ അടിത്തറ സ്വീകരിച്ച റഷ്യയിലെ ആദ്യത്തെ സ്ത്രീ സംഘടനയായിരുന്നു അത്. അതേസമയം വലതുപക്ഷക്കാർ, രാഷ്ട്രീയമായി നിഷ്പക്ഷമായ ഫെമിനിസം എന്ന ആശയം മുന്നോട്ടുവെച്ചുകൊണ്ട് വിമെൻസ് മ്യൂച്ചൽ എയ്ഡ് സൊസൈറ്റിക്കും (Women's Mutual Aid Society) *Zhensky Vestnik* നും (*Women's Herald*, ഒരു ഫെമിനിസ്റ്റ് മാസിക) ചുറ്റും സ്വയം കൂട്ടം ചേരുന്നത് തുടർന്നു. അലയൻസ് ഫോർ ഇക്വാളിറ്റി റഷ്യയിലുടനീളം വിപുലമായൊരു ശാഖാശൃംഖല പടുത്തുയർത്തി; കഷ്ടിച്ച് ഒരു വർഷം കഴിഞ്ഞപ്പോഴേക്കും, അതായത് 1906 മെയ്മാസത്തിൽ, 8000 ത്തോളം അംഗത്വമായി എന്ന് അതിന്റെ ബ്യൂറോ തിട്ടപ്പെടുത്തുകയുണ്ടായി. അവ്യക്തമായ മുദ്രാവാക്യങ്ങളുടെ അടിസ്ഥാനത്തിൽ എല്ലാ സാമൂഹിക വർഗ്ഗങ്ങളിൽ നിന്നുമുള്ള സ്ത്രീകളെ ഒന്നിച്ചണിനിരത്താൻ അലയൻസ് ഫോർ ഇക്വാളിറ്റി ആഗ്രഹിച്ചു; ആദ്യ നാളുകളിൽ കേഡറ്റുമാർ മൊത്തം ജനങ്ങളുടെയും പേരിൽ സംസാരിച്ചിരുന്നതുപോലെതന്നെ, തങ്ങൾ എല്ലാ റഷ്യൻ സ്ത്രീകളുടെയും ആവശ്യകതകൾക്കുവേണ്ടി ശബ്ദിക്കുകയാണെന്ന് അലയൻസ് ഫോർ ഇക്വാളിറ്റി പ്രഖ്യാപിച്ചു.

എന്തുതന്നെയായാലും, വർഗ്ഗാവബോധത്തിന്റെ തുടർച്ചയായുണ്ടായ വളർച്ചയും ജനസംഖ്യയിലെ വിവിധ സാമൂഹിക ശ്രേണികൾക്കിടയിലുണ്ടായ അനിവാര്യമായ വേർതിരിവും സ്ത്രീ സാമൂഹിക സംഘടനകൾക്കുള്ളിലടക്കം വീണ്ടും പുനഃസംഘടിക്കൽ ഉണ്ടാകുന്നതിനിടയാക്കി. യൂണിയൻ ഓഫ് യൂണിയൻസിന്റെ (Union of Unions) പ്രതാപകാലത്ത് സവിശേഷലക്ഷ്യങ്ങൾ സഫലീകരിച്ച രാഷ്ട്രീയ ചേരി കൂടുതൽ കൂടുതൽ അതൃപ്തികരമായി മാറിക്കൊണ്ടിരിക്കുകയായിരുന്നു; പ്രത്യേകിച്ചും തങ്ങളുടെ ബോദ്ധ്യത്തിന്റെ ഫലമായി സ്ത്രീവോട്ടവകാശവാദികളിൽ ഒട്ടേറെ പേർ ചില രാഷ്ട്രീയ പാർട്ടികളിൽ സ്വയം അണിനിരന്നു. ആയതിനാൽ 1906 ലെ വസന്തകാലത്തിന്റെ തുടക്കത്തിൽതന്നെ അലയൻസിന്റെ സെന്റ് പീറ്റേഴ്സ്ബർഗ്ഗ് ബ്രാഞ്ച് രണ്ടു ഭാഗങ്ങളായി പിളരുകയുണ്ടായി: 'ഇടതുപക്ഷ' ഫെമിനിസ്റ്റുകൾ തങ്ങളുടെ രാഷ്ട്രീയ ബോദ്ധ്യത്തിന്റെ ഫലമായി, സ്വയം വിപ്ലവപാർട്ടികളോടൊപ്പം ചേർന്നു; 'വലതുപക്ഷ' ഫെമിനിസ്റ്റുകൾ എണ്ണത്തിൽ ചെറുതും വ്യർത്ഥവുമായ പാർട്ടി

ഓഫ് പീസ്ഫുൾ റിനോവേഷന്റെ (Party of Peaceful Renovation) അതേ ആശയഗതിയുള്ള വിമെൻസ് പ്രോഗ്രസീവ് പാർട്ടിയിൽ (*Zhensky Vestnik* എന്ന മാസിക ഇറക്കിയത് ഈ പാർട്ടിയാണ്; എം ഐ പോക്രാസ്കായ ആയിരുന്നു എഡിറ്റർ) അണിനിരന്നു. ഈ രണ്ടു സ്ത്രീ സംഘടനകളും അവരവരുടേതായ രാഷ്ട്രീയ ക്ലബ്ബുകൾ സ്ഥാപിച്ചുകൊണ്ട് തങ്ങളുടെ പ്രവർത്തനങ്ങൾക്കു തുടക്കമിട്ടു - ആദ്യത്തെ വിഭാഗത്തിന്റേത് ഏറക്കുറെ ജനാധിപത്യ സ്വഭാവത്തിലുള്ളതായിരുന്നുവെങ്കിൽ, രണ്ടാമത്തെ വിഭാഗത്തിന്റെ ക്ലബ് ഉയർന്ന അംഗത്വ ഫീസ് ഉൾപ്പെടെയുള്ളവയിലൂടെ അവരുടെ ബൂർഷ്വാ സ്വഭാവം കാത്തുസൂക്ഷിക്കുന്നു.

വിവിധ സാമൂഹിക ശ്രേണികളിലെ സ്ത്രീകൾ, രാഷ്ട്രീയമായും സാമൂഹികമായും വ്യത്യസ്തമായ ബാനറുകൾക്കുചുറ്റും കൂട്ടംകൂടിയ പ്രക്രിയ സ്വമേധയാ ഉടലെടുത്തതാണ്; സാർവ്വത്രിക സ്ത്രീ സംഘടന എന്ന നിലയിൽ ഒരൊറ്റ സംഘടനയിൽ സ്ത്രീകളെ ഒന്നിപ്പിച്ചുനിർത്തുന്നതിനുവേണ്ടി തീക്ഷ്ണമായി പോരാടിയവരുടെ ആഗ്രഹങ്ങളും താല്പര്യങ്ങളും കണക്കാക്കാതെയാണ് ഈ പ്രക്രിയ നടന്നത്. വിമൻസ് പ്രോഗ്രസീവ് പാർട്ടി വാസ്തവത്തിൽ വൻകിട ബൂർഷ്വാസിയുടെ ഡിമാന്റുകളും താല്പര്യങ്ങളുമാണ് മുന്നോട്ടുവെച്ചത്; വർഗ്ഗപരവും രാഷ്ട്രീയവുമായ ബോദ്ധ്യത്തിന്റേതായ വ്യത്യസ്തതകളൊന്നുംതന്നെ കണക്കിലെടുക്കാതെ എല്ലാ സ്ത്രീകളെയും ഏകോപിപ്പിക്കുന്നതിനുവേണ്ടി വാദിക്കുന്നത് ആ പാർട്ടിക്കാർ തുടരുകയും അതേസമയം, ശരിക്കും ഏതു സാമൂഹിക ശ്രേണിയുടെ വക്താക്കളായിരുന്നുവോ അവർ, അതിന്റെ ആഗ്രഹാഭിലാഷങ്ങളോട് യോജിക്കുന്ന രാഷ്ട്രീയ പരിപാടി വിശദമായും മുന്നോട്ടുവെയ്ക്കുകയും ചെയ്തു. അലയൻസ് ഫോർ ഇക്വാളിറ്റി ലിബറലായ 'കേഡറ്റ് - സ്വഭാവ'ത്തിലുള്ള പ്രതിപക്ഷത്തെ പ്രതിനിധീകരിക്കുന്ന സ്ത്രീകളെ ഒന്നിച്ചുചേർത്തു. ഇടത്തരം ബൂർഷ്വാസി വിഭാഗത്തിൽനിന്നുള്ള സ്ത്രീകൾ, പ്രധാനമായും ബുദ്ധിജീവികൾ ആണ് ഇതിനുചുറ്റും കൂടിയത്, ഇപ്പോഴും കൂടുന്നത്. സെന്റ് പീറ്റേഴ്സ്ബർഗ്ഗിലെ വിമൻസ് പൊളിറ്റിക്കൽ ക്ലബ് കൂടുതൽ സമൂലമായ ഘടകങ്ങളെ ഉൾക്കൊള്ളുന്നുവെന്ന അംഗീകാരം നേടി; പക്ഷേ, അതിലും, ഒരു രാഷ്ട്രീയ ചേരി രൂപീകരിക്കുവാനുള്ള സാദ്ധ്യത ലക്ഷ്യങ്ങളിലും സംഘടനയുടെ സ്വഭാവത്തിലുമുള്ള അവ്യക്തതയ്ക്കിടയാക്കി. അത്യധികം മിതവാദസ്വഭാവത്തിലുള്ള എല്ലാ സ്ത്രീ സംഘടനകളിൽനിന്നും സ്വയം വിയോജിച്ചുനിന്നുവെങ്കിലും, ആരുടെ വർഗ്ഗ താല്പര്യങ്ങളെയാണ് തങ്ങൾ പ്രകടിപ്പിക്കുന്നതെന്നും എന്താണ് തങ്ങളുടെ അടിയന്തര ലക്ഷ്യമെന്നും തങ്ങളോടുതന്നെയോ മറ്റുള്ളവരോടൊ വ്യക്തമാക്കുന്നതിന് വിമൻസ് പൊളിറ്റിക്കൽ ക്ലബ്ബിലെ അംഗങ്ങൾക്കു കഴിഞ്ഞിരുന്നില്ല. തൊഴിലാളിവർഗ്ഗ സ്ത്രീകളുടെയോ അതോ കർഷക സ്ത്രീകളുടെയോ ഇനി ലളിതമായി പറഞ്ഞാൽ അദ്ധ്വാനിക്കുന്ന എല്ലാ സ്ത്രീകളുടെയുമോ, ഇവരിലേതു വിഭാഗത്തിന്റെ താല്പര്യങ്ങളെയാണവർ സംരക്ഷിക്കുന്നത്? അവർ സവി

ശേഷമായ ഫെമിനിസ്റ്റ് ലക്ഷ്യങ്ങൾ മുന്നോട്ടുവെയ്ക്കുകയാണോ അതോ, പൊതുവായൊരു രാഷ്ട്രീയ അടിത്തറയിന്മേൽ പ്രവർത്തിക്കുകയാണോ ചെയ്യുന്നത്? അടിസ്ഥാന ലക്ഷ്യങ്ങൾ തമ്മിലുള്ള ഈ ആശങ്ക, വിമൻസ് പൊളിറ്റിക്കൽ ക്ലബ്ബിന്റെ ക്ഷണിക സ്വഭാവത്തിലുള്ള പ്രവർത്തനത്തെയാകെ അടയാളപ്പെടുത്തി. വോട്ടവകാശം സ്ത്രീകളിലേക്ക് വ്യാപിപ്പിക്കണമെന്ന് ആവശ്യപ്പെട്ടുകൊണ്ടുള്ള ഒരു പരാതി (പ്രധാനമായും നഗരത്തിലെ സ്ത്രീ തൊഴിലാളികൾ ഒപ്പിട്ട ഒരു പരാതി) ആദ്യത്തെ സ്റ്റേറ്റ് ഡ്യൂമയ്ക്കു നല്കുന്നതുമായി ബന്ധപ്പെട്ട വിഷയം വിമെൻസ് ക്ലബ് ചർച്ച ചെയ്തപ്പോൾ, അതിലെ അംഗങ്ങൾക്ക് സ്വയം തങ്ങൾ കുഴപ്പത്തിലായതുപോലെ തോന്നി: ഏതു രാഷ്ട്രീയ പാർട്ടിയാണ് ആശയപരമായി തങ്ങളോട് അടുത്തു നില്ക്കുന്നതെന്ന് ഉറച്ചുതീരുമാനിക്കുവാൻ ക്ലബ്ബിന് കഴിഞ്ഞിരുന്നില്ല; ഒടുവിൽ, പരാതി ട്രുഡോവിക്കുകൾക്ക് അയക്കാൻ തീരുമാനിക്കുകയുണ്ടായി.

തങ്ങളുടേതായ ഒരു ചേരിക്കുവേണ്ടി വാദിക്കുന്ന സ്ത്രീകൾ അത്തരമൊരു പദ്ധതിയുടെ അയഥാർത്ഥമായ സ്വഭാവത്തെ വളരെ വ്യക്തമായും അവിതർക്കിതമായും ജീവിതത്തിന്റെ യഥാർത്ഥ വസ്തുതകൾ വെളിപ്പെടുത്തിക്കൊണ്ടിരുന്നു. പുരുഷന്മാരുടെ സംഘടനകളെപ്പോലെതന്നെ സ്ത്രീകളുടെ സംഘടനകൾക്കും ദ്രുതഗതിയിലുള്ളതും ചെറുക്കാനാവാത്തതുമായൊരു വേർതിരിക്കൽ പ്രക്രിയയെ നേരിടേണ്ടതായിവന്നു. റഷ്യൻ സമൂഹത്തിലാകെയുണ്ടായ അനിവാര്യമായ വർഗ്ഗബോധത്തിന്റെ വളർച്ചയുടെ ഫലമായി പൊളിറ്റിക്കൽ റാഡിക്കലിസത്തിന്റെ വ്യത്യസ്ത തോതുകളാൽ വേർതിരിക്കപ്പെട്ട വിവിധ ഫെമിനിസ്റ്റ് സംഘടനകളായി സ്ത്രീകൾ കൂട്ടംചേരുന്നതിനെ തടുക്കുന്നതിന് സ്ത്രീകളുടെ ഐക്യത്തിനുവേണ്ടി പോരാടിയവർക്ക് യാതൊന്നും ചെയ്യാൻ കഴിഞ്ഞില്ല. പുരുഷന്മാരുടെ ലിബറൽ ചേരി നിലംപരിശായി അധികം വൈകാതെതന്നെ സ്ത്രീകളുടേതായ രാഷ്ട്രീയ ചേരിയുടെ കാലത്തിന് അന്ത്യം കുറിക്കപ്പെട്ടു. എന്നിട്ടും ഓരോ നിറഭേദത്തിലെയും ഫെമിനിസ്റ്റുകളും സ്ത്രീവോട്ടവകാശവാദികളും ഇപ്പോഴും സ്ത്രീകളുടെ ഐക്യത്തിനുവേണ്ടി, തങ്ങളുടേതായ സവിശേഷ ലക്ഷ്യങ്ങൾ മുന്നോട്ടുവയ്ക്കുന്ന ഒരു വിശാലാധിഷ്ഠിത സ്ത്രീ പാർട്ടിക്കുവേണ്ടി അലമുറയിടുന്നത് തുടരുകയാണ്.

എന്തുതന്നെയായാലും, നിലവിലുള്ള രാഷ്ട്രീയ പാർട്ടികളിൽ ഒരെണ്ണംപോലും മൊത്തം സ്ത്രീകളുടെയും വിമോചനത്തിനുവേണ്ടിയുള്ള ഡിമാന്റ് തങ്ങളുടെ പരിപാടിയിൽ ഉൾച്ചേർത്തിട്ടില്ലായെന്നിരിക്കെ അത്തരമൊരു നിർദ്ദേശത്തിന് യാതൊരു അർത്ഥവുമില്ല.

അനാസ്ഥക്കെതിരായോ സ്ത്രീസമത്വമെന്ന വിഷയത്തോട് പുരുഷന്മാർക്കുള്ള വിദ്വേഷത്തിനെതിരായോ സ്വയം ആയുധമെടുക്കുമ്പോൾ ബൂർഷ്വാ ലിബറലിസത്തിന്റെ തണലിലുള്ള പ്രതിനിധികളിലേക്കുമാത്രമേ ഫെമിനിസ്റ്റുകൾ തങ്ങളുടെ ശ്രദ്ധ തിരിക്കുന്നുള്ളൂ; സ്ത്രീസമത്വം എന്ന വിഷയത്തിന്റെ കാര്യത്തിൽ ഏറ്റവും വികാരഭരിതരായ സ്ത്രീ വോട്ടവ

കാശവാദികളെക്കാൾ അപ്പുറം പോകുന്ന വലിയൊരു രാഷ്ട്രീയ പാർട്ടി ഇവിടെയുണ്ടെന്ന കാര്യം അവർ വിസ്മരിക്കുന്നു. 1848 ൽ *കമ്യൂണിസ്റ്റ് മാനിഫെസ്റ്റോ* പ്രസിദ്ധീകൃതമായതുമുതലിങ്ങോട്ട് *സോഷ്യൽ ഡെമോക്രസി* എല്ലായ്പ്പോഴും സ്ത്രീകളുടെ താല്പര്യങ്ങളെ പ്രതിരോധിച്ചിട്ടുണ്ട്. ഇന്ന് നിലനില്ക്കുന്ന, മൊത്തം തൊഴിലാളിവർഗ്ഗ പ്രശ്നവും സ്ത്രീകളുടെ പ്രശ്നവും തമ്മിലുള്ള അടുത്ത ബന്ധം ആദ്യമായി ചൂണ്ടിക്കാട്ടിയത് *കമ്യൂണിസ്റ്റ് മാനിഫെസ്റ്റോ* ആയിരുന്നു. മുതലാളിത്തം ക്രമേണ സ്ത്രീയെ ഉല്പാദനത്തിൽ ഉൾപ്പെടുത്തുകയും, അടിച്ചമർത്തലിനും ചൂഷണത്തിനുമെതിരായി തൊഴിലാളിവർഗ്ഗം നടത്തുന്ന മഹത്തായ പോരാട്ടത്തിൽ അവളെ സഹപങ്കാളികളാക്കുകയും ചെയ്യുന്ന പ്രക്രിയ എങ്ങനെയെന്ന് *കമ്യൂണിസ്റ്റ് മാനിഫെസ്റ്റോ* വരച്ചുകാട്ടുന്നു. സ്ത്രീകൾക്കു തുല്യാവകാശങ്ങൾക്കുവേണ്ടിയുള്ള ഡിമാന്റ് സ്വന്തം പരിപാടിയിൽ ആദ്യമായി ഉൾപ്പെടുത്തിയത് *സോഷ്യൽ ഡെമോക്രസിയായിരുന്നു;* എല്ലായ്പ്പോഴും എല്ലായിടങ്ങളിലും, വർത്തമാനത്തിലും എഴുത്തുകളിലും, സ്ത്രീകളെ നിയന്ത്രിച്ചുനിർത്തുന്ന എല്ലാ പരിമിതികളും ഉന്മൂലനം ചെയ്യണമെന്ന് അതാവശ്യപ്പെട്ടു. ഇതുണ്ടാക്കിയ സമ്മർദ്ദത്തിന്റെ ഫലമായി മാത്രമാണ്, പെൺജനസംഖ്യക്ക് ഗുണകരമായ പരിഷ്കാരങ്ങൾ അവതരിപ്പിക്കുവാൻ മറ്റു പാർട്ടികളും ഗവൺമെന്റുകളും നിർബ്ബന്ധിതരായത്... റഷ്യയിലും ഈ പാർട്ടി സ്ത്രീ താല്പര്യങ്ങളെ കേവലം സൈദ്ധാന്തികമായി സംരക്ഷിക്കുന്നവർ മാത്രമല്ല, മറിച്ച് സ്ത്രീ സമത്വത്തിന്റേതായ ആശയങ്ങൾ എല്ലായ്പ്പോഴും എല്ലായിടത്തും പ്രയോഗത്തിൽ നടപ്പാക്കുന്നവരുമാണ്.

അനുഭവസമ്പത്തുള്ളതും കരുത്തുറ്റതുമായ ഈ പാർട്ടിയുടെ സംരക്ഷണ കവചത്തിനുകീഴിൽ നില്ക്കുന്നതിൽനിന്നും സ്ത്രീ വോട്ടവകാശവാദികളെ തടഞ്ഞുനിർത്തുന്നത്, പിന്നെന്താണ്? സോഷ്യൽ ഡെമോക്രസിയുടെ 'തീവ്രവാദം' കണ്ടു വലതുപക്ഷ ഫെമിനിസ്റ്റുകൾ അന്ധാളിച്ചുനില്ക്കുമ്പോൾ, ഭരണഘടനാനിർമ്മാണസഭയെക്കുറിച്ചുവരെ സംസാരിച്ചുകഴിഞ്ഞ അലയൻസ് (Alliance of Equality) കൃത്യമായും തങ്ങളുടെ അഭിരുചിക്കനുസൃതമായുള്ള സോഷ്യൽ ഡെമോക്രാറ്റുകളുടെ രാഷ്ട്രീയ നിലപാട് കാണേണ്ടതാണ്. എന്തുതന്നെയായാലും ഇതാണതിന്റെ മർമ്മം! തങ്ങൾ പറഞ്ഞുകൊണ്ടിരുന്ന എല്ലാ പൊളിറ്റിക്കൽ റാഡിക്കലിസത്തിനുമപ്പുറത്ത്, നമ്മുടെ സ്ത്രീവോട്ടവകാശവാദികൾ തങ്ങളുടെ ബൂർഷ്വാ വർഗ്ഗത്തിന്റെ അഭിലാഷങ്ങളെ അടിസ്ഥാനപ്പെടുത്തുന്നത് തുടർന്നു. ഇപ്പോൾ റഷ്യൻ ബൂർഷ്വാസിയുടെ വളർച്ചയുടെയും അധികാരത്തിന്റെയും അത്യന്താപേക്ഷിത മുന്നുപാധിയാണ് രാഷ്ട്രീയ സ്വാതന്ത്ര്യം; ഈ രാഷ്ട്രീയ സ്വാതന്ത്ര്യമില്ലെങ്കിൽ അതിന്റെ സാമ്പത്തിക സമൃദ്ധി അസ്ഥിരമാകുമെന്ന് തെളിഞ്ഞുകഴിഞ്ഞു. മൂലധനത്തിന് തഴച്ചു വളരണമെങ്കിൽ അതിന് ചില മാനദണ്ഡങ്ങളും ഉറപ്പുകളും ആവശ്യമായിട്ടുണ്ട്; രാജ്യത്തെ ഗവൺമെന്റിൽ ബൂർഷ്വാ പ്രതിനിധികളുടെ പങ്കാ

ളിത്തമുണ്ടെങ്കിൽ മാത്രമേ ഈ മാനദണ്ഡങ്ങൾ ഉറപ്പാക്കാൻ സാധിക്കുകയുള്ളൂ. ഇനി വേണ്ടത് പുരുഷന്മാർക്കും സ്ത്രീകൾക്കും ഒരുപോലെ പ്രധാനപ്പെട്ട രാഷ്ട്രീയാവകാശങ്ങൾ നേടിയെടുക്കുക എന്നതാണ്. സ്ത്രീകളെ സംബന്ധിച്ചിടത്തോളം രാഷ്ട്രീയ സമത്വമെന്ന ആവശ്യം, അവരുടെ ജീവിതംതന്നെ അനുശാസിക്കുന്ന ഒരു അനിവാര്യതയാണ്.

'ജോലി ചെയ്യുന്നതിനുള്ള സ്വാതന്ത്ര്യം' (Freedom of Profession) എന്ന മുദ്രാവാക്യം, മനസ്സാ വരിച്ചിരുന്ന സ്ത്രീകളുടെ കണ്ണുകൾ അപ്രത്യക്ഷമായിരിക്കുന്നു; ഭരണകൂടത്തിന്റെ നടത്തിപ്പിൽ സ്ത്രീകളുടെ നേരിട്ടുള്ള പങ്കാളിത്തത്തിനുമാത്രമേ അവരുടെ സാമ്പത്തിക ക്ഷേമത്തിൽ ഒരുയർച്ച ഉറപ്പാക്കുന്നതിന് സഹായിക്കാൻ സാധിക്കുകയുള്ളൂ. ആയതിനാൽ, അന്തിമമായി ബാലറ്റ് ബോക്സ് പിടിച്ചെടുക്കുക എന്നതിലേക്ക് ഇടത്തരം ബൂർഷ്വാ വിഭാഗത്തിലെ സ്ത്രീകളുടെ അത്യുല്കടമായ ആഗ്രഹം മാറി; നിലവിലുള്ള ബ്യൂറോക്രാറ്റിക് സംവിധാനത്തോട് അവർക്കുള്ള വിദ്വേഷം അതിനു കാരണമാണ്...

എന്തുതന്നെയായാലും, നമ്മുടെ ഫെമിനിസ്റ്റുകൾ വിദേശങ്ങളിലുള്ള അവരുടെ സഹോദരിമാരെപ്പോലെതന്നെ, രാഷ്ട്രീയ സമത്വമെന്ന ഡിമാന്റിനപ്പുറം പോയിട്ടില്ല. സോഷ്യൽ-ഡെമോക്രസിയുടെ സിദ്ധാന്തങ്ങൾ തുറന്നുകൊടുത്ത വിശാലമായ ചക്രവാളങ്ങൾ അവരെ സംബന്ധിച്ചിടത്തോളം അന്യവും ദുർഗ്രഹവുമാണ്. ഫെമിനിസ്റ്റുകൾ സമത്വത്തിനുവേണ്ടി പ്രയത്നിക്കുന്നത്, നിലനില്ക്കുന്ന വർഗ്ഗാധിഷ്ഠിത സമൂഹത്തിന്റെ ചട്ടക്കൂടിനുള്ളിൽ നിന്നുകൊണ്ടും, അതിന്റെ അടിത്തറയെ യാതൊരു വിധത്തിലും കടന്നാക്രമിക്കാതെയുമാണ്; നിലനില്ക്കുന്ന എല്ലാ വിശേഷാധികാരങ്ങളുടെയും പ്രത്യേകാവകാശങ്ങളുടെയും നിരോധനം സാദ്ധ്യമാക്കുന്നതിനുവേണ്ടി പരിശ്രമിക്കുന്നതിനുപകരം പെണ്ണിന്റേതായ വിശേഷാധികാരങ്ങൾ നേടിയെടുക്കുന്നതിനുവേണ്ടിയാണവർ പൊരുതുന്നത്.

'മനസ്സറിയാതെ ചെയ്യുന്ന ഈ പാതകങ്ങളുടെ' പേരിൽ ബൂർഷ്വാ സ്ത്രീ പ്രസ്ഥാനത്തിന്റെ പ്രതിനിധികളെ ഞങ്ങൾ കുറ്റപ്പെടുത്തുകയല്ല; അവരുടെ വർഗ്ഗ നിലപാടിന്റെ അനിവാര്യമായ അനന്തരഫലമാണവർ. തികഞ്ഞ ബൂർഷ്വാ സ്ത്രീ പ്രസ്ഥാനത്തിന്റെ വിജയത്തിനുവേണ്ടി ഫെമിനിസ്റ്റ് സംഘടനകളുടെ പ്രാധാന്യത്തെ കുറച്ചുകാണാനും ഞങ്ങൾ ആഗ്രഹിക്കുന്നില്ല. എന്തുതന്നെയായാലും സങ്കുചിത ഫെമിനിസ്റ്റ് ലക്ഷ്യങ്ങളോടുള്ള അഭിനിവേശത്തിനെതിരെ തൊഴിലാളിവർഗ്ഗ സ്ത്രീയെ ജാഗ്രതപ്പെടുത്തുവാൻ ഞങ്ങളാഗ്രഹിക്കുന്നു. ബൂർഷ്വാ സ്ത്രീകൾ തങ്ങളുടെ സ്വന്തം സഹോദരിമാരുടെ സ്വയാവബോധത്തെ ഉയർത്തുന്നതിലേക്കു മാത്രമായി പ്രവർത്തനം പരിമിതപ്പെടുത്തുന്നിടത്തോളം നമുക്കവരെ അഭിനന്ദിക്കുവാൻ മാത്രമേ സാധിക്കുകയുള്ളൂ. എന്തുതന്നെയായാലും, അവർ തങ്ങളുടെ നിരയിലേക്ക് സ്ത്രീ തൊഴിലാളികളെ കൊണ്ടുവരാൻ ശ്രമിക്കുമ്പോൾ സോഷ്യൽ ഡെമോക്രാറ്റുകൾക്ക് ഒരിക്കലും, ഒരു കാര

ണവശാലും, നിശ്ശബ്ദരായിരിക്കുവാൻ സാധിക്കില്ല. തൊഴിലാളിവർഗ്ഗ ശക്തികളെ ഇങ്ങനെ നിസാരമായി ദുർവ്യയം ചെയ്യുന്നത് ഒരാൾക്കും കണ്ടുനില്ക്കാനാവില്ല. അപ്പോൾ ആരായാലും പ്രത്യക്ഷമായൊരു ചോദ്യം മുന്നോട്ടുവെയ്ക്കും: ബൂർഷ്വാ 'സഹോദരിമാരു'മായുള്ള തങ്ങളുടെ സഖ്യത്തിലൂടെ സ്ത്രീത്തൊഴിലാളികൾക്ക് എന്തു പ്രയോജനമാണുണ്ടാകുക, ഇനി മറുവശത്ത്, തങ്ങളുടെ വർഗ്ഗസംഘടനയിലൂടെ സ്ത്രീ തൊഴിലാളികൾക്കുണ്ടാകുന്ന നേട്ടമെന്താണ്?

ഒരു ഏകോപിത സ്ത്രീ പ്രസ്ഥാനം സാദ്ധ്യമാണോ, പ്രത്യേകിച്ചും വർഗ്ഗ വൈരങ്ങളെ അടിസ്ഥാനപ്പെടുത്തിയുള്ള ഒരു സമൂഹത്തിൽ?....

സ്ത്രീകളുടെ ലോകം, പുരുഷന്മാരുടെ ലോകത്തെപ്പോലെതന്നെ, രണ്ടു ചേരികളായി വിഭജിക്കപ്പെട്ടിരിക്കുന്നു. അതിലൊന്നാമത്തെ ചേരി അതിന്റെ ലക്ഷ്യങ്ങളിലും അഭിലാഷങ്ങളിലും താല്പര്യങ്ങളിലും ബൂർഷ്വാ വർഗ്ഗങ്ങളുടെ പക്ഷത്തുനില്ക്കുന്നു; അതേസമയം രണ്ടാമത്തെ ചേരി, തൊഴിലാളിവർഗ്ഗത്തോട്, സ്വാതന്ത്ര്യത്തിനുവേണ്ടിയുള്ള തങ്ങളുടെ അഭിലാഷത്തിൽ സ്ത്രീ പ്രശ്നത്തിനുള്ള പരിഹാരം അതിന്റെ എല്ലാതലങ്ങളിലും മുന്നോട്ടുവെയ്ക്കുന്ന തൊഴിലാളിവർഗ്ഗത്തോട്, അത്രമേൽ ചേർന്നു നില്ക്കുന്നു. പൊരുതുന്ന സ്ത്രീകളുടെ ഈ രണ്ടു വിഭാഗങ്ങളും 'സ്ത്രീകളുടെ വിമോചനം' എന്ന പൊതുവായ മുദ്രാവാക്യത്തിന്റെ അടിസ്ഥാനത്തിലാണ് പ്രവർത്തിക്കുന്നതെങ്കിലും, ഇവ രണ്ടും അവയുടെ ലക്ഷ്യങ്ങളിലും താല്പര്യങ്ങളിലും പോരാട്ട രീതിയിലും വ്യത്യാസപ്പെട്ടിരിക്കുന്നു. ഈ രണ്ടു സന്നദ്ധ വിഭാഗങ്ങളും, അബോധപൂർവ്വം അവരവരുടെ സ്വന്തം വർഗ്ഗത്തിന്റെ താല്പര്യങ്ങളുടെ അടിസ്ഥാനത്തിലാണ് മുന്നോട്ടുപോകുന്നത്; അതവരുടെ അഭിലാഷങ്ങൾക്കും ലക്ഷ്യങ്ങൾക്കും സവിശേഷമായ വർഗ്ഗ നിറക്കൂട്ട് നല്കുന്നു. ഒരു സ്ത്രീക്ക് അവരുടെ സ്വന്തം വർഗ്ഗ താല്പര്യങ്ങൾക്കു മുകളിൽ നില്ക്കുവാനും മറ്റേ വർഗ്ഗത്തിന്റെ ലക്ഷ്യങ്ങളിലുണ്ടാകുന്ന വിജയത്തിന്റെ പേരിൽ ഈ വർഗ്ഗത്തെ തള്ളിക്കളയുവാനും കഴിയുമായിരിക്കാം; എന്നാൽ ബന്ധപ്പെട്ട സോഷ്യൽ ഗ്രൂപ്പിന്റെ യഥാർത്ഥ ആവശ്യങ്ങളെയും താല്പര്യങ്ങളെയും പ്രതിഫലിപ്പിക്കുന്ന ഒരു ഏകോപിത സ്ത്രീ സംഘടനയ്ക്ക് ഇത് അസാദ്ധ്യമാണ്. ഫെമിനിസ്റ്റുകളുടെ ഡിമാന്റുകൾ എത്രമേൽ സമൂലമായി കാണപ്പെട്ടാലും, സ്വന്തം വർഗ്ഗ നിലപാടിന്റെ പ്രത്യേകതകൊണ്ടുതന്നെ സമൂഹത്തിന്റെ നിലവിലെ സാമ്പത്തിക-സാമൂഹിക ഘടനയുടെ മൗലികമായ പുനഃസംഘാടനം സാദ്ധ്യമാക്കുന്നതിനുവേണ്ടി പോരാടാൻ അവർക്കു കഴിയില്ലായെന്ന കാര്യം മറക്കരുത്; ഈ പുനഃസംഘാടനം സാദ്ധ്യമാകാതെ സ്ത്രീകളുടെ വിമോചനം പൂർത്തിയാക്കുവാനും സാധിക്കുകയില്ല.

എല്ലാ വർഗ്ഗങ്ങളിലുമുള്ള സ്ത്രീകളുടെ അടിയന്തര ലക്ഷ്യങ്ങൾ തമ്മിൽ പൊരുത്തപ്പെടുന്ന ഒറ്റപ്പെട്ട സംഭവങ്ങളുണ്ടായാലും പ്രസ്ഥാനത്തിന്റെ ദിശ നിർണ്ണയിക്കുന്ന ആത്യന്തിക ലക്ഷ്യങ്ങളും പ്രയോഗിക്കുന്ന

സമരതന്ത്രവും വളരെയേറെ വ്യത്യാസപ്പെട്ടിരിക്കുന്നു. ഫെമിനിസ്റ്റുകളെ സംബന്ധിച്ചിടത്തോളം വർത്തമാനകാല മുതലാളിത്ത ലോകത്തിന്റെ ചട്ടക്കൂടിനുള്ളിൽ നിന്നുകൊണ്ടുതന്നെ പുരുഷന്മാരോട് തത്തുല്യമായ അവകാശങ്ങൾ നേടിയെടുക്കുകയെന്നത് അതിന്റെ മൂർത്തമായ ലക്ഷ്യമാണ്. അതേസമയം തൊഴിലാളിവർഗ്ഗ സ്ത്രീകളെ സംബന്ധിച്ചിടത്തോളം അദ്ധ്വാനിക്കുന്ന വർഗ്ഗത്തിന്റെ സാമ്പത്തിക അടിമത്തത്തിനെതിരായി നിരന്തരമായി നടത്തിവരുന്ന പോരാട്ടത്തിൽ ഉപയോഗിക്കാനുള്ള കേവലമൊരു ഉപാധി മാത്രമാണ് തുല്യാവകാശങ്ങൾ. ഫെമിനിസ്റ്റുകളെ സംബന്ധിച്ചിടത്തോളം എല്ലാ അവകാശങ്ങളും വിശേഷാധികാരങ്ങളും തങ്ങളുടേതുമാത്രമായി കൈവശപ്പെടുത്തുകയും സ്ത്രീകൾക്ക് ബന്ധനങ്ങളും കടമകളും മാത്രം ബാക്കി വെയ്ക്കുകയും ചെയ്ത പുരുഷന്മാരാണ് അവരുടെ അടിയന്തരശത്രു. ഫെമിനിസ്റ്റുകളുടെ ഓരോ വിജയവും അർത്ഥമാക്കുന്നത്, പുരുഷന്മാർ തങ്ങളുടേതുമാത്രമായി വെച്ചിരിക്കുന്ന വിശേഷാധികാരങ്ങൾ 'സ്ത്രീകൾ'ക്കനുകൂലമായി വിട്ടുകൊടുക്കണമെന്നാണ്. അതേസമയം, തൊഴിലാളിവർഗ്ഗ സ്ത്രീക്ക്, പരിപൂർണ്ണമായും വ്യത്യസ്തമായൊരു കാഴ്ചപ്പാടാണുള്ളത്; അവളുടെ കണ്ണുകളിൽ, പുരുഷന്മാർ ശത്രുവും മർദ്ദകനുമല്ല, മറിച്ച്, പ്രഥമവും പ്രധാനവുമായി, അസന്തുഷ്ടികരവുമായ ഒരവസ്ഥ പങ്കുവെയ്ക്കുന്നതിൽ ഒരു സഖാവും, പ്രശാന്തസുന്ദരമായൊരു ഭാവിക്കുവേണ്ടിയുള്ള പോരാട്ടത്തിൽ പൊരുതുന്ന നീതിമാനായ സഖാവുമാണവൾക്കു പുരുഷൻ. ഒരേ സാമൂഹിക ബന്ധങ്ങളാണ് സ്ത്രീയെയും അവളുടെ സഖാവിനെയും അടിമയാക്കുന്നത്; മുതലാളിത്തത്തിൽ സഹജമായുള്ള വിദ്വേഷജനകമായ കെട്ടുപാടുകൾ തന്നെയാണ് അവരുടെ ആഗ്രഹാഭിലാഷങ്ങളെ അടിച്ചമർത്തുന്നതും ജീവിതത്തിന്റെ സുഖസന്തോഷങ്ങളിൽനിന്നും അവരെ അകറ്റി നിർത്തുന്നതും. നിലവിലുള്ള വ്യവസ്ഥയുടെ ചില പ്രത്യേക സ്വഭാവസവിശേഷതകൾ സ്ത്രീക്കുമേൽ ഇരട്ടഭാരം ചുമത്തുന്നു എന്നത് തീർച്ചയായും ശരിയാണ്; ചിലപ്പോഴൊക്കെ കൂലിവേലയുടെ സാഹചര്യങ്ങൾ പെൺസുഹൃത്തിനെയും തൊഴിലാളിയെയും പുരുഷന്റെ ഉപദ്രവകാരിയായ പ്രതിയോഗിയാക്കി മാറ്റുന്നു എന്നതും ശരിയാണ്. എന്തുതന്നെയായാലും, ദൗർഭാഗ്യകരമായ ഈ സാഹചര്യങ്ങൾക്ക് ആരെയാണ് കുറ്റപ്പെടുത്തേണ്ടതെന്ന് തൊഴിലാളി വർഗ്ഗത്തിന് നന്നായി അറിയാം.

ദുരിതമനുഭവിക്കുന്ന കാര്യത്തിൽ തന്റെ സഹോദരനെക്കാൾ ഒട്ടും തന്നെ പുറകിലല്ലാത്ത സ്ത്രീ തൊഴിലാളി, തുല്യ ആർത്തിയോടെയും പൊൻപൂച്ചിട്ട ഉദരത്തോടെയും ചാടിവീഴുന്ന അത്യാഗ്രഹിയായ ആ ഭീകരരൂപിയെ വെറുക്കുന്നു; അവരെ നിർഭയമായി ഊറ്റിക്കുടിച്ച് ദശലക്ഷക്കണക്കിനു മനുഷ്യജീവനുകളുടെ ചെലവിൽ ചീർത്തു വീർക്കുന്നതിനുവേണ്ടിയാണ് ആ ഭീകരരൂപി ഇത്തരത്തിൽ അവർക്കുമേൽ ചാടിവീഴുന്നത്. ആയിരക്കണക്കിനു അദൃശ്യമായ ഇഴകളാൽ സ്ത്രീത്തൊഴിലാളി അവളുടെ സഖാവായ പുരുഷത്തൊഴിലാളിയോട് ബന്ധിപ്പിക്കപ്പെട്ടിരി

ക്കുന്നു; അതേസമയം ബൂർഷ്വാ സ്ത്രീയുടെ ലക്ഷ്യങ്ങൾ തൊഴിലാളി സ്ത്രീക്ക് അന്യവും ദുർഗ്രഹവുമായി കാണപ്പെടുന്നു; ദുരിതം നേരിടുന്ന തൊഴിലാളിവർഗ്ഗ മനസ്സുകൾക്ക് യാതൊരുവിധ ആശ്വാസവും പകരാൻ ആ ലക്ഷ്യങ്ങൾക്കാവില്ല; ചൂഷിതരായ മനുഷ്യരാശിയാകെ തങ്ങളുടെ പ്രതീക്ഷയും അഭിലാഷങ്ങളും അർപ്പിച്ചിട്ടുള്ള പ്രകാശപൂരിതമായ ഭാവി സ്ത്രീകൾക്കായി മുന്നോട്ടുവെയ്ക്കുന്നുമില്ല, ആ ലക്ഷ്യങ്ങൾ... ഫെമിനിസ്റ്റുകൾ സ്ത്രീകളുടെ ഐക്യത്തിനുവേണ്ടി വാദിക്കുകയും, ചെറുപ്പക്കാരായ തങ്ങളുടെ തൊഴിലാളിവർഗ്ഗ സ്ത്രീകളിലേക്ക് കരങ്ങൾ നീട്ടുകയും ചെയ്യുന്നു. അതേസമയംതന്നെ 'നന്ദിയില്ലാത്ത ഈ ജന്തുക്കൾ' തങ്ങളിൽനിന്നും അകന്നുമാറി അന്യമായി നില്ക്കുന്ന സ്ത്രീ സഖാക്കളെ സംശയത്തോടെ ഒളിഞ്ഞുനോക്കുകയും ഈ സഖാക്കൾക്കു കൂടുതൽ സുഗ്രഹവും അവരുടെ ഹൃദയത്തോട് കൂടുതൽ അടുത്തുനില്ക്കുകയും ചെയ്യുന്ന കലർപ്പില്ലാത്ത തൊഴിലാളിവർഗ്ഗ സംഘടനകൾക്കുചുറ്റും കൂട്ടംകൂടുകയും ചെയ്യുന്നു.

രാഷ്ട്രീയാവകാശങ്ങളും അതിനൊപ്പം തിരഞ്ഞെടുപ്പ് ബൂത്തിലേക്ക് പ്രവേശനം ലഭിക്കുകയും പാർലമെന്റിൽ ഒരു സീറ്റ് ലഭിക്കുകയും ചെയ്യുക - ഇതാണ് ബൂർഷ്വാ സ്ത്രീപ്രസ്ഥാനത്തിന്റെ യഥാർത്ഥ ലക്ഷ്യം. എന്നാൽ, മൊത്തത്തിൽ മുതലാളിത്ത-ചൂഷകവ്യവസ്ഥ നിലനില്ക്കുന്ന പശ്ചാത്തലത്തിൽ, സ്ത്രീയെന്ന നിലയിലും മനുഷ്യനെന്ന നിലയിലും തൊഴിലാളി സ്ത്രീയെ വിടാതെ പിന്തുടരുകയും അടിച്ചമർത്തുകയും ചെയ്യുന്ന തിന്മയുടെയും ദുരിതത്തിന്റെയും പടുകുഴിയിൽനിന്ന് അവളെ സ്വതന്ത്രമാക്കുവാൻ ഈ പറയുന്ന രാഷ്ട്രീയ സമത്വത്തിനാകുമോ?

തൊഴിലാളിവർഗ്ഗ സ്ത്രീകളെക്കുറിച്ചുള്ള കൂടുതൽ ബോദ്ധ്യം, സ്ത്രീ പ്രശ്നത്തെ അതിന്റെ എല്ലാവശങ്ങളിലും പരിഹരിക്കുന്നതിന് രാഷ്ട്രീയ സമത്വത്തിനോ നിയമപരമായ സമത്വത്തിനോ കഴിയില്ല എന്നു വ്യക്തമാക്കുന്നു. സ്വന്തം അദ്ധ്വാനശക്തി വില്ക്കുവാനും മുതലാളിത്തത്തിന്റെ നുകം ചുമക്കുവാനും സ്ത്രീകൾ നിർബ്ബന്ധിതരാകുന്നിടത്തോളം പുതിയ മൂല്യങ്ങളെ ഉല്പാദിപ്പിക്കുന്ന നിലവിലെ ചൂഷണാധിഷ്ഠിത സംവിധാനം തുടരുന്നിടത്തോളം, അവർക്ക് സ്വതന്ത്രരും മോചിതരുമായ വ്യക്തികളാവാൻ സാധിക്കില്ല; പൂർണ്ണമായും ഹൃദയം പറയുന്നതുപ്രകാരം തങ്ങളുടെ ഭർത്താക്കന്മാരെ തെരഞ്ഞെടുക്കുന്ന ഭാര്യമാരാകാനും സ്വന്തം മക്കളുടെ ഭാവിയിലേക്ക് ഭയമില്ലാതെ നോക്കുന്ന അമ്മമാരാകാനും അവർക്കു കഴിയില്ല... വർഗ്ഗ വൈരത്തെ അടിസ്ഥാനപ്പെടുത്തിയുള്ള പഴയ ലോകത്തെ നശിപ്പിക്കുകയും, മനുഷ്യൻ മനുഷ്യനെ ചൂഷണം ചെയ്യുന്നത് അസാദ്ധ്യമാകുന്ന പുതിയതും മെച്ചപ്പെട്ടതുമായൊരു ലോകം നിർമ്മിക്കുകയും ചെയ്യുക എന്നതാണ് തൊഴിലാളിവർഗ്ഗ സ്ത്രീയുടെ ആത്യന്തികലക്ഷ്യം.

സ്വാഭാവികമായും, നിലനില്ക്കുന്ന ബൂർഷ്വാ ഭരണക്രമത്തിനുള്ളിൽ നിന്നുകൊണ്ട് മോചനം നേടുന്നതിനുവേണ്ടി തൊഴിലാളിവർഗ്ഗ സ്ത്രീക

ളുടെ ഭാഗത്തുനിന്നും നടത്തുന്ന ശ്രമങ്ങളെ ഈ ആത്യന്തിക ലക്ഷ്യം മാറ്റി നിർത്തുന്നില്ല; പക്ഷേ, ഇത്തരം ഡിമാന്റുകളുടെ സാക്ഷാൽക്കാരത്തെ മുതലാളിത്ത വ്യവസ്ഥതന്നെ സൃഷ്ടിച്ചിട്ടുള്ള വിഘ്നങ്ങൾ സ്ഥിരമായി തടസ്സപ്പെടുത്തുന്നു. സാമൂഹികവല്കൃത തൊഴിലിന്റെയും മൈത്രിയുടെയും നീതിയുടെയും ഒരു ലോകത്തുമാത്രമേ സ്ത്രീക്ക് സ്വതന്ത്രവും തുല്യവുമായിരിക്കാൻ സാധിക്കുകയുള്ളൂ.

ഫെമിനിസ്റ്റുകൾക്ക് മനസ്സിലാകാത്തതും അവർ മനസ്സിലാക്കാനാഗ്രഹിക്കാത്തതുമായ ചിലതാണ് മേൽപ്പറഞ്ഞത്. അവരെ സംബന്ധിച്ചിടത്തോളം, നിയമത്തിന്റെ അക്ഷരങ്ങളാൽ അംഗീകരിക്കപ്പെട്ട ഔപചാരിക സമത്വം നേടാൻ കഴിഞ്ഞാൽ തങ്ങളുടെ പാത സൃഷ്ടിക്കുവാൻ പൂർണ്ണമായും തങ്ങൾക്കു കഴിയുമെന്നവർ കാണുന്നു; അതിനി 'അടിച്ചമർത്തലി'ന്റെയും അടിമത്തത്തിന്റെയും നിലവിളികളുടെയും കണ്ണുനീരിന്റെയും, പഴയ ലോകത്തിലാണെങ്കിൽപ്പോലും ഇത്തരത്തിൽ ഔപചാരിക സമത്വം നേടിയാൽ സ്വന്തമായ പാത പൂർത്തിയാക്കാൻ കഴിയുമെന്നവർ കരുതുന്നു. ഒരുപരിധിവരെ ഇത് ശരിയുമാണ്. ഭൂരിപക്ഷം സ്ത്രീ തൊഴിലാളികളെയും സംബന്ധിച്ചിടത്തോളം പുരുഷനു തത്തുല്യമായ അവകാശ സമത്വം എന്നത് ലളിതമായി പറഞ്ഞാൽ 'അവകാശമില്ലായ്മയിലെ' സമത്വം എന്നതാണ്; ബൂർഷ്വാ സ്ത്രീകളെ സംബന്ധിച്ചിടത്തോളം പുരുഷനു തത്തുല്യമായി അവകാശങ്ങളുടെ സമത്വമെന്നത്, ഇക്കാലംവരെ ബൂർഷ്വാസിയിലെ പുരുഷന്മാർക്കുമാത്രം ലഭ്യമായിരുന്ന പുതിയതും നാളിതുവരെ അഭൂതപൂർവ്വവുമായിരുന്ന അവകാശങ്ങളിലേക്കും വിശേഷാധികാരങ്ങളിലേക്കുമുള്ള വാതിൽ തുറന്നുകിട്ടലാണ്. എന്തുതന്നെയായാലും, ബൂർഷ്വാ സ്ത്രീ കൈവരിക്കുന്ന ഇത്തരത്തിലുള്ള ഓരോ വിജയവും, ഓരോ പുതിയ വിശേഷാധികാരങ്ങളും, തന്റെ ഇളയ സഹോദരിയെ അടിച്ചമർത്താൻ അവളുടെ കൈകളിൽ മറ്റൊരു ആയുധം വെച്ചുകൊടുക്കുകയാണ് ചെയ്യുന്നത്; പരസ്പരമെതിർക്കുന്ന ഈ രണ്ടു സാമൂഹികചേരികളിൽനിന്നുമുള്ള സ്ത്രീകളെ ഭിന്നിപ്പിക്കുന്ന പാതാളച്ചുഴിയുടെ ആഴം കൂട്ടുകമാത്രമാണത് ചെയ്യുന്നത്. അവരുടെ താല്പര്യങ്ങൾ കൂടുതൽ രൂക്ഷമായി ഏറ്റുമുട്ടും, അവരുടെ അഭിലാഷങ്ങൾ അന്യോന്യം ഒഴിവാക്കുന്നതായി മാറും.

അപ്പോൾപ്പിന്നെ, എവിടെയാണ് ഇപ്പറയുന്ന സാർവ്വത്രിക 'സ്ത്രീപ്രശ്നം' ഫെമിനിസ്റ്റുകൾ വാതോരാതെ പറഞ്ഞുകൊണ്ടിരിക്കുന്ന, ലക്ഷ്യങ്ങളുടെയും അഭിലാഷങ്ങളുടെയും ഐക്യം എവിടെയാണ്? യാഥാർത്ഥ്യത്തെ ഗൗരവമായി പരിശോധിച്ചാൽ, അങ്ങനെയൊരു ഐക്യം നിലനില്ക്കുന്നില്ലായെന്നും, അതിനങ്ങനെ നിലനില്ക്കാൻ കഴിയില്ലായെന്നും വ്യക്തമാകും. റാഡിക്കൽ ജർമ്മൻ ഫെമിനിസ്റ്റായ മിന്ന കൗർ (Minna Cauer) മുന്നോട്ടുവെച്ച വാദം ഇങ്ങനെയാണ്, 'സ്ത്രീപ്രശ്നം ഒരു രീതിയിലും രാഷ്ട്രീയ പാർട്ടിയുടെ പ്രശ്നമാകുന്നില്ലാ' യെന്നും 'എല്ലാ പാർട്ടികളുടെയും എല്ലാ സ്ത്രീകളുടെയും പങ്കാളിത്ത

ത്തോടെ മാത്രമേ അത് പരിഹരിക്കാൻ സാധിക്കുകയുള്ളൂ'വെന്നും സ്വയം വിശ്വസിപ്പിക്കുവാൻ ഫെമിനിസ്റ്റുകൾ വൃഥാ ശ്രമിച്ചുകൊണ്ടിരിക്കുന്നു. ഫെമിനിസ്റ്റുകൾ ഊട്ടിയുറപ്പിക്കുന്ന അവനവനെക്കുറിച്ചുതന്നെയുള്ള ഈ -മിഥ്യാധാരണയെ വസ്തുതകളുടെ യുക്തിപാടെ തള്ളിക്കളയുന്നു.

സ്ത്രീകളുടെ ലക്ഷ്യത്തിന്റെ സാക്ഷാൽക്കാരം, തൊഴിലാളിവർഗ്ഗത്തിന്റെ പൊതുവായ ലക്ഷ്യത്തിന്റെ വിജയത്തെ ആശ്രയിച്ചിരിക്കുന്നു എന്ന വസ്തുത ബൂർഷ്വാ സ്ത്രീവിഭാഗത്തെ ബോദ്ധ്യപ്പെടുത്താൻ ശ്രമിക്കുന്നത് നിരർത്ഥകമാണ്. എന്തുതന്നെയായാലും, അവർക്കിടയിൽ 'ഹ്രസ്വകാല രാഷ്ട്രീയത്തിന്റെ സങ്കുചിത ലക്ഷ്യങ്ങളെ ഉപേക്ഷിക്കാൻ ശേഷിയുള്ളവരോട്, എല്ലാ സ്ത്രീകളുടെയും ഭാഗധേയത്തെക്കുറിച്ച് വിശാലമായൊരു കാഴ്ചപ്പാട് സ്വീകരിക്കുവാൻ കഴിയുന്നവരോട്, ഞങ്ങൾ ഇങ്ങനെ അഭ്യർത്ഥിക്കുകയാണ് — മനസ്സുകൊണ്ട് നിങ്ങളോട് അകന്നു നില്ക്കുന്ന നിങ്ങളുടെ തൊഴിലാളിവർഗ്ഗ സഹോദരിമാരെ നിങ്ങളുടെ നിരയിലേക്ക് കൊണ്ടുപോകരുതെന്നു ഞങ്ങൾ അത്യന്തം നിഷ്കർഷയോടുകൂടി ആവശ്യപ്പെടുന്നു. ബൂർഷ്വാ വർഗ്ഗങ്ങളിലെ സ്ത്രീകളോട് പറയട്ടെ, നിങ്ങൾ നിങ്ങളിലുള്ള ആശയവാദപരമായ ഭാഷാരീതിയുടെ ആഡംബരത്തെ വലിച്ചെറിയുക; ചരിത്രത്തിന്റെ നിർണ്ണായകമായ പാഠങ്ങൾകൊണ്ട് സ്വയം അലങ്കരിക്കുകയും സ്വയം ആയുധമണിയുകയും ചെയ്യുക; നിങ്ങളുടെ വർഗ്ഗത്തിന്റെതന്നെ അവകാശങ്ങളുടെയും താല്പര്യങ്ങളുടെയും പ്രതിരോധത്തിലേക്ക് സ്വയം നോക്കുക; തൊഴിലാളിവർഗ്ഗ സ്ത്രീകളെ അവരുടേതായ പാത പിന്തുടരുവാനും, സ്ത്രീകളുടെ സ്വാതന്ത്ര്യത്തിനും സന്തോഷത്തിനുംവേണ്ടി അവരുടേതായ രീതികളിൽ പോരാടുവാനും വിടുക. ആരുടെ പാതയാണ് ഇടുങ്ങിയതെന്നും ആരുടെ പാതയാണ് സുനിശ്ചിതമെന്നും ജീവിതംതന്നെ കാണിച്ചുതരും..

സാർവ്വദേശീയ വനിതാ ദിനം (1920)

സമരോത്സുകമായൊരു ദിനാചരണം

വനിതാദിനം അഥവാ തൊഴിലാളി സ്ത്രീകളുടെ ദിനം എന്നത് സാർവ്വദേശീയ ഐക്യദാർഢ്യത്തിന്റെ ദിനമാണ്; തൊഴിലാളിവർഗ്ഗ സ്ത്രീകളുടെ കരുത്തും സംഘടനയും സംബന്ധിച്ച് പുനരവലോകനം നടത്തുവാനുള്ള ദിനംകൂടിയാണത്.

പക്ഷേ, ഇത് സ്ത്രീകൾക്കു മാത്രമായുള്ള ഒരു പ്രത്യേക ദിനമല്ല. മാർച്ച് 8 എന്നത് തൊഴിലാളികൾക്കും കർഷകർക്കും, ഒന്നുകൂടി പറഞ്ഞാൽ എല്ലാ റഷ്യൻ തൊഴിലാളികൾക്കും ലോകത്താകെയുള്ള തൊഴിലാളികൾക്കും, ചരിത്രപരവും അവിസ്മരണീയവുമായൊരു ദിനമാണ്. 1917 ൽ ഇതേദിവസം തന്നെ, മഹത്തായ ഫെബ്രുവരി വിപ്ലവം പൊട്ടിപ്പുറപ്പെട്ടു (സാറിസ്റ്റ് റഷ്യ അപ്പോഴും മദ്ധ്യയുഗത്തിലെ പഴയ 'ജൂലിയൻ' കലണ്ടറാണ് ഉപയോഗിച്ചിരുന്നത്; അത് ലോകത്തിന്റെ ഒട്ടുമിക്ക ഭാഗങ്ങളിലും ഉപയോഗിച്ചുവന്ന 'ഗ്രിഗോറിയൻ' കലണ്ടറിനേക്കാൾ 13 ദിവസം പിറകിലാണ്. ആയതിനാൽ മാർച്ച് 8 എന്നത് പഴയ കലണ്ടറിൽ 'ഫെബ്രുവരി 23' ആണ്. ഇക്കാരണത്താലാണ് 1917 മാർച്ചിൽ നടന്ന വിപ്ലവത്തെ 'ഫെബ്രുവരി വിപ്ലവമെന്നും' 1917 നവംബറിൽനടന്ന വിപ്ലവത്തെ 'ഒക്ടോബർ വിപ്ലവ'മെന്നും വിളിക്കുന്നത്). പീറ്റേഴ്സ്ബർഗ്ഗിലെ തൊഴിലാളി സ്ത്രീകളാണ് ഈ വിപ്ലവത്തിന് തുടക്കമിട്ടത്; സാറിനും അയാളുടെ കൂട്ടാളികൾക്കും നേരെയുള്ള എതിർപ്പിന്റെ ബാനർ ഉയർത്തുവാൻ ആദ്യം തീരുമാനിച്ചത് അവരായിരുന്നു. അതുകൊണ്ടുതന്നെ നമ്മളെ സംബന്ധിച്ചിടത്തോളം തൊഴിലാളി സ്ത്രീകളുടെ ദിനം ഇരട്ട ആഘോഷത്തിന്റെ ദിനമാണ്.

എന്നാൽ ഇത് തൊഴിലാളിവർഗ്ഗത്തിനാകെയുള്ള പൊതുവായൊരു

ഒഴിവുദിവസമാണെങ്കിൽ പിന്നെ എന്തുകൊണ്ടാണ് നമ്മളതിനെ വനിതാദിനമെന്നു വിളിക്കുന്നത്? പിന്നെന്തിനാണ് നമ്മൾ എല്ലാവരെക്കാളുമുപരി തൊഴിലാളി സ്ത്രീകളെയും കർഷക സ്ത്രീകളെയും ലക്ഷ്യം വെച്ചുകൊണ്ടുള്ള പ്രത്യേക ആഘോഷങ്ങളും യോഗങ്ങളും നടത്തുന്നത്? ഇത് അദ്ധ്വാനിക്കുന്ന വർഗ്ഗത്തിന്റെ ഐക്യത്തെയും സഹവർത്തിത്വത്തെയും അപകടത്തിലാക്കുകയില്ലേ? ഈ ചോദ്യങ്ങൾക്ക് ഉത്തരം നല്കുന്നതിന്, വനിതാദിനം എങ്ങനെ ഉണ്ടായിയെന്നും എന്തു ലക്ഷ്യത്തിനുവേണ്ടിയാണത് സംഘടിപ്പിക്കപ്പെട്ടതെന്നും പരിശോധിക്കേണ്ടതുണ്ട്.

എങ്ങനെയാണ്, എന്തുകൊണ്ടാണ് വനിതാദിനം സംഘടിപ്പിക്കപ്പെട്ടത്?

കുറച്ചുകാലംമുൻപ്, ശരിക്കു പറഞ്ഞാൽ ഏതാണ്ട് പത്തു വർഷം മുൻപ്, സ്ത്രീ സമത്വമെന്ന വിഷയവും പുരുഷന്മാരോടൊപ്പം സ്ത്രീകളും ഗവൺമെന്റിന്റെ ഭാഗമാകണമോ എന്നുള്ള ചോദ്യവും ചൂടേറിയ ചർച്ചയായിമാറി. എല്ലാ മുതലാളിത്ത രാജ്യങ്ങളിലെയും അദ്ധ്വാനിക്കുന്ന വർഗ്ഗം, തൊഴിലാളി സ്ത്രീകളുടെ അവകാശങ്ങൾക്കുവേണ്ടി പോരാടി: ബൂർഷ്വാസി ഈ അവകാശങ്ങൾ അംഗീകരിക്കുവാൻ തയ്യാറായിരുന്നില്ല. പാർലമെന്റിൽ അദ്ധ്വാനിക്കുന്ന വർഗ്ഗത്തിന്റെ വോട്ട് ശക്തിപ്പെടുത്തുകയെന്നത് ബൂർഷ്വാസിയുടെ താല്പര്യമായിരുന്നില്ല; തൊഴിലാളി സ്ത്രീകൾക്ക് അവകാശങ്ങൾ നല്കുന്ന നിയമങ്ങൾ പാസാക്കുന്നതിനെ എല്ലാ രാജ്യത്തും അവർ തടഞ്ഞു.

വടക്കേ അമേരിക്കയിലെ സോഷ്യലിസ്റ്റുകൾ സവിശേഷമായ ദൃഢചിത്തതയോടുകൂടി വോട്ടുചെയ്യാനനുവദിക്കണമെന്നുള്ള തങ്ങളുടെ ഡിമാന്റിനെ ഉയർത്തിക്കൊണ്ടുവന്നു. 1909 ഫെബ്രുവരി 28 ന് തൊഴിലാളി സ്ത്രീകൾക്ക് രാഷ്ട്രീയാവകാശങ്ങൾ ആവശ്യപ്പെട്ടുകൊണ്ട് അമേരിക്കയിലെ വനിതാ സോഷ്യലിസ്റ്റുകൾ രാജ്യത്തൊട്ടാകെ വമ്പൻ പ്രകടനങ്ങളും യോഗങ്ങളും സംഘടിപ്പിച്ചു. ഇതായിരുന്നു ആദ്യത്തെ 'വനിതാദിനം,' അതായത്, വനിതകളുടേതായൊരു ദിനം സംഘടിപ്പിക്കുന്നതിന് തുടക്കംകുറിച്ചത് അമേരിക്കയിലെ തൊഴിലാളി സ്ത്രീകളാണ്. 1910 ൽ നടന്ന തൊഴിലാളി സ്ത്രീകളുടെ രണ്ടാമത് സാർവ്വദേശീയ സമ്മേളനത്തിൽ (Second International Conference of Working Women) സാർവ്വദേശീയ തൊഴിലാളിസ്ത്രീകളുടെ ദിനം സംഘടിപ്പിക്കുന്നതു സംബന്ധിച്ച വിഷയം ക്ലാര സെത്കിൻ (ജർമ്മൻ സോഷ്യലിസ്റ്റ് പ്രസ്ഥാനത്തിന്റെയും സാർവ്വദേശീയ തൊഴിലാളിസ്ത്രീ പ്രസ്ഥാനത്തിന്റെയും പ്രമുഖ നേതാവായിരുന്നു ക്ലാര സെത്കിൻ. സെന്റ് പീറ്റേഴ്സ്ബർഗ്ഗ് ടെക്സ്റ്റൈൽ തൊഴിലാളികളെ പ്രതിനിധീകരിച്ച് അന്താരാഷ്ട്ര കോൺഫറൻസിൽ കൊല്ലന്തായിയും പ്രതിനിധിയായിരുന്നു) മുന്നോട്ടുവെച്ചു. എല്ലാ കൊല്ലവും എല്ലാ രാജ്യത്തും ഒരേ ദിവസം, 'സ്ത്രീകളുടെ വോട്ടവകാശം

സോഷ്യലിസത്തിനുവേണ്ടിയുള്ള പോരാട്ടത്തിൽ നമ്മുടെ ശക്തിയെ ഏകോപിപ്പിക്കും' എന്ന മുദ്രാവാക്യമുയർത്തിക്കൊണ്ട് 'വനിതാ ദിന'മായി ആചരിക്കണമെന്ന് സമ്മേളനം തീരുമാനിച്ചു.

ഈ വർഷങ്ങളിൽ, പാർലമെന്റിനെ കൂടുതൽ ജനാധിപത്യാധിഷ്ഠിതമാക്കുക എന്ന വിഷയം, അതായത്, വോട്ടവകാശം വിപുലീകരിക്കുകയും സ്ത്രീകൾക്ക് വോട്ടവകാശം നല്കുകയും ചെയ്യുകയെന്നത് മർമ്മ പ്രധാനമായ വിഷയമായി ഉയർന്നു വന്നു. ഒന്നാം ലോകയുദ്ധത്തിനു മുൻപുപോലും, റഷ്യ ഒഴികെയുള്ള മറ്റെല്ലാ ബൂർഷ്വാ രാജ്യങ്ങളിലും തൊഴിലാളികൾക്ക് വോട്ടവകാശം ഉണ്ടായിരുന്നു. ബുദ്ധിഭ്രമമുള്ളവർക്കും സ്ത്രീകൾക്കും മാത്രമാണ് ഈ അവകാശങ്ങൾ ഇല്ലാതിരുന്നത്. എന്നിട്ടും, അതേസമയംതന്നെ, മുതലാളിത്തത്തിന്റെ കലുഷിതമായ യാഥാർത്ഥ്യം, രാജ്യത്തിന്റെ സമ്പദ്ഘടനയിൽ സ്ത്രീകളുടെ പങ്കാളിത്തം ആവശ്യമാക്കിത്തീർത്തു. എല്ലാ കൊല്ലവും ഫാക്ടറികളിലും വർക്ഷോപ്പുകളിലും അഥവാ വേലക്കാരായും അടിച്ചുതളിക്കാരായും പണിയെടുക്കുന്ന സ്ത്രീകളുടെ എണ്ണത്തിൽ വർദ്ധനവുണ്ടായിക്കൊണ്ടിരുന്നു. പുരുഷനു സമാന്തരമായി സ്ത്രീകളും പണിയെടുക്കുകയും രാജ്യത്തിന്റെ സമ്പത്ത് അവരുടെ കൈകളാൽ സൃഷ്ടിക്കപ്പെടുകയും ചെയ്തു. പക്ഷേ, അപ്പോഴും സ്ത്രീകൾക്ക് വോട്ടവകാശമുണ്ടായിരുന്നില്ല.

യുദ്ധത്തിനു തൊട്ടുമുൻപുള്ള വർഷങ്ങളിൽ വ്യാപകമായിത്തീർന്ന വിലക്കയറ്റം, ഏറ്റവും സമാധാനകാംക്ഷിയായ വീട്ടമ്മയെപ്പോലും രാഷ്ട്രീയ വിഷയങ്ങളിൽ താല്പര്യം കാണിക്കുവാനും, കൊള്ളയുടേതും പിടിച്ചുപറിയുടേതുമായ ബൂർഷ്വാ സമ്പദ്വ്യവസ്ഥക്കെതിരെ ഉറക്കെ പ്രതിഷേധിക്കുവാനും നിർബ്ബന്ധിതയാക്കി. 'വീട്ടമ്മമാരുടെ പ്രക്ഷോഭ' ങ്ങൾ അടിക്കടി വർദ്ധിച്ചു, ആസ്ട്രിയയിലും ഇംഗ്ലണ്ടിലും ഫ്രാൻസിലും ജർമ്മനിയിലും വ്യത്യസ്ത വേളകളിൽ അത് പടർന്നുപിടിച്ചു.

കമ്പോളത്തിലെ പീടികകൾ തകർത്തതുകൊണ്ടോ കച്ചവടക്കാരെ ഭീഷണിപ്പെടുത്തിയതുകൊണ്ടോ കാര്യമില്ലെന്ന് തൊഴിലാളി സ്ത്രീകൾക്കു ബോദ്ധ്യപ്പെട്ടു; അത്തരം പ്രവൃത്തികൾകൊണ്ടൊന്നും ജീവിതച്ചെലവ് കുറയ്ക്കാൻ കഴിയുകയില്ലെന്ന് അവർക്കു മനസ്സിലായി. നിങ്ങൾ മാറ്റേണ്ടത് ഗവൺമെന്റിന്റെ രാഷ്ട്രീയമാണ്. അത് നേടിയെടുക്കുന്നതിന്, തൊഴിലാളിവർഗ്ഗത്തിന് തങ്ങളുടെ വോട്ടവകാശം വിപുലപ്പെടുത്തേണ്ടതുണ്ട്.

തൊഴിലാളി സ്ത്രീകൾക്കു വോട്ടവകാശം ലഭിക്കുന്നതിനുവേണ്ടിയുള്ള പോരാട്ടരൂപമെന്ന നിലയിൽ എല്ലാ രാജ്യത്തും വനിതാദിനം ആചരിക്കുവാൻ തീരുമാനിക്കപ്പെട്ടു. ഈ ദിനം, പൊതുവായ ലക്ഷ്യങ്ങൾക്കുവേണ്ടിയുള്ള പോരാട്ടത്തിൽ സാർവ്വദേശീയ ഐക്യദാർഢ്യത്തിനുള്ള ദിവസമായും ഒപ്പംതന്നെ സോഷ്യലിസമെന്ന ബാനറിനു കീഴിലുള്ള തൊഴിലാളി സ്ത്രീകളുടെ സംഘടിത ശക്തിയെ സംബന്ധിച്ച് പുനരവലോകനം നടത്തുവാനുള്ള ദിനമായും കാണേണ്ടതാണ്.

ആദ്യത്തെ സാർവ്വദേശീയ വനിതാദിനം

രണ്ടാം അന്തർദേശീയ സോഷ്യലിസ്റ്റ് വനിതാ സമ്മേളനത്തിൽ (Second International Congress of Socialist Women) എടുത്ത തീരുമാനം താളുകളിൽ ഒതുങ്ങുകയായിരുന്നില്ല. 1911 മാർച്ച് 19 ന് ആദ്യത്തെ സാർവ്വദേശീയ വനിതാദിനം ആചരിക്കുവാൻ തീരുമാനിക്കപ്പെട്ടു.

ഈ തീയതി യാദൃച്ഛികമായി തെരഞ്ഞെടുത്തതായിരുന്നില്ല. നമ്മുടെ ജർമ്മൻ സഖാക്കൾ ഈ ദിവസം തെരഞ്ഞെടുത്തത് ജർമ്മൻ തൊഴിലാളിവർഗ്ഗത്തിന് അത് ചരിത്രപരമായി പ്രധാനപ്പെട്ടതായതുകൊണ്ടായിരുന്നു. 1848 ലെ വിപ്ലവത്തിൽ മാർച്ച് 19 നായിരുന്നു പ്രഷ്യൻ രാജാവ് ആദ്യമായി സായുധ ജനതയുടെ കരുത്ത് തിരിച്ചറിയുകയും തൊഴിലാളിവർഗ്ഗ പ്രക്ഷോഭത്തിനു മുന്നിൽ തലകുനിക്കുകയും ചെയ്തത്. അന്നദ്ദേഹം നടത്തിയ ഒട്ടേറെ വാഗ്ദാനങ്ങളിലൊന്നായിരുന്നു സ്ത്രീകൾക്ക് വോട്ടവകാശം നല്കുമെന്നത്; ഈ വാഗ്ദാനങ്ങളെല്ലാം പാലിക്കുന്നതിൽ പിന്നീടദ്ദേഹം പരാജയപ്പെട്ടു.

ജനുവരി 11 നുശേഷം ജർമ്മനിയിലും ഓസ്ട്രിയയിലും വനിതാ ദിനം ആചരിക്കുന്നതിനുള്ള തയ്യാറെടുപ്പുകൾ നടന്നു. പ്രകടനത്തിനുള്ള പദ്ധതികൾ അവർ വാമൊഴിയായും പത്രത്തിലൂടെയും പ്രചരിപ്പിച്ചു. വനിതാദിനത്തിനു തൊട്ടുമുൻപുള്ള ആഴ്ചയിൽ രണ്ട് ആനുകാലികങ്ങൾ പ്രത്യക്ഷപ്പെടുകയുണ്ടായി: ജർമ്മനിയിൽ *ദ് വോട്ട് ഫോർ വിമെൻ* എന്ന പേരിലും ഓസ്ട്രിയയിൽ *വിമെൻസ് ഡെ* എന്ന പേരിലുമാണ് അവ പ്രസിദ്ധീകരിക്കപ്പെട്ടത്. വനിതാ ദിനത്തിനായി അർപ്പിക്കപ്പെട്ട വിവിധ ലേഖനങ്ങൾ [‘Women and Parliament’ (സ്ത്രീകളും പാർലമെന്റും), ‘The Working Women and Municipal Affairs’(തൊഴിലെടുക്കുന്ന സ്ത്രീകളും മുൻസിപ്പൽ കാര്യങ്ങളും), ‘What has the housewife got to do with Politics?’ (വീട്ടമ്മമാർക്ക് രാഷ്ട്രീയത്തിലെന്തു കാര്യം?) തുടങ്ങിയവ] ഗവൺമെന്റിലും സമൂഹത്തിലും സ്ത്രീകളുടെ സമത്വമെന്ന വിഷയത്തെ വളരെ സൂക്ഷ്മമായി വിലയിരുത്തുകയുണ്ടായി. എല്ലാ ലേഖനങ്ങളും ഒരേ പോയിന്റുതന്നെയാണ് പ്രതിപാദിച്ചത്: വോട്ടവകാശം സ്ത്രീകളിലേക്ക് വിപുലപ്പെടുത്തിക്കൊണ്ട് പാർലമെന്റിനെ കൂടുതൽ ജനാധിപത്യാധിഷ്ഠിതമാക്കേണ്ടത് തീർച്ചയായും അനിവാര്യമാണെന്ന പോയിന്റിൽത്തന്നെ ഈ ലേഖനങ്ങളെല്ലാം ഉറച്ചുനിന്നു.

ആദ്യത്തെ സാർവ്വദേശീയ വനിതാ ദിനം നടന്നത് 1911 ലാണ്. അതിന്റെ വിജയം എല്ലാ പ്രതീക്ഷകളെയും മറികടന്നുള്ളതായി. തൊഴിലാളി സ്ത്രീകളുടെ ആ ദിനത്തിൽ ജർമ്മനിയും ഓസ്ട്രിയയും സ്ത്രീകളുടെ ആർത്തിരമ്പുന്ന, പ്രക്ഷുബ്ധമായ കടലായി മാറി. ചെറിയ പട്ടണങ്ങളിലും ഗ്രാമങ്ങളിലുമടക്കം എല്ലായിടങ്ങളിലും യോഗങ്ങൾ സംഘടിപ്പിക്കപ്പെട്ടു; ഹാളുകൾ നിറഞ്ഞുകവിഞ്ഞതുമൂലം പുരുഷതൊഴിലാളികളോട് സ്ത്രീകൾക്കുവേണ്ടി തങ്ങളുടെ സീറ്റുകൾ ഒഴിഞ്ഞുകൊടുക്കുവാൻ പറയേണ്ടതായി വന്നു.

തീർച്ചയായും ഇത് തൊഴിലാളി സ്ത്രീയുടെ സമരോത്സുകതയുടെ ആദ്യ പ്രകടനമായിരുന്നു. ഒരു മാറ്റത്തിനുവേണ്ടി പുരുഷന്മാർ മക്കളോടൊത്ത് വീട്ടിലിരിക്കുകയും അവരുടെ ഭാര്യമാർ, കൂട്ടിലടയ്ക്കപ്പെട്ട വീട്ടമ്മമാർ യോഗങ്ങളിൽ പങ്കെടുക്കുകയും ചെയ്തു. 30,000 പേർ പങ്കെടുത്തുകൊണ്ടുനടന്ന ഏറ്റവും വലിയ പ്രകടനത്തിന്റെ ബാനറുകൾ നീക്കം ചെയ്യാൻ പൊലീസുകാർ തീരുമാനിച്ചു: സ്ത്രീ തൊഴിലാളികൾ ഉറച്ച നിലപാടെടുത്തു. പിന്നീടുനടന്ന ഏറ്റുമുട്ടലിൽ, പാർലമെന്റിലെ സോഷ്യലിസ്റ്റ് ഡെപ്യൂട്ടിമാരുടെ സഹായമുണ്ടായതുകൊണ്ടു മാത്രമാണ് രക്ത ച്ചൊരിച്ചിൽ ഒഴിവാക്കാനായത്.

1913 ൽ സാർവ്വദേശീയ വനിതാ ദിനം മാർച്ച് 8 ലേക്കു മാറ്റി. ഈ ദിവസം തൊഴിലാളി സ്ത്രീകളുടെ സമരോത്സുകതയുടെ ദിനമായി മാറി.

വനിതാദിനം ആവശ്യമാണോ?

അമേരിക്കയിലും യൂറോപ്പിലും വനിതാദിനം അത്ഭുതകരമായ ഫലങ്ങളുളവാക്കി. തൊഴിലാളികൾക്ക് ഇളവുകൾ നല്കുന്നതിനെക്കുറിച്ചോ സ്ത്രീകളുടെ ആവശ്യങ്ങളോട് പ്രതികരിക്കുന്നതിനെക്കുറിച്ചോ ഒരൊറ്റ ബൂർഷ്വാ പാർലമെന്റുപോലും ചിന്തിച്ചിട്ടുണ്ടാവില്ല എന്നത് ശരിയാണ്. കാരണം, ആ സമയത്ത് ബൂർഷ്വാസിക്കുമുന്നിൽ ഒരു സോഷ്യലിസ്റ്റ് വിപ്ലവത്തിന്റെ ഭീഷണിയുണ്ടായിരുന്നില്ല.

എന്നാൽ വനിതാദിനത്തിന് ചിലതൊക്കെ നേടാൻ കഴിഞ്ഞു. എല്ലാത്തിലുമുപരി, രാഷ്ട്രീയം അല്പംമാത്രമുള്ള നമ്മുടെ തൊഴിലാളിവർഗ്ഗ സഹോദരിമാർക്കിടയിൽ പ്രക്ഷോഭത്തിന്റെ മികച്ച രീതി തുറന്നുകൊടുക്കാൻ വനിതാദിനത്തിനു കഴിഞ്ഞു. അവർക്കു സഹായിക്കാൻ കഴിഞ്ഞില്ലെങ്കിലും വനിതാദിനത്തിനായി അർപ്പിക്കപ്പെട്ട യോഗങ്ങളിലേക്കും പ്രകടനങ്ങളിലേക്കും പോസ്റ്ററുകളിലേക്കും ലഘുലേഖകളിലേക്കും പത്രങ്ങളിലേക്കും തങ്ങളുടെ ശ്രദ്ധതിരിക്കുവാൻ സാധിച്ചു. രാഷ്ട്രീയമായി പിന്നിൽ നില്ക്കുന്ന തൊഴിലാളി സ്ത്രീപോലും സ്വയം ചിന്തിച്ചു: 'ഇതാണ് ഞങ്ങളുടെ ദിവസം, തൊഴിലെടുക്കുന്ന സ്ത്രീകളുടെ ആഘോഷത്തിന്റെ ദിവസം,' അവൾ യോഗങ്ങളിലേക്കും പ്രകടനങ്ങളിലേക്കും ഓടിയെത്തി. ഓരോ തൊഴിലാളി സ്ത്രീദിനത്തിനുശേഷവും കൂടുതൽ സ്ത്രീകൾ സോഷ്യലിസ്റ്റ് പാർട്ടികളിൽ അണിചേരുകയും ട്രേഡ് യൂണിയനുകൾ ശക്തിപ്പെടുകയും ചെയ്തുകൊണ്ടിരുന്നു. സംഘടനകൾ അഭിവൃദ്ധിപ്പെടുകയും രാഷ്ട്രീയബോധം വികസിക്കുകയും ചെയ്തു.

വനിതാദിനം മറ്റൊരു കാര്യംകൂടി ചെയ്തു; അത് തൊഴിലാളികളുടെ സാർവ്വദേശീയ ഐക്യദാർഢ്യത്തെ ശക്തിപ്പെടുത്തി. ഈ അവസരത്തിൽ (വനിതാദിനത്തിൽ) സംസാരിക്കുന്നതിനുവേണ്ടി വ്യത്യസ്ത രാജ്യങ്ങളിലെ പാർട്ടികൾ പതിവായി വക്താക്കളെ അങ്ങോട്ടുമിങ്ങോട്ടും അയച്ചു: ജർമ്മൻ സഖാക്കൾ ഇംഗ്ലണ്ടിലേക്കു പോയി, ഇംഗ്ലണ്ടിലെ സഖാക്കൾ ഹോളണ്ടിലേക്കു പോയി, അങ്ങനെയങ്ങനെ. അദ്ധ്വാനിക്കുന്ന

വർഗ്ഗത്തിന്റെ സാർവ്വദേശീയ ബന്ധം ശക്തിപ്പെടുകയും ദൃഢമാവുകയും ചെയ്തു; അതിനർത്ഥം മൊത്തത്തിൽ തൊഴിലാളിവർഗ്ഗത്തിന്റെ പൊരുതാനുള്ള കരുത്ത് വർദ്ധിച്ചു എന്നാണ്.

സമരോത്സുകതയുടേതായ തൊഴിലാളി സ്ത്രീദിനത്തിന്റെ ഫലമാണിവ. തൊഴിലെടുക്കുന്ന സ്ത്രീകളുടെ സമരോത്സുകതയുടേതായ ആ ദിവസം തൊഴിലാളിവർഗ്ഗ സ്ത്രീകളുടെ ബോധനിലവാരവും സംഘടനയും ശക്തിപ്പെടുത്താൻ സഹായിക്കും. അദ്ധ്വാനിക്കുന്ന വർഗ്ഗത്തിന്റെ മികച്ച ഭാവിക്കുവേണ്ടി പൊരുതുന്നവരുടെ വിജയത്തിന് ആ ദിനം നല്കുന്ന സംഭാവന അത്യന്താപേക്ഷിതമാണ് എന്നാണിതു കാണിക്കുന്നത്.

റഷ്യയിലെ സ്ത്രീത്തൊഴിലാളികളുടെ ദിനം

റഷ്യൻ തൊഴിലാളി സ്ത്രീ, ആദ്യമായി തൊഴിലാളി സ്ത്രീകളുടെ ദിനത്തിന്റെ ഭാഗമാകുന്നത് 1913 ലാണ്. തൊഴിലാളികളുടെയും കർഷകരുടെയുംമേൽ കൊടിലുപോലെ പിടിമുറുക്കിയ സാറിസത്തോടുള്ള പ്രതിഷേധത്തിന്റെ കാലമായിരുന്നു അത്. പരസ്യമായ പ്രകടനങ്ങൾ നടത്തിക്കൊണ്ട് 'തൊഴിലാളിസ്ത്രീ ദിനം' ആചരിക്കുന്നതിനെക്കുറിച്ച് ചിന്തിക്കാൻ കഴിയുമായിരുന്നില്ല. എന്നാൽ സംഘടിത തൊഴിലാളി സ്ത്രീകൾക്ക് അവരുടെ സാർവ്വദേശീയ ദിനം അടയാളപ്പെടുത്തുവാനുള്ള ശേഷിയുണ്ടായിരുന്നു. തൊഴിലാളിവർഗ്ഗത്തിന്റെ നിയമപ്രകാരമുള്ള രണ്ട് പത്രങ്ങളും (ബോൾഷെവിക്കുകാരുടെ *പ്രവ്ദയും* മെൻഷെവിക്കുകാരുടെ *ലൂച്ചും*) സാർവ്വദേശീയ വനിതാദിനത്തെ സംബന്ധിച്ച ലേഖനങ്ങളെഴുതി. അവ വനിതാദിനവുമായി ബന്ധപ്പെട്ട പ്രത്യേക ലേഖനങ്ങൾ പ്രസിദ്ധീകരിച്ചു. തൊഴിലാളി സ്ത്രീ പ്രസ്ഥാനത്തിന്റെ ഭാഗമായി നില്ക്കുന്ന ചിലരുടെ വിവരണങ്ങൾ പ്രസിദ്ധീകരിച്ചു; ബെബലിനെയും സെക്തിനെയും പോലെയുള്ള (ആഗസ്ത് ബെബൽ ജർമ്മൻ സോഷ്യൽ - ഡെമോക്രാറ്റി പാർട്ടിയുടെ നേതാവാണ്. അദ്ദേഹം സ്ത്രീകളുടെ പ്രസ്ഥാനത്തെ ശക്തമായി പിന്തുണച്ച വ്യക്തിയും, *വിമൻ അണ്ടർ സോഷ്യലിസം* എന്ന പ്രസിദ്ധമായ ക്ലാസിക് കൃതിയുടെ രചയിതാവുമാണ്) സഖാക്കളുടെ ആശംസകളും അഭിവാദ്യങ്ങളും പ്രസിദ്ധീകരിച്ചു.

പ്രതീക്ഷയറ്റ ആ കാലങ്ങളിൽ യോഗങ്ങൾ നിരോധിക്കപ്പെട്ടിരുന്നു. പക്ഷേ, പെട്രോഗ്രാഡിലെ (ഇന്നത്തെ സെന്റ് പീറ്റേഴ്സ്ബർഗ്) കലാഷൈക്കോവ്സ്കി എക്സ്ചേഞ്ചിൽ, പാർട്ടിയുമായി ബന്ധപ്പെട്ട സ്ത്രീ തൊഴിലാളികൾ 'സ്ത്രീ പ്രശ്നം' എന്ന വിഷയത്തിന്മേൽ ഒരു പൊതു ചർച്ചാവേദി സംഘടിപ്പിക്കുകയുണ്ടായി. അഞ്ചു കോപ്പെക്ക് ആയിരുന്നു പ്രവേശന ഫീസ്. ഇതൊരു നിയമവിരുദ്ധ യോഗമായിരുന്നു. പക്ഷേ, ഹാൾ നിറഞ്ഞുകവിഞ്ഞിരുന്നു. പാർട്ടി അംഗങ്ങൾ സംസാരിച്ചു. എന്നാൽ ഇത്തരം നടപടികളിൽ പരിഭ്രാന്തരായ പൊലീസ് ഇടപെടുകയും പ്രഭാഷകരിൽ പലരെയും അറസ്റ്റുചെയ്യുകയും ചെയ്തതോടെ ആവേശഭരി

തമായ ഈ 'രഹസ്യ'യോഗം, പൂർത്തിയാക്കാതെ അവസാനിപ്പിക്കേണ്ടി വന്നു.

സാറിസ്റ്റ് അടിച്ചമർത്തലിനുകീഴിൽ ജീവിക്കുന്ന റഷ്യയിലെ സ്ത്രീകൾ സാർവ്വദേശീയ വനിതാദിനത്തിൽ അണിചേരുകയും, കുറച്ചൊക്കെ അതിന്റെ പ്രഖ്യാപനങ്ങൾ പ്രചരിപ്പിക്കുകയും ചെയ്തിരിക്കുന്നു എന്നത് ലോകത്തെ തൊഴിലാളികളെ സംബന്ധിച്ചിടത്തോളം വളരെയേറെ പ്രാധാന്യമുള്ള ഒന്നായിരുന്നു. റഷ്യ ഉണരുന്നുവെന്നതും പോരാടാനും പ്രതിഷേധിക്കുവാനുമുള്ള തൊഴിലാളികളുടെ കരുത്തിനെ കീഴടക്കാൻ സാറിസ്റ്റ് തടവറകൾക്കും കഴുമരങ്ങൾക്കും ശേഷിയില്ലാതായിരിക്കുന്നുവെന്നതും സ്വാഗതാർഹമായ ഒരടയാളമായിരുന്നു.

1914 ൽ റഷ്യയിൽ 'തൊഴിലാളി സ്ത്രീ ദിനം' മെച്ചപ്പെട്ട രീതിയിൽ സംഘടിപ്പിക്കപ്പെട്ടു. തൊഴിലാളികളുടെ പത്രങ്ങൾ രണ്ടും ഈ ദിനാചരണത്തിൽ സ്വയം പങ്കുചേർന്നു. 'തൊഴിലാളി സ്ത്രീ ദിനാചരണത്തിന്റെ തയ്യാറെടുപ്പുകൾക്കുവേണ്ടി നമ്മുടെ സഖാക്കൾ ഒട്ടേറെ പണിയെടുത്തു. പൊലീസിന്റെ ഇടപെടൽമൂലം അവർക്ക് പ്രകടനം സംഘടിപ്പിക്കുവാൻ കഴിഞ്ഞില്ല. 'തൊഴിലാളി സ്ത്രീ ദിനാ'ചരണത്തിന്റെ കൂടിയാലോചനകളിൽ പങ്കാളികളായവരെ സാറിസ്റ്റ് തടവറകൾക്കുള്ളിലടയ്ക്കുകയും അതിൽ ഒട്ടേറെ പേരെ പിന്നീട് സൈബീരിയയിലേക്ക് നാടുകടത്തുകയും ചെയ്തു. 'തൊഴിലാളി സ്ത്രീകൾക്ക് വോട്ടവകാശം' എന്ന മുദ്രാവാക്യം സ്വാഭാവികമായും റഷ്യയിൽ സാറിസ്റ്റ് സ്വേച്ഛാധിപത്യത്തെ തുടച്ചു നീക്കുന്നതിനുള്ള ഒരു തുറന്ന ആഹ്വാനമായി മാറി.

സാമ്രാജ്യത്വ യുദ്ധകാലത്തെ തൊഴിലാളി സ്ത്രീ ദിനം

ഒന്നാം ലോകയുദ്ധം പൊട്ടിപ്പുറപ്പെട്ടു. ഓരോ രാജ്യത്തെയും തൊഴിലാളിവർഗ്ഗം യുദ്ധമൊഴുക്കിയ രക്തത്താൽ മൂടപ്പെട്ടു (1914 ൽ യുദ്ധം പൊട്ടിപ്പുറപ്പെട്ടപ്പോൾ സാർവ്വദേശീയ സോഷ്യലിസ്റ്റ് പ്രസ്ഥാനത്തിൽ വൻതോതിലുള്ള പിളർപ്പുണ്ടായി. ജർമ്മനി, ആസ്ട്രിയ, ഫ്രാൻസ്, ഇംഗ്ലണ്ട് തുടങ്ങിയ രാജ്യങ്ങളിലെ സോഷ്യൽ ഡെമോക്രാറ്റുകൾ യുദ്ധത്തെ അനുകൂലിച്ചു. മറ്റ് സോഷ്യലിസ്റ്റുകൾ, പേരെടുത്തു പറയുകയാണെങ്കിൽ, റഷ്യയിൽ കൊല്ലന്തായ്, ലെനിൻ, ലിയോൺ ട്രോട്സ്കി തുടങ്ങിയവരും ബോൾഷെവിക് പാർട്ടിയും ജർമ്മനിയിൽ ക്ലാര സെത്കിനും റോസ ലക്സംബർഗും, അമേരിക്കയിൽ യൂജിൻ ഡെബ്സ് അടക്കമുള്ളവരും യുദ്ധത്തെ എതിർക്കുകയും, യുദ്ധാനുകൂലികളായ സോഷ്യലിസ്റ്റുകളെ തൊഴിലാളിവർഗ്ഗ വഞ്ചകരെന്നും തൊഴിലാളിവർഗ്ഗ വിപ്ലവത്തിന്റെ വഞ്ചകരെന്നും വിളിക്കുകയും ചെയ്തു). 1915 ലും 1916 ലും വിദേശരാജ്യങ്ങളിൽ 'തൊഴിലാളി സ്ത്രീദിന'മെന്നത് വളരെ ദുർബ്ബലമായൊരു കാര്യമായിരുന്നു- റഷ്യൻ ബോൾഷെവിക് പാർട്ടിയുടെ ആശയങ്ങൾ പങ്കിട്ട ഇടതുപക്ഷ സോഷ്യലിസ്റ്റ് സ്ത്രീകൾ, മാർച്ച് 8 യുദ്ധത്തിനെതിരായുള്ള തൊഴിലാളി സ്ത്രീകളുടെ പ്രകടനമാക്കി മാറ്റാൻ ശ്രമി

ച്ചു. പക്ഷേ, ജർമ്മനിയിലും മറ്റു രാജ്യങ്ങളിലുമുള്ള സോഷ്യലിസ്റ്റ് പാർട്ടി വഞ്ചകർ, ആളുകളെ സംഘടിപ്പിക്കാൻ സോഷ്യലിസ്റ്റ് സ്ത്രീകളെ അനുവദിച്ചില്ല; നിഷ്പക്ഷമായി നില്ക്കുന്ന രാജ്യങ്ങളിലേക്ക് പോകുവാൻ സോഷ്യലിസ്റ്റ് സ്ത്രീകൾക്ക് പാസ്പോർട്ട് നിഷേധിക്കപ്പെട്ടു; അവിടങ്ങളിലെ തൊഴിലാളി സ്ത്രീകൾ സാർവ്വദേശീയയോഗങ്ങൾ നടത്തുവാനും ബൂർഷ്വാസിയുടെ മോഹത്തിനു വിരുദ്ധമായി സാർവ്വദേശീയ ഐക്യദാർഢ്യം അതിജീവിക്കുന്നു എന്നു കാണിക്കുവാനും ആഗ്രഹിച്ചു.

1915 ലെ വനിതാദിനത്തിൽ അവർക്ക് ഒരു സാർവ്വദേശീയ പ്രകടനം സംഘടിപ്പിക്കാനായത് നോർവെയിൽ മാത്രമാണ്; റഷ്യയിൽനിന്നും നിഷ്പക്ഷ രാജ്യങ്ങളിൽനിന്നുമുള്ള പ്രതിനിധികൾ അതിൽ പങ്കെടുത്തു. ആ സമയത്ത് റഷ്യയിൽ വനിതാദിനം സംഘടിപ്പിക്കുന്നതിനെക്കുറിച്ച് ചിന്തിക്കാനാവുമായിരുന്നില്ല; കാരണം അന്നിവിടെ സാറിസത്തിന്റെയും സൈനികയന്ത്രങ്ങളുടെയും വാഴ്ച യാതൊരു കടിഞ്ഞാണുമില്ലാത്ത സ്ഥിതിയിലായിരുന്നു.

അതിനുശേഷം മഹത്തായ 1917 വന്നു. പട്ടിണിയും ശൈത്യവും യുദ്ധവിചാരണയും റഷ്യയിലെ സ്ത്രീ തൊഴിലാളികളുടെയും കർഷക സ്ത്രീകളുടെയും ക്ഷമ കെടുത്തി. 1917 മാർച്ച് 8 ന് (ഫെബ്രുവരി 23) തൊഴിലാളി സ്ത്രീ ദിനത്തിൽ, അവർ ധീരമായി പെട്രോഗ്രാഡിന്റെ തെരുവുകളിലേക്കിറങ്ങി. സ്ത്രീകൾ (അവരിൽ കുറച്ചുപേർ തൊഴിലാളികളും കുറച്ചുപേർ പട്ടാളക്കാരുടെ ഭാര്യമാരുമായിരുന്നു) 'ഞങ്ങളുടെ മക്കൾക്ക് ആഹാരം നല്കൂ,' 'യുദ്ധഭൂമിയിൽനിന്നും ഞങ്ങളുടെ ഭർത്താക്കന്മാരെ തിരിച്ചെത്തിക്കൂ' എന്നീ ആവശ്യങ്ങളുയർത്തി സധൈര്യം മുന്നോട്ടുനീങ്ങി. സാറിസ്റ്റ് സുരക്ഷാ സേനകൾപോലും പ്രതിഷേധക്കാർക്കെതിരായി സാധാരണ കൈക്കൊള്ളാറുള്ള നടപടികൾ കൈക്കൊണ്ടില്ല, മറിച്ച് ജനരോഷത്തിന്റെ പ്രക്ഷുബ്ധമായ ആ കടലിലേക്ക് അവർ അത്യന്തം ആശയക്കുഴപ്പത്തോടെ നോക്കിനിന്നു. ഇത്തരത്തിൽ നിർണ്ണായകമായ ഈ സമയത്ത് തൊഴിലാളി സ്ത്രീകളുടെ പ്രതിഷേധം ഭീഷണികളെവരെ തടഞ്ഞുനിർത്തി.

1917 ലെ തൊഴിലാളി സ്ത്രീ ദിനം ചരിത്രത്തിൽ അവിസ്മരണീയമായിത്തീർന്നു. റഷ്യൻ സ്ത്രീകൾ തൊഴിലാളിവർഗ്ഗവിപ്ലവത്തിന്റെ തീപ്പന്തം കൊളുത്തിയതും ലോകത്തെയാകെ തീജ്വാലയിൽനിർത്തിയതും ഈ ദിവസമാണ്. ഫെബ്രുവരി വിപ്ലവത്തിന്റെ തുടക്കം അടയാളപ്പെടുത്തുന്നത് ഈ ദിവസത്തിൽനിന്നാണ്.

പോരാട്ടത്തിനുള്ള നമ്മുടെ ആഹ്വാനം

പത്തുവർഷം മുൻപ് തൊഴിലാളി സ്ത്രീ ദിനം ആദ്യമായി സംഘടിപ്പിച്ചത്, സ്ത്രീകളുടെ രാഷ്ട്രീയ സമത്വത്തിനും, സോഷ്യലിസം സാദ്ധ്യമാക്കുന്നതിനായുള്ള പോരാട്ടത്തിനുംവേണ്ടിയുള്ള ക്യാംപെയ്നിന്റെ ഭാഗമായിട്ടായിരുന്നു. ഈ ലക്ഷ്യം റഷ്യയിലെ തൊഴിലാളിവർഗ്ഗ സ്ത്രീകൾ

നേടിയെടുത്തിരിക്കുന്നു. സോവിയറ്റ് റിപ്പബ്ലിക്കിൽ തൊഴിലാളി സ്ത്രീകൾക്കും കർഷകർക്കും വോട്ടവകാശത്തിനുവേണ്ടിയും പൗരാവകാശങ്ങൾക്കുവേണ്ടിയും ഇനി പോരാടേണ്ടി വരില്ല. കാരണം അവർ ഈ അവകാശങ്ങൾ കൈവരിച്ചുകഴിഞ്ഞു. റഷ്യൻ തൊഴിലാളി സ്ത്രീകളും കർഷക സ്ത്രീകളും തുല്യ പൗരരാണ് (അവരുടെ കൈകളിൽ മെച്ചപ്പെട്ട ജീവിതം അനായാസം സാദ്ധ്യമാക്കുന്നതിന് ശക്തമായൊരു ആയുധമുണ്ട്), സോവിയറ്റുകളിലും എല്ലാ സമഷ്ടി സംഘടനകളിലും ഭാഗമാകുവാൻ പ്രാപ്തമാക്കുന്ന വോട്ടവകാശം എന്ന ആയുധം അവർക്കിപ്പോൾ ഉണ്ട്.

പക്ഷേ, അവകാശങ്ങൾ ഉണ്ടായതുകൊണ്ടുമാത്രം കാര്യമില്ല. അതുപയോഗപ്പെടുത്താൻ നമ്മൾ പഠിക്കേണ്ടതുണ്ട്. നമ്മുടെ സ്വന്തം നേട്ടത്തിനും തൊഴിലാളികളുടെ റിപ്പബ്ലിക്കിനുംവേണ്ടി സ്വായത്തമാക്കാൻ നമ്മൾ പഠിക്കേണ്ട ഒരായുധമാണ് വോട്ടവകാശം. സോവിയറ്റ് അധികാരത്തിന്റെ ഇക്കഴിഞ്ഞ രണ്ടു വർഷങ്ങൾകൊണ്ട് ജീവിതമാകെ പരിപൂർണ്ണമായും മാറ്റപ്പെട്ടിട്ടില്ല എന്നതു ശരിയാണ്. കമ്യൂണിസത്തിനുവേണ്ടി പൊരുതുന്ന പ്രക്രിയയിലാണ് നമ്മളിപ്പോൾ, ഇരുണ്ടതും അടിച്ചമർത്തലിന്റേതുമായ ഒരു ഭൂതകാലത്തിന്റെ തുടർച്ചയായിട്ടുള്ള ലോകമാണ് നമ്മുടെ ചുറ്റുമുള്ളത്. കുടുംബത്തിന്റെ, വീട്ടുജോലിയുടെ, വേശ്യാവൃത്തിയുടെയെല്ലാം വിലങ്ങുകൾ തൊഴിലാളി സ്ത്രീക്കു മേൽ ഇപ്പോഴും കടുത്ത ഭാരം ചുമത്തുന്നു. തൊഴിലാളി സ്ത്രീകൾക്കും കർഷക സ്ത്രീകൾക്കും ഈ സാഹചര്യത്തിൽനിന്നും രക്ഷപ്പെടണമെങ്കിൽ, കേവലം നിയമപുസ്തകത്തിൽ മാത്രമല്ല, ജീവിതത്തിലാകെ സമത്വം കൈവരിക്കണമെങ്കിൽ, റഷ്യയെ ഒരു യഥാർത്ഥ കമ്യൂണിസ്റ്റ് സമൂഹമാക്കി മാറ്റുന്നതിന് അവർ അവരുടെ എല്ലാ ഊർജ്ജവും ഉപയോഗപ്പെടുത്തിയാൽ മാത്രമേ സാധിക്കുകയുള്ളൂ.

റഷ്യയെ ഒരു യഥാർത്ഥ കമ്യൂണിസ്റ്റ് സമൂഹമാക്കുക എന്നത് വളരെവേഗം സാദ്ധ്യമാക്കുന്നതിന് നമുക്കാദ്യം തകർന്നുതരിപ്പണമായി കിടക്കുന്ന റഷ്യയുടെ സമ്പദ്ഘടനയെ മെച്ചപ്പെടുത്തേണ്ടതുണ്ട്. നമ്മൾ നമ്മുടെ ഏറ്റവും അടിയന്തരമായ രണ്ട് കടമകൾ നിർവ്വഹിക്കുന്ന കാര്യം കണക്കിലെടുക്കേണ്ടതുണ്ട്. സുസംഘടിതവും രാഷ്ട്രീയമായി ബോധമുള്ളതുമായൊരു തൊഴിൽ സേനയെ രൂപീകരിക്കുകയും, ഗതാഗതസംവിധാനം പുനഃസ്ഥാപിക്കുകയും ചെയ്യുക. നമ്മുടെ തൊഴിൽസേന നന്നായി പ്രവർത്തിക്കുകയാണെങ്കിൽ നമുക്ക് വേഗംതന്നെ ആവിയന്ത്രങ്ങൾ ഒരിക്കൽക്കൂടി കൊണ്ടുവരാൻ സാധിക്കും; റെയിൽവെകൾ പ്രവർത്തിക്കുവാൻ തുടങ്ങും. ഇതർത്ഥമാക്കുന്നത് അദ്ധ്വാനിക്കുന്ന സ്ത്രീകൾക്കും പുരുഷന്മാർക്കും അവർക്ക് അത്യന്തം ആവശ്യമുള്ള ഭക്ഷണവും ഇന്ധനവും ലഭിക്കുമെന്നാണ്.

ഗതാഗത സംവിധാനം വീണ്ടും സാധാരണ നിലയിലാകുന്നത് കമ്യൂണിസത്തിന്റെ വിജയത്തിനു വേഗത കൂട്ടും. കമ്യൂണിസത്തിന്റെ വിജയം

സാദ്ധ്യമാകുന്നതോടുകൂടി സ്ത്രീകളുടെ പരിപൂർണ്ണവും മൗലികവുമായ സമത്വം ആസന്നമാകും. അതുകൊണ്ട് ഈ വർഷത്തെ 'തൊഴിലാളി സ്ത്രീ ദിന'ത്തിന്റെ സന്ദേശം ഇതായിരിക്കണം: "തൊഴിലാളി സ്ത്രീകളും കർഷക സ്ത്രീകളും അമ്മമാരും ഭാര്യമാരും സഹോദരിമാരും എല്ലാവരും റെയിൽവേയിലെ കുഴപ്പങ്ങൾ മറികടക്കുന്നതിനും ഗതാഗതം പുനഃസ്ഥാപിക്കുന്നതിനും നമ്മുടെ തൊഴിലാളികളെയും സഖാക്കളെയും സഹായിക്കുന്നതിനുവേണ്ടി പ്രയത്നിക്കുക. അന്നത്തിനും വിറകിനും അസംസ്കൃത വസ്തുക്കൾക്കുംവേണ്ടിയുള്ള പോരാട്ടത്തിൽ ഏവരും അണിനിരക്കുക."

കഴിഞ്ഞ വർഷം തൊഴിലാളി സ്ത്രീ ദിനത്തിന്റെ മുദ്രാവാക്യം ഇങ്ങനെയായിരുന്നു; 'എല്ലാം ചുവപ്പ് മുന്നണിയുടെ (Red Front) വിജയത്തിനുവേണ്ടി' (1917 ഒക്ടോബർ/നവംബറിൽ തൊഴിലാളിവർഗ്ഗം അധികാരം പിടിച്ചെടുത്തശേഷം റഷ്യൻ തൊഴിലാളിവർഗ്ഗ ഭരണകൂടം രണ്ടു പ്രധാന പ്രശ്നങ്ങളെ നേരിട്ടിരുന്നു. അതിലാദ്യത്തേത്, അമേരിക്കയടക്കമുള്ള പതിമൂന്ന് രാജ്യങ്ങളിൽനിന്നുള്ള കടന്നാക്രമണമായിരുന്നു; രണ്ടാമത്തേത് റഷ്യയിലെത്തന്നെ രാജവാഴ്ചാനുകൂലികളുടെയും മുതലാളിത്താനുകൂലികളുടെയും ഭാഗത്തുനിന്നുള്ള എതിർപ്പായിരുന്നു. ഈ സാഹചര്യത്തിൽ ലിയോൺ ട്രോട്സ്കിയുടെ നിർദ്ദേശപ്രകാരം സോവിയറ്റുകൾ റെഡ് ആർമി എന്ന പേരിൽ തൊഴിലാളികളുടെയും കർഷകരുടെയും സേനയ്ക്കു രൂപംകൊടുത്തു. ആ സേന പ്രതിവിപ്ലവശക്തികളെ പരാജയപ്പെടുത്തി). രക്തരൂക്ഷിതമല്ലാത്ത പുതിയൊരു സേനയിൽ തൊഴിലാളി സേനയിൽ, അണിനിരക്കുവാൻ അദ്ധ്വാനിക്കുന്ന സ്ത്രീകളോട് നമ്മൾ ആഹ്വാനം ചെയ്യുകയാണ്. റെഡ് ആർമി ബാഹ്യ ശത്രുക്കളെ പരാജയപ്പെടുത്തി; കാരണം റെഡ് ആർമി സംഘടിതവും അച്ചടക്കമുള്ളതും ആത്മത്യാഗത്തിന് തയ്യാറുള്ളതുമായിരുന്നു. സംഘടനയും കഠിനപ്രയത്നവും അച്ചടക്കവും ആത്മത്യാഗവുംകൊണ്ട് തൊഴിലാളികളുടെ റിപ്പബ്ലിക് ആന്തരിക പ്രതിബന്ധത്തെ മറികടക്കും. അതായത് ഗതാഗതത്തിന്റെയും സമ്പദ്ഘടനയുടെയും തകർച്ച, ദാരിദ്ര്യം, ശൈത്യം, രോഗം എന്നിങ്ങനെയുള്ള ആന്തരിക പ്രതിബന്ധങ്ങളെ മറികടക്കും. 'രക്തരൂഷിതമല്ലാത്ത തൊഴിലാളി സേനയുടെ വിജയത്തിൽ എല്ലാവരും അണിനിരക്കുക! ഈ വിജയത്തിൽ എല്ലാവരും പങ്കാളിയാവുക!'

തൊഴിലാളി സ്ത്രീ ദിനത്തിന്റെ പുതിയ കടമകൾ

ഒക്ടോബർ വിപ്ലവം സ്ത്രീകൾക്കും പുരുഷന്മാർക്കും തുല്യമായ പൗരാവകാശങ്ങൾ നല്കി. ഈയടുത്ത കാലംവരെ ഏറ്റവും ഭാഗ്യഹീനരും അടിച്ചമർത്തപ്പെട്ടവരുമായിരുന്നു റഷ്യൻ തൊഴിലാളിവർഗ്ഗ സ്ത്രീകൾ; അവർക്കിപ്പോൾ, സോവിയറ്റ് റിപ്പബ്ലിക്കിൽ, തൊഴിലാളിവർഗ്ഗത്തിന്റെ സാർവ്വാധിപത്യവും സോവിയറ്റ് അധികാരവും സ്ഥാപിക്കുന്നതിലൂടെ രാഷ്ട്രീയ സമത്വം കൈവരിക്കുന്ന പാതയേതെന്ന് മറ്റു രാജ്യ

ങ്ങളിലെ സഖാക്കൾക്ക് അഭിമാനത്തോടെ കാണിച്ചു കൊടുക്കാൻ സാധിക്കുന്നു.

ഇപ്പോഴും സ്ത്രീകൾ അമിതജോലി ചെയ്യുകയും അവർക്ക് യാതൊരു വിശേഷാവകാശങ്ങളുമില്ലാതിരിക്കുകയും ചെയ്യുന്ന മുതലാളിത്തരാജ്യങ്ങളിലെ സ്ഥിതി വളരെ വ്യത്യസ്തമാണ്. ഈ രാജ്യങ്ങളിൽ അദ്ധ്വാനിക്കുന്ന സ്ത്രീയുടെ ശബ്ദം ദുർബ്ബലവും നിർജീവവുമാണ്. വിവിധ രാജ്യങ്ങളിൽ (നോർവെ, ആസ്ട്രേലിയ, ഫിൻലൻഡ്, ചില വടക്കേ അമേരിക്കൻ സ്റ്റേറ്റുകൾ എന്നിവിടങ്ങളിൽ) യുദ്ധത്തിനു മുൻപു തന്നെ (ഒന്നാം ലോകയുദ്ധം) സ്ത്രീകൾ പൗരാവകാശങ്ങൾ സ്വായത്തമാക്കി എന്നുള്ളത് ശരിയാണ്.

ജർമ്മനിയിൽ, കൈസർ അധികാരത്തിൽനിന്നു പുറത്താക്കപ്പെടുകയും സന്ധിചെയ്യലുകാരുടെ (1918 ൽ കൈസർ അധികാരത്തിൽനിന്നു പുറത്താക്കപ്പെട്ടപ്പോൾ പുതിയൊരു മുതലാളിത്ത ഗവൺമെന്റ് സ്ഥാപിച്ച സോഷ്യൽ ഡെമോക്രാറ്റിക് നേതാക്കളെ കൊല്ലന്തായ് 'Compromiser's' എന്നാണ് വിശേഷിപ്പിച്ചത്. അധികാരത്തിൽ വന്നശേഷം അവർ പ്രതിവിപ്ലവത്തെ പിന്തുണയ്ക്കുകയാണ് ചെയ്തത്) നേതൃത്വത്തിൽ ബൂർഷ്വാ റിപ്പബ്ലിക് സ്ഥാപിക്കപ്പെടുകയും ചെയ്തശേഷം, മുപ്പത്തിയാറു സ്ത്രീകൾ പാർലമെന്റിലെത്തി; പക്ഷേ, അതിലൊരൊറ്റ കമ്യൂണിസ്റ്റു പോലുമുണ്ടായിരുന്നില്ല.

1919 ൽ ഇംഗ്ലണ്ടിൽ, ആദ്യമായൊരു സ്ത്രീ പാർലമെന്റംഗമായി തിരഞ്ഞെടുക്കപ്പെട്ടു. പക്ഷേ, ആരായിരുന്നു അവർ? ഒരു 'പ്രഭ്വി.' അതായത് ഒരു ഭൂവുടമ, ഒരു മാടമ്പി (ബ്രിട്ടീഷ് പാർലമെന്റിലെ ആദ്യ സ്ത്രീയായി പ്രഭ്വിയായ ആസ്റ്റർ സേവനം ചെയ്തപ്പോൾ, പാർലമെന്റിലേക്കു തിരഞ്ഞെടുക്കപ്പെട്ട ആദ്യ സ്ത്രീ ഐറിഷ് വിപ്ലവകാരിയായ കോൺസ്റ്റാൻസ് മാർകിവിക്സ് (Constance Markiewicz) ആയിരുന്നു. സിൻ ഫീൻ പാർട്ടിയിലെ മറ്റ് അംഗങ്ങളോടൊപ്പം ഇംപീരിയൽ പാർലമെന്റിലിരിക്കാൻ അവരും വിസമ്മതിച്ചു.)

ഫ്രാൻസിലും, അടുത്തകാലത്തായി സ്ത്രീകളിലേക്ക് വോട്ടവകാശം വ്യാപിപ്പിക്കുന്നതു സംബന്ധിച്ച വിഷയം ഉയർന്നു വന്നിരിക്കുന്നു.

എന്നാൽ, ബൂർഷ്വാ പാർലമെന്റുകളുടെ ചട്ടക്കൂടിനുള്ളിൽ തൊഴിലാളി സ്ത്രീകൾക്ക് ഈ അവകാശങ്ങൾക്കൊണ്ട് എന്തു പ്രയോജനം? അധികാരം മുതലാളിമാരുടെയും സ്വത്തുടമകളുടെയും കൈകളിലായിരിക്കവെ, കുടുംബത്തിലും സമൂഹത്തിലുമുള്ള അടിമത്തത്തിന്റേതായ പരമ്പരാഗത സ്ഥാനത്തുനിന്നു തൊഴിലാളി സ്ത്രീയെ രക്ഷിക്കാൻ ഒരു രാഷ്ട്രീയാവകാശങ്ങൾക്കും കഴിയില്ല. തൊഴിലാളിവർഗ്ഗത്തിനിടയിൽ ബോൾഷെവിക് ആശയങ്ങൾ വളർന്നുവരുന്ന സാഹചര്യത്തിൽ അദ്ധ്വാനിക്കുന്ന വർഗ്ഗത്തിന് മറ്റൊരു നക്കാപ്പിച്ച എറിഞ്ഞുകൊടുക്കുവാൻ ഫ്രഞ്ച് ബൂർഷ്വാസി തയ്യാറാണ്. അവർ സ്ത്രീകൾക്ക് വോട്ടവകാശം നല്കാൻ തയ്യാറായിരിക്കുന്നു (അന്തിമമായി ഫ്രഞ്ച് സ്ത്രീക്ക് 1944 വരെ വോട്ടവകാശം ലഭിച്ചില്ല എന്നത് പില്ക്കാല യാഥാർത്ഥ്യം)

മിസ്റ്റർ ബൂർഷ്വാസി, സർ- ഏറെ വൈകിയിരിക്കുന്നു!

റഷ്യയിലെ ഒക്ടോബർ വിപ്ലവത്തിന്റെ അനുഭവത്തിനുശേഷം അദ്ധ്വാനിക്കുന്ന വർഗ്ഗത്തിന്റെ സർവ്വാധിപത്യത്തിനുമാത്രമേ, സോവിയറ്റുകളുടെ അധികാരത്തിനുമാത്രമേ പൂർണ്ണവും നിരുപാധികവുമായ സമത്വം ഉറപ്പുനല്കാൻ സാധിക്കുകയുള്ളൂയെന്ന് ഫ്രാൻസിലെയും ഇംഗ്ലണ്ടിലെയും മറ്റ് രാജ്യങ്ങളിലെയും ഓരോ തൊഴിലാളി സ്ത്രീക്കും വ്യക്തമായി; അടിച്ചമർത്തലിന്റെയും അവകാശമില്ലായ്മയുടെയും നൂറ്റാണ്ടുകൾ നീണ്ട ചങ്ങലകളെ കമ്യൂണിസത്തിന്റെ ആത്യന്തിക വിജയം തകർത്തെറിയുമെന്ന് അവർക്കു ബോദ്ധ്യമായിരിക്കുന്നു. സ്ത്രീകളുടെ വോട്ടവകാശത്തിനുവേണ്ടി ബൂർഷ്വാ പാർലമെന്റുകളുടെ മേധാവിത്വത്തിനെതിരെ പൊരുതുകയായിരുന്നു മുൻകാലങ്ങളിൽ 'സാർവ്വദേശീയ തൊഴിലാളി സ്ത്രീദിനത്തിന്റെ കടമയെങ്കിലും ഇപ്പോൾ തൊഴിലാളി വർഗ്ഗത്തിന് ഒരു പുതിയ കടമയുണ്ട്: മൂന്നാം ഇന്റർനാഷണലിന്റെ പോരാട്ടമുദ്രാവാക്യങ്ങൾക്കുചുറ്റും തൊഴിലാളി സ്ത്രീകളെ സംഘടിപ്പിക്കുക. ബൂർഷ്വാ പാർലമെന്റിന്റെ പ്രവർത്തനത്തിൽ പങ്കുചേരുന്നതിനു പകരം, റഷ്യയിൽ നിന്നുള്ള ആഹ്വാനം ശ്രദ്ധിക്കുക:

> എല്ലാ രാജ്യത്തെയും തൊഴിലാളി സ്ത്രീകളെ! ലോകത്തെ കൊള്ളയടിക്കുന്നവർക്കെതിരായുള്ള പോരാട്ടത്തിൽ ഒരു സംഘടിത തൊഴിലാളിവർഗ്ഗ മുന്നണി രൂപീകരിക്കൂ! ബൂർഷ്വാസിയുടെ പാർലമെന്ററിസം തുലയട്ടെ! നമ്മൾ സോവിയറ്റ് അധികാരത്തെ സ്വാഗതം ചെയ്യുന്നു! അദ്ധ്വാനിക്കുന്ന പുരുഷന്മാരും സ്ത്രീകളും നേരിടുന്ന അസമത്വങ്ങൾക്കു വിട! ലോക കമ്യൂണിസത്തിന്റെ വമ്പിച്ച വിജയത്തിനുവേണ്ടി നമ്മൾ തൊഴിലാളികളോടൊപ്പം പോരാടും!

ഈ ആഹ്വാനം ആദ്യമായി കേട്ടത് ഒരു പുതിയ ഭരണക്രമത്തിന്റെ പരീക്ഷണങ്ങൾക്കിടയിലാണ്; ആഭ്യന്തര യുദ്ധത്തിന്റെ പോരാട്ടമുഖങ്ങളിൽ അത് മുഴങ്ങി കേൾക്കും; മറ്റു രാജ്യങ്ങളിലെ തൊഴിലാളി സ്ത്രീകളുടെ ഹൃദയത്തിൽ അത് ആവേശമുണർത്തും. അദ്ധ്വാനിക്കുന്ന സ്ത്രീ ഈ ആഹ്വാനം കേൾക്കുകയും അത് ശരിയാണെന്ന് മനസ്സിലാക്കുകയും ചെയ്യും. പാർലമെന്റിലേക്ക് കുറച്ചു പ്രതിനിധികളെ അയയ്ക്കാൻ സാധിച്ചാൽ തങ്ങളുടെ ജീവിതം അനായാസകരവും മുതലാളിത്തത്തിന്റെ അടിച്ചമർത്തൽ കൂടുതൽ സഹനീയവുമാകുമെന്ന് അടുത്തകാലംവരെ അവർ വിശ്വസിച്ചിരുന്നു. ഇപ്പോൾ അവർക്ക് അതിന്റെ മറുവശമറിയാം.

മുതലാളിത്തത്തെ ഉന്മൂലനം ചെയ്യുകയും സോവിയറ്റ് അധികാരം സ്ഥാപിക്കുകയും ചെയ്യുമ്പോൾ മാത്രമേ, മുതലാളിത്ത രാജ്യങ്ങളിലെ തൊഴിലാളി സ്ത്രീയുടെ ജീവിതം ഇത്രമേൽ ദുസ്സഹമാക്കുന്ന ദുരിതത്തിന്റെയും അവഹേളനത്തിന്റെയും അസമത്വത്തിന്റെയും ലോകത്തു

നിന്ന് രക്ഷ നേടാനാവുകയുള്ളൂ. വോട്ടവകാശത്തിനു വേണ്ടിയുള്ള പോരാട്ടത്തിന്റെ ദിനം എന്ന നിലയിൽനിന്നും 'തൊഴിലാളി സ്ത്രീ ദിനം' സ്ത്രീകളുടെ പൂർണ്ണവും നിരുപാധികവുമായ മോചനത്തിനുവേണ്ടിയുള്ള പോരാട്ടത്തിന്റെ സാർവ്വദേശീയ ദിനം എന്നതിലേക്ക് മാറിയിരിക്കുന്നു; എന്നുവെച്ചാൽ സോവിയറ്റുകളുടെയും കമ്യൂണിസത്തിന്റെയും വിജയത്തിനുവേണ്ടിയുള്ള പോരാട്ടം എന്നർത്ഥം!

സ്വത്തധിഷ്ഠിതമായ ലോകവും മൂലധനത്തിന്റെ ആധിപത്യവും തുലയട്ടെ

ബൂർഷ്വാ ലോകത്തിന്റെ പൈതൃകമായ അസമത്വത്തിനും അവകാശരാഹിത്യത്തിനും സ്ത്രീകളുടെ അടിച്ചമർത്തലിനും വിട!

തൊഴിലാളി വർഗ്ഗത്തിന്റെ സർവ്വാധിപത്യത്തിനുവേണ്ടിയുള്ള പോരാട്ടത്തിൽ തൊഴിലാളി സ്ത്രീകളുടെയും പുരുഷത്തൊഴിലാളികളുടെയും സാർവ്വദേശീയ ഐക്യത്തിലേക്ക് നടന്നടുക്കുക - രണ്ടു ലിംഗഭേദങ്ങളിലെയും തൊഴിലാളിയുടെ സാർവ്വദേശീയ ഐക്യം!

www.ingramcontent.com/pod-product-compliance
Lightning Source LLC
LaVergne TN
LVHW100311051026
849517LV00006B/2256
* 9 7 8 9 3 9 4 7 5 3 5 9 4 *